அமெரிக்கா: உள்ளும் புறமும்

அமெரிக்கா: உள்ளும் புறமும்

பத்மா அர்விந்த்

ZDP
SPECIFICS

Title: America: Ullum Puramum
Author's Name: Padma Arvind

Published by ZDP Specifics

ZDP
SPECIFICS

(An imprint of Zero Degree Publishing)
No. 55(7), R Block, 6th Avenue,
Anna Nagar,
Chennai - 600 040

Website: www.zerodegreepublishing.com
E Mail id: zerodegreepublishing@gmail.com
Phone: 89250 61999

ZDP Specifics First Edition: December 2023
ISBN: 978-93-95222-91-4
TITLE NO ZDPS: 72

Cover Design & Layout: Vijayan, Creative Studio

பொருளடக்கம்

பாகம் 2:

முன்னுரை

ஐக்கிய அமெரிக்கக் குடியரசு எல்லா நாடுகளின் விவகாரத்திலும் தலையிடுகிறது எனச் சொல்லுவோருக்கு அதே அமெரிக்காதான் ஐக்கிய நாடுகளுக்கும் உலக சுகாதார மையத்திற்கும் மிக அதிக அளவில் நிவாரண நிதியைக் கொடையாகக் கொடுக்கிறது என்பது தெரிவதில்லை.

இப்போது உக்ரைன், இஸ்ரேலுக்கு ஆதரவாக அமெரிக்கா நிதியையும் இராணுவத்தளவாடங்களையும் அனுப்புகிறது. உக்ரைன் மீதான இந்தப் போர் ஆரம்பமாகவே ரஷ்யாவின் அதிரடித்தாக்குதல்தான் காரணம்.

மற்ற நாடுகள் உக்ரைனில் நடப்பது நடக்கட்டும் என வாளா இருந்தால், நாளை ரஷ்யா இன்னும் பல நாடுகளை ஆக்கிரமிக்கக் கூடும்.

நேரடியாக மற்ற நாடுகளுக்கு 5000 கோடி டாலர்களை உதவி நிதியாகத்தரும் அமெரிக்கா, ஐக்கிய நாடுகள் (UN) செயல்பட 1250 கோடி நிதியை ஒதுக்குகிறது.

அதே போல உலகச் சுகாதார மையம் செயல்பட 700 கோடி டாலர்கள் வரை அளிக்கிறது. கொடை அளிப்பதில் அமெரிக்கா மூன்றாம் இடத்தில் இருக்கிறது. ஜெர்மனியும் மெலிண்டா கேட்ஸ் அறக்கட்டளையும் அமெரிக்காவை விடக் கூடுதல் நிதி ஒதுக்குகிறார்கள்.

இந்தியா கூட அத்தனை மக்கள் தொகையிலும் பொருளாதாரச் சிக்கலிலும் அண்டை நாடுகளுக்குப் பேரிடர்க் காலங்களில் உதவி புரிகிறது. இங்கே எங்கேயாவது அரபு நாடுகளோ ரஷ்யாவோ சீனாவோ முன்னணியில் இருக்கிறார்களா?

அமெரிக்காவின் பன்னாட்டு அரசியல் கொள்கை அதிபருக்கு ஏற்ப மாறுபடும். ஆனால் பேரிடர்க் காலங்களில் செய்யப்படும் உதவி எப்போதுமே மறுக்கப்படுவதில்லை.

அமெரிக்காவில் மாற்றுத்திறனாளிகளுக்கான வேலை வாய்ப்பும், நிறுவனங்களில் சமத்துவமும் நிலைநாட்ட உருவாக்கிய அமெரிக்காவின் மாற்றுத்திறனாளிகள் சட்டம் 170 நாடுகளில் நடைமுறைப்படுத்தப்பட்டு இருக்கிறது.

அமெரிக்காவின் பன்னாட்டுக் கொள்கைகளின் தாக்கம் என்ன? சீனாவுடன் இழுபறியாக இருக்கும் உறவும், நேட்டோவின் கொள்கைகளும் என்ன என்பதைப் பல ஆண்டுகள் பின்னோக்கிப் பார்த்து எழுதியிருக்கிறேன்.

அதேபோல, உள்நாட்டில் ஏன் இத்தனை குழப்பம்? மக்களின் பேச்சுரிமை, மத உரிமைகள் எந்த அளவுக்கு முக்கியமானவை?

ஒவ்வொரு மாநிலத்தின் அரசியல் அமைப்பும், சட்டங்களும் மாறுபட்டவை. இங்கே புதிதாக ஒரு வரி வசூலித்தால் கூட அதை எப்படிச் செலவழிக்க வேண்டும் எனச் சில தேர்வுகள் அளிக்கப்பட்டு மக்களிடமே வாக்களிக்கச் சொல்லும் நடைமுறை உண்டு.

பெண்கள் தங்கள் விருப்பப்படி கருச் சிதைவு செய்வதை ஒரு சில மாநிலங்கள் மட்டுமே ஆதரிக்கின்றன. மற்ற மாநிலங்களில் இது ஒரு குற்றவியல் பிரிவின் கீழ் தண்டனைக்கு ஆளாகும் குற்றம். காலம் காலமாக ஏன் அமெரிக்க அரசுகள் பெண்களின் கருப்பையில் ஆட்சி செய்கின்றன? இதனால் தேர்தல் எப்படிப் பாதிக்கப்படுகிறது போன்ற விவாதமும் என்றும் முடிவில்லாதது.

கல்வியில் ஏற்படும் மாற்றங்கள், அதைக் கொண்டுவரும் சாமானியர்கள் என ஆச்சரியத்தில் ஆழ்த்தும் பல கட்டுரைகள் உண்டு. ஐக்கிய அமெரிக்க நாட்டின் வெளியுறவுக் கொள்கைகளையும் 2023 இல் நடந்த உள்நாட்டு அரசியல்

நிகழ்வுகளையும் ஒருங்கே விவாதிக்கும் கட்டுரைகள் இவை.

இந்தக் கட்டுரைகளை மெட்ராஸ் பேப்பரில் பிரசுரித்துத் தொடர்ந்து ஆதரவு கொடுத்து வழிநடத்துகின்ற எழுத்தாளர் பா. ராகவன் அவர்களுக்கு என் நன்றி. என் உலகமாக இருக்கும் என் இனிய மகனுக்கும் கணவருக்கும் என் அன்பு!

குழந்தை வளர்கிறபோது பல மாற்றங்கள் அடைந்து கொண்டே இருப்பது போல, இப்போதிருக்கிற வாழ்க்கை முறையும் கொஞ்சக் கொஞ்சமாக மக்கள் நலனை முன்னிலைப்படுத்தி மாறலாம்.

உள்ளும் புறமும் என்ற இந்தக் கட்டுரைத் தொகுப்பில் சேர்க்கப்பட்டிருக்கிற கட்டுரைகள் ஐக்கிய அமெரிக்கக் குடியரசைப் பற்றிய புரிந்துணர்வைத் தரும் என நம்புகிறேன்.

பத்மா அர்விந்த்

உக்ரைன் – அமெரிக்கா: உறவும் உதவிகளும்

நம்ப முடியாத அளவுக்கு உக்ரைனுக்கு அள்ளிக் கொடுக்கிறது அமெரிக்கா. காரணமில்லாமல் எதையும் செய்யாத தேசம், இப்போது இதை ஏன் செய்கிறது?

நாற்பது பில்லியன் டாலர். அவசரக் கால நிதி உதவியாக உக்ரைனுக்குத் தருவதற்கு அமெரிக்க செனட் ஒப்புதல் அளித்திருக்கிறது.

இது அமெரிக்கர்கள் யாருமே எதிர்பாராதது. காரணம் கோவிட் தொற்றுக் காலச் சிரமங்களில் இருந்தே அமெரிக்கா இன்னும் மீளவில்லை. கணக்கு வழக்கில்லாத செலவு. பெரிய அளவில் நிதிச் சுமை. இந்நிலையில் உக்ரைனுக்கு நாற்பது பில்லியன் என்பது விமரிசனத்துக்கு உள்ளாகியிருக்கிறது.

ஏனெனில், இது வெறும் நிதி உதவியுடன் நிற்கக் கூடிய விவகாரமல்ல. ரஷ்யாவைப் பலவீனப்படுத்தி, அதன்மீது பகிரங்க யுத்தம் அறிவித்து புதினைத் தூக்கி அடிப்பது, அல்லது உக்ரைனுக்கு ஆதரவளித்து அந்நாட்டு மக்களின் வாழ்க்கையை மீட்டெடுப்பது என்கிற இரு பெரும் சவால்கள் முன் நிற்கின்றன. இந்த இரண்டுமே உடனே நடக்கக் கூடியதல்ல. நீண்ட கால அவகாசம் தேவைப்படும் காரியங்கள். அப்படியானால்

எதுவரை அமெரிக்காவின் பொருளாதார ஆதரவு உக்ரைனுக்கு இருக்க வேண்டும்? திட்டவட்டமாக இந்த விஷயத்தில் முடிவெடுக்காமல் ஒன்றும் செய்ய முடியாது.

கார்க்கிவ் (Kharkiv) யுத்தத்தில் வெற்றி பெற்றதாக உக்ரைன் அறிவித்திருக்கிறது. மாரிபூலில் (Mariupol) ரஷ்யாவுக்கு வெற்றி என்று புதின் சொல்கிறார். வெற்றி தோல்வி ஒரு புறம் இருக்க, சிதைந்து சீரழிந்த தேசமும் மக்களும் எப்போது மீண்டெழுவார்கள் என்று இப்போதைக்கு யாருக்கும் தெரியாது. ஏனெனில், அமெரிக்கா உள்பட, பல நாடுகளும் தத்தம் அரசியல் சூழ்நிலை, தங்கள் குடிமக்களின் பலன் இரண்டையும் கருத்தில் கொண்டே இந்தப் போரில் நிலைபாடு எடுத்திருக்கின்றன.

அதாவது, திருமண மொய்ப்பணம் எழுதும் முன் எப்படி இதுவரை நடந்த விசேஷங்களுக்கு இரு வீடுகளின் பணப் பரிவர்த்தனைகளை ஆராய்ந்து முடிவெடுப்பார்களோ, அதே போலத்தான் இவர்களும் முடிவெடுக்கிறார்கள்...

1991இல் சோவியத் ரஷ்யாவில் இருந்து உக்ரைன் விடுபட்டது முதல் அமெரிக்கா, அத்தேசத்துடன் அரசியல் ரீதியில் நட்பு கொள்ள முயற்சி செய்தது. இதற்கு சுயநலம் தவிர வேறு காரணம் கிடையாது.

1. உக்ரைன் ஐரோப்பாவுக்கும் ரஷ்யாவுக்குமான எல்லைத் தேசம். அதாவது கிழக்கும் மேற்கும் சந்திக்கும் புள்ளி.

2. உலகின் மூன்றாவது பெரிய அணு ஆயுத நாடு (1991 நிலவரப்படி.)

3. நிறைய இயற்கை எரிவாயு வளங்களைக் கொண்ட நிலப்பகுதி

அது மட்டும் அல்லாமல் இரண்டு நாடுகளுக்கும் இடையே பல கொடுக்கல் வாங்கல்கள் பல ஆண்டுகளாக நடைபெற்று வந்திருக்கின்றன. 1991 இல் சோவியத் யூனியன் சரிந்தபோது, 176 கண்டம் விட்டு கண்டம் பாயும் ஏவுகணைகள் உக்ரைன் வசம் இருந்தன. அணுகுண்டுகளை எறியக்கூடிய (nuclear warheads) ஆயுதங்கள், 1900 அணு ஆயுதங்கள் உட்பட சக்தி வாய்ந்த ஆயுதக் களஞ்சியம் உக்ரைன் வசம் இருந்தது. அதை அவர்கள் அமெரிக்காவுக்காக விட்டுத் தரவே அப்போது தயாராக இருந்தார்கள்.

1998இல், உக்ரைன், இரானில் உள்ள புஷேரில் அணு மின் நிலைய கட்டுமானப் பணியில் பங்கேற்றது. ஆனால் அமெரிக்காவின் உத்தரவின் பேரில், தனது அணுப் பரவல் தடைக் கொள்கையை அமெரிக்கக் கொள்கைக்குப் பொருந்திப் போகும்படி சீரமைத்து, மேலும் அணு ஆயுதங்கள் தயாரிக்கும் தன் திட்டத்தைக் கைவிட்டது. இன்னும் பல உதாரணங்கள் சொல்லலாம். அமெரிக்க - உக்ரைனிய நல்லுறவு என்பது அமெரிக்காவின் சுயநலத்துக்காக, அமெரிக்க அரசினால் உருவாக்கப்பட்ட ஒன்றுதான் என்றாலும் இன்றைக்கு உக்ரைனுக்குக் கிடைத்திருக்கும் அமெரிக்க உதவிகளுக்கு அந்த உறவின் தொடர்ச்சியே காரணம்.

1994ம் ஆண்டு புடாபெஸ்டில் ஓர் ஒப்பந்தம் மேற்கொள்ளப்பட்டது. அப்போது அமெரிக்க அதிபராக இருந்தவர் பில் க்ளிண்டன். புடாபெஸ்ட் ஒப்பந்தத்துக்குக் காரணமும் அவர்தான். அப்போதைய ரஷ்ய அதிபர் போரிஸ் எல்சின், உக்ரைன் அதிபர் லினாய்ட் குச்மா ஆகியோர் இணைந்து கையெழுத்திட்ட ஒப்பந்தம் அது.

அதில்தான் உக்ரைன் இனி அணு ஆயுதங்கள் தயாரிக்காது என உறுதிமொழி அளித்தது. அதுவரை பிரான்ஸ், சைனா, அமெரிக்கா, ரஷ்யா, ஐக்கியக் குடியரசு (United Kingdom) போன்றவை மட்டுமே கையெழுத்திட்டிருந்தன. அந்த வரிசையில் உக்ரைன் தன்னை இணைத்துக்கொண்டது (Nuclear proliferation treaty). யாருக்கு உண்டோ இல்லையோ இது ரஷ்யாவுக்கு அன்று மிகப்பெரிய ஆசுவாசத்தை அளித்தது. விளைவாக, உக்ரைன் நில எல்லைகளைத் தான் மதிப்பதாகவும் அதன் சுதந்திரத்தில் எந்நாளும் தலையிடுவதில்லை எனவும் ரஷ்யா வாக்களித்தது. அமெரிக்கா உக்ரைனுக்குத் தனது ஆயுள் சந்தா ஆதரவை அளித்ததும் அப்போதுதான்.

இன்று நடப்பதென்ன? ரஷ்யா தன் வாக்குறுதியை மீறியிருக்கிறது. அமெரிக்கா தன் வாக்குறுதியைக் காப்பாற்றுகிறது. அவ்வளவுதான்.

ஆனால் வெறுமனே உக்ரைனை ஆதரித்தால் போதுமா? ரஷ்யா செய்வது முற்றிலும் தவறான செயல். மொத்த உலகுக்கும் இது தெரியும். உக்ரைனின் கிழக்கு எல்லையில் வசிப்பவர்களைக்

கொம்பு சீவி, உக்ரைன் அரசுக்கு எதிராகக் கிளர்ச்சியில் ஈடுபட வைத்து, அவர்களுக்குத் தனது முழு ஆதரவையும் ரஷ்யா அளித்தது. அமெரிக்கா, பிரிட்டன் உள்ளிட்ட உக்ரைனின் நட்பு நாடுகளுக்கு இதனை எதிர்ப்பது தார்மீக அடிப்படையிலேயே கடமை என்றாகிப் போனது.

குறிப்பாக, உக்ரைனின் கிழக்கு எல்லையோரப் பகுதியான கிரிமியாவை ரஷ்யா கைப்பற்றியதை மொத்த ஐரோப்பாவும் அதிர்ச்சியுடன் பார்த்தது. அவர்கள் இதனை எதிர்பார்க்கவில்லை. ஏனெனில் இப்படி ஒரு பகிரங்க நில அபகரிப்பை 1945க்குப் பிறகு ஐரோப்பா பார்த்ததே இல்லை.

இதுவும் உக்ரைன் மீதான அமெரிக்க அக்கறைக்கு ஒரு முக்கியக் காரணமாகிப் போனது.

ஒரு தேசத்தில் நடைபெறும் தேர்தலில் குழப்பம் விளைவித்து, அங்கே தனக்கு ஆதரவாக இருப்பவரை வெற்றி பெறச் செய்து, அவர் மூலமாக அந்த நாட்டைத் தனது கட்டுப்பாட்டுக்குள் வைத்துக் கொள்வது ரஷ்யாவின் ராஜ தந்திரங்களில் ஒன்று. அதை அவர்கள் உக்ரைனிலும் செய்ய நினைத்தார்கள். 2004ம் ஆண்டு அங்கு நடைபெற்ற பொதுத் தேர்தலில், ரஷ்ய ஆதரவு பெற்ற பிரதம மந்திரி விக்டர் யானுகோவிச் (Viktor Yanukovych) தான் வெற்றி பெற்றதாக அறிவித்துக்கொண்டார். உண்மையில் அது ஒரு மோசடித் தேர்தல். பிரதமரின் அறிவிப்புக்குப் பின்னால் ரஷ்யா என்கிற ஒரு ராட்சத தேசத்தின் சதி இருந்தது ஊருக்கே தெரியும். யாரால் என்ன செய்ய முடியும்? எதிர்க்கட்சித் தலைவர் விக்டர் யுஷ்செங்கோவின் (Viktor Yushchenko) தனது ஆதரவாளர்களுடன் ஆர்ப்பாட்டம், புரட்சி என்று ஏதோ செய்து பார்த்தார். ஆரஞ்சுப் புரட்சி என்று அதனை அழைத்தார்கள். அந்தப் புரட்சிக்கு அப்போது அமெரிக்கா ஆதரவளித்தது. ரஷ்யா என்ன செய்யும்? பிராந்தியத்தின் அமைதியை அமெரிக்கா சீரழிக்க விரும்புவதாகக் குற்றம் சாட்டியது.

ஆனால் ஒரு மாதம் கழித்து, உக்ரைன் உச்சநீதிமன்றம் யுஷ்செங்கோவுக்கு ஆதரவாகத் தீர்ப்பளித்தது. இன்னொரு தேர்தல் நடந்து யுஷ்செங்கோ வெற்றியும் பெற்றார்.

இதன் நிகர லாபம் என்னவென்றால் ரஷ்யாவும் அமெரிக்காவும் உக்ரைன் மீது தங்கள் ராஜதந்திர இழுபறி வலையை வலுவாக வீசின. புரியும்படியாகச் சொல்வதென்றால், உக்ரைனில் நிலைகொண்டு அமெரிக்காவும் ரஷ்யாவும் இன்னொரு பனிப்போரை அப்போதே மறைமுகமாகத் தொடங்கிவிட்டன.

உக்ரைன் ஆட்சியாளர்களுக்கு இதெல்லாம் புரியாததல்ல. ஆனால் என்ன செய்ய முடியும்? ஒன்று செய்யலாம். ஐரோப்பிய ஒன்றியத்துடன் நட்பு பாராட்டி ஒப்பந்தத்தில் கையொப்பமிடலாம். அதன் மூலம் ஒரு பிரச்னை என்று வந்தால் இதர ஐரோப்பிய நாடுகள் உதவி செய்ய வரும்.

உக்ரைன் இதற்குத் தயாராகவே இருந்தது. உக்ரைன் என்றால் ஆட்சியாளர்கள் மட்டுமல்ல... மக்களும்கூட. ஆனால் ரஷ்ய அதிபர் புதினுக்கு இது ஆகாத காரியமாகத் தோன்றியது. உக்ரைன் ஐரோப்பிய தேசங்களுடன் நல்லுறவுக்குப் போய்விடுமானால் அது ரஷ்யாவுக்குப் பாதகமாக முடியும் என்று அவர் கருதினார். எனவே உக்ரைன் அதிபர் யானோகோவிச்சைத் தன்னைச் சந்திக்க வருமாறு அழைத்தார். யானோகோவிச்சும் புதினைச் சந்திக்க ரஷ்யாவுக்குச் சென்று வந்தார். அந்தச் சந்திப்பில், ஐரோப்பாவுடனான ஒப்பந்தத்தில் கையெழுத்திட வேண்டாம் என அவர் கேட்டுக்கொள்ளப்பட்டதன் விளைவாக, அந்தத் திட்டம் கிடப்பில் போடப்பட்டது.

டிசம்பர் *11, 2013* அன்று கியேவில், கடுங்குளிரையும் பொருட்படுத்தாமல் பல்லாயிரக்கணக்கானவர்கள் அரசுக்கெதிரான போராட்டத்தில் ஈடுபட வீதிக்கு வந்தனர். ஐரோப்பாவுடன் நட்புறவு கொள்ளும் ஒப்பந்தத்தில் கையொப்பமிட அரசை வற்புறுத்தினர். என்ன பயன்? இன்று வரை நாம் காணும் காட்சிகளெல்லாம் அன்று நிகழ்ந்த அபத்தங்களின் தொடர்ச்சிதான்.

இன்றைய சூழலில் அமெரிக்க அரசாங்கத்தின் உக்ரைன் ஆதரவு, மூன்று முக்கிய நிலைபாடுகளில் இருக்கிறது. *(1)* உக்ரைன் அரசாங்கத்தை வலுப்படுத்துதல்; *(2)* மாஸ்கோவின் ஆக்கிரமிப்பு நடத்தையால் பதற்றமடைந்த நேட்டோ நட்பு நாடுகளுக்கு உறுதியும் நம்பிக்கையும் அளித்தல் *(3)* ரஷ்யா

சார்ந்த தனது கொள்கைகளில் மாற்றம் செய்துகொண்டு ரஷ்யாவைத் தண்டித்தல்.

அமெரிக்கா, நேரடியாகக் களத்தில் சென்று போரிடுவது மூன்றாம் உலகப்போருக்கு வழிவகுக்கும். இதில் சந்தேகமே இல்லை. ஏனென்றால் ரஷ்யா என்பது இராக் அல்ல. ரஷ்யா என்பது ஆப்கனிஸ்தான் அல்ல. அமெரிக்காவைப் போலவே சக்தி படைத்த தேசம்.

இரண்டாவதாக, இப்போதுள்ள சூழலில் அமெரிக்கா இன்னொரு யுத்தத்தில் ஈடுபடுவதை எந்த அமெரிக்கரும் அடியோடு விரும்ப மாட்டார். உள்நாட்டில் அது பல குழப்பங்களுக்கு வழிவகுக்கும். அமெரிக்க வீரர்கள் நேரடியாகப் போரில் ஈடுபட்டு உயிர்ச் சேதங்கள் தவிர்க்க முடியாமல் போனால், அது அடுத்து வரும் அமெரிக்க பொதுத் தேர்தலைக் கணிசமாகப் பாதிக்கும். இன்னும் அதிகப் பொருள் விரயம் ஏற்படும். இதனால்தான் உக்ரைனுக்கு ராணுவத் தளவாடங்கள் அனுப்புவதன் மூலமாகவும், ரஷ்யாவுக்குப் பொருளாதார நெருக்கடி தருவதன் மூலமாகவும் மட்டுமே நிலைமையைச் சமாளிக்க அமெரிக்க அரசு முடிவு செய்தது.

எட்டு ஆண்டுகளுக்கு முன்பு ரஷ்யா முதன்முதலில் உக்ரைனை ஆக்கிரமித்ததில் இருந்து இதுவரை கிட்டத்தட்ட 955 மில்லியன் டாலர்களை அமெரிக்கா உக்ரைனுக்கு உதவியாக வழங்கியுள்ளது என்பதை இங்கே கவனத்தில் கொள்ள வேண்டும்.

அமெரிக்காவின் உக்ரைன் சார்பு நிலையை ரஷ்யாவிற்கு எதிரான நிலை என்பதாகவே புரிந்து கொள்ள வேண்டும். இந்தப் போர் முடிந்தாலும் அமெரிக்க - ரஷ்ய புதிய பனிப்போர் நீடித்துக் கொண்டுதான் இருக்கும். எப்படிப் பார்த்தாலும் பிராந்தியத்தில் இப்போதைக்கு அமைதி என்ற ஒன்று இருக்க வாய்ப்பே இல்லை என்றுதான் தோன்றுகிறது.

முடியாத யுத்தம்

உக்ரைன் மீதான ரஷ்யப் படையெடுப்பு தொடங்கி ஓராண்டு நெருங்குகிறது. இதோ அதோ என்கிறார்களே தவிர போர் முடிவதற்கான அறிகுறியே இல்லை. ஜெயித்துவிடுவோம், ஜெயித்துவிடுவோம் என்று பிரதி உத்திராயண, தட்சிணாயன காலத் தொடக்கங்களில் விளாதிமிர் புதின் அறிவித்துக்கொண்டிருக்கிறார். உக்ரைன் அதிபரோ, ஒவ்வொரு பிரதோஷத்துக்கும் ஆயுதம் போதவில்லை, இதர தளவாடங்கள் போதவில்லை என்று உலகை நோக்கிக் கூவிக்கொண்டிருக்கிறார்.

இந்தக் கட்டுரையை எழுதும் நேரம், ஜெர்மனி நாடு லெப்பார்ட் 2 எனும் தங்கள் இராணுவத் தளவாடங்களை உக்ரைனுக்கு அனுப்ப மறுத்திருக்கிறது. அது மட்டுமல்லாமல் மற்ற நாடுகளும் தங்கள் லெப்பார்ட் தளவாடங்களை அனுப்பலாகாது என உத்தரவும் பிறப்பித்துள்ளது. அப்படி அனுப்ப வேண்டுமானால், அமெரிக்கா, தங்களுடைய M1 Abrams தளவாடங்களை அனுப்பவேண்டும் எனவும் வேண்டுகோள் விடுத்துள்ளது. ஏற்கெனவே பெண்டகன் இதைப் பராமரிக்க ஆகும் செலவைக் காரணம் காட்டி மறுத்துவிட்டது.

லெப்பர்ட் 2 ஆயுதங்கள் மிகவும் நவீனமானவை. இது உக்ரைனின் போர்க்கால உத்தியை மேலும் வலுவடையச்

செய்யும். உக்ரைனின் அதிபர் செலென்ஸ்கி இதைத்தவிர வேறு வழியே இல்லை எனக் கேட்டுக்கொண்டிருக்கிறார். அமெரிக்க அதிபர் பைடன் உக்ரைனுக்கு வேண்டிய எல்லா உதவிகளையும் வழங்கத் தயாராக இருப்பதாகக் கூறியிருக்கிறார். அமெரிக்க செனேட்டர்கள் பலரும் ஜெர்மனியை லெப்பார்ட் 2 தளவாடங்களை அனுப்பக் கேட்டுக் கோரிக்கைகள் வைத்திருக்கிறார்கள்.

இதற்கிடையில், நெதர்லண்ட், இரண்டு லான்சர்ஸ் (Patriot missile launchers), ஏவுகணைகளை ஆகாய வழிப் போர்க்காலப் படைகளாக உக்ரைனுக்கு அனுப்பியிருக்கிறது. ஜெர்மனியின் இராணுவப் பாதுகாப்பு அமைச்சர், 1. 08 பில்லியன் டாலர் மதிப்புள்ள இராணுவ உதவி நிதி பெறுமான உபகரணங்கள் அடங்கிய பொதியை வழங்கினார். அமெரிக்கக் கருவூல அமைப்பு (Treasury), ரஷ்யாவின் கூலிப்படையைச் சார்ந்த வேக்னர் குழுவை நாடுதுழாவிய குற்றவியல் அமைப்பாக அறிவித்தது. அமெரிக்கா சில புதிய தடைகளை விதிக்கவும் உத்தேசித்திருக்கிறது.

இதற்கிடையில், அமெரிக்க உளவுத் துறைத் தலைவர், வில்லியம் பர்ன்ஸ், உக்ரைன் தலைநகருக்கே சென்று அதிபர் செலன்ஸ்கியைச் சந்தித்துப் பேசிவிட்டு வந்தார். அவர், அமெரிக்காவின் ஆதரவை உறுதிப்படுத்தியதோடு மட்டுமல்லாமல் ரஷ்யாவின் எதிர்வரும் புதிய சதித் திட்டங்களையும் சொன்னதாகத் தெரியவருகிறது.

புதிதாகத் தேர்தெடுக்கப்பட்ட காங்கிரஸின் மாற்றத்தால் அமெரிக்காவின் ஆதரவு மாறும் என உக்ரைன் சந்தேகப்படத் தேவையில்லை எனவும் எவ்வளவு காலத்திற்கு அமெரிக்கா தொடர்ந்து ஆதரவளிக்க முடியும் என்பது தெரியாவிடினும் இப்போதைக்கு அதன் ஆதரவு உண்டு என்பதும் உறுதியளிக்கப்பட்டது. அமெரிக்கா மேலும் 1.85 பில்லியன் டாலர்கள் வான்வழிப் பாதுகாப்பிற்கான நிதியுதவியும், நூற்றுக்கணக்கான தளவாடங்களையும் உக்ரைனுக்குக் கூடுதலாக அளித்திருக்கிறது.

செலென்ஸ்கி அமெரிக்கா வந்து காங்கிரசில் பேசியபோது அமெரிக்கக் காங்கிரஸ் உறுப்பினர்கள் எழுந்து நின்று பலமுறை

கைதட்டி ஆதரித்து வரவேற்றார்கள். அவர் பேச்சினிடையே, ‘எப்படி அமெரிக்கப் போர்வீரர்கள் ஹிட்லரை எதிர்த்துப் போரிட்டார்களோ அதேபோலவே எங்கள் வீரர்கள் புதினை எதிர்க்கிறார்கள்’ என்று கூறினார்.

உக்ரைனும் அமெரிக்காவும் தங்கள் எதிர்கால நோக்கில், தங்களின் கருத்துக்களில் ஒன்றுபட்ட கொள்கைகளில் ஒன்றுபட்டு இருக்கின்றன. எனவே அமெரிக்கா எங்களை ஆதரிக்கும் எனவும் செலன்ஸ்கி நம்பிக்கை தெரிவித்துப் பேசினார்.

அமெரிக்கா தற்போது உக்ரைனுக்குத் தந்திருக்கும் பேட்ரியாட் வான்வழிப் பாதுகாப்பு ஆயுதங்கள், உலகிலேயே மிகச் சிறந்த பாதுகாப்பு உபகரணங்கள் மேலும் இவை தாக்கும் ஆயுதங்களில் இருந்து பாதுகாத்துக் கொள்ளக்கூடிய நவீனத் தொழில்நுட்பங்கள் பொருந்தியவை.

செலன்ஸ்கி மேலும் பல உதவிகளையும் ஆதரவையும் மேற்குலக நாடுகளிடம் விண்ணப்பித்த போதிலும், பல நாடுகள் ரஷ்யாவிடம் மேலும் தங்கள் பிரிவினையை வளர்க்க விரும்பவில்லை. போரை நிறுத்திச் சமாதானத்தைக் கொண்டுவர முயலுகின்றன. உக்ரைன் அதிபர் மிகுந்த மனத்திடத்துடன் போர் முனைக்குச் சென்று தன் மக்களுக்கு ஆறுதலும் எழுச்சியும் மிக்க உரைகளை ஆற்றி தைரியத்தை வளர்க்கிறார். அதே நேரம் விடாமல் நட்பு நாட்டுத் தலைவர்களுடன் தொலைபேசியிலும் வீடியோவிலும் பேசி உதவியை வேண்டுகிறார்.

ரஷ்யா அமைதியிலோ சமாதானத்துக்கான உரையாடலிலோ விருப்பம் கொள்ளவில்லை என வெள்ளை மாளிகை தெரிவிக்கிறது. அதேபோல, க்ரெம்ளின், ரஷ்யத் தலைநகரும், கிவிவ்கூட சமாதானத்திற்குத் தயாரில்லை எனக்கூறுகிறது. மேற்குலக நாடுகளின் ஆயுத தானங்கள் இந்தப் பிரிவினையை வளர்க்கும் எனவும் தெரிவிக்கிறது. மேலும் ரஷ்ய அதிபர் கூறுகையில், “எங்களிடம் பணத்திற்கோ ஆயுதங்களுக்கோ பஞ்சமில்லை. ஆனால் உக்ரைனின் தாக்குதல்களிடம் இருந்து எங்கள் படைவீரர்கள் நிறையக் கற்றுக்கொள்ள வேண்டும்” எனத் தெரிவித்திருக்கிறார்.

ரஷ்யாவுடனான போரில் உக்ரைனின் கடுமையான பீரங்கிக் குண்டுகளின் தேவையைப் பூர்த்தி செய்ய இஸ்ரேலில் உள்ள அமெரிக்க வெடிமருந்துகளின் அதிகம் அறியப்படாத கையிருப்பை (stockpile) பென்டகன் பயன்படுத்த ஆரம்பித்திருக்கிறது என்று அமெரிக்க மற்றும் இஸ்ரேலிய அதிகாரிகள் கூறுகின்றனர்.

மத்தியக் கிழக்கு மோதல்களில் உக்ரைன் பயன்படுத்த ஆயுதங்கள் மற்றும் வெடிமருந்துகளை தன் சேமிப்புக் கையிருப்பில் இருந்து அமெரிக்கா வழங்குகிறது. அமெரிக்காவும் இஸ்ரேலை அவசரக் காலங்களில் தன் சேமிப்புக் கையிருப்பை அணுக அனுமதித்துள்ளது.

உக்ரைன் -ரஷ்யா மோதல் பீரங்கிகளால் உந்தப்பட்ட ஒரு போர்க்களமாக மாறியுள்ளது. ஒவ்வொரு தரப்பினரும் ஒவ்வொரு நாளும் ஆயிரக்கணக்கான குண்டுகளை வீசுகிறார்கள். உக்ரைன் மற்றும் சோவியத் ஆயுதங்களுக்கான வெடிமருந்துகள் குறைவாகவே உள்ளது மற்றும் அமெரிக்கா மற்றும் பிற மேற்கத்திய நட்பு நாடுகளால் நன்கொடையாகத் தரப்பட்ட குண்டுகள் பீரங்கி மற்றும் துப்பாக்கிகளால் சுடுவதற்கு உதவுகின்றன.

பீரங்கி என்பது உக்ரைன் மற்றும் ரஷ்யா ஆகிய இரு நாடுகளுக்கும் தரைப் போர் துப்பாக்கிச் சக்தியின் முதுகெலும்பாக உள்ளது. மேலும் போரின் முடிவு எந்தப் பக்கம் முதலில் வெடிமருந்துகள் தீர்ந்துவிடும் என்பதைப் பொறுத்தது. அமெரிக்காவில் உள்ள கையிருப்புகள் மற்றும் அமெரிக்க ஆயுத தயாரிப்பாளர்கள் இன்னும் உக்ரைனின் போர்க்கள நடவடிக்கைகளின் வேகத்தைத் தக்கவைக்க முடியவில்லை. பென்டகன் இடைவெளியைக் குறைக்க இரண்டு மாற்று ஷெல்களுக்கு திரும்பியுள்ளது: ஒன்று தென் கொரியா மற்றும் இஸ்ரேலில் உள்ள சேமிப்புக் கிடங்குகள்.

உக்ரைனின் போர் முயற்சியை நிலைநிறுத்த உதவுவதற்காக இரண்டு கையிருப்புகளில் இருந்து நூறாயிரக்கணக்கான பீரங்கிக் குண்டுகளை அனுப்புவது.

அமெரிக்கா இதுவரை ஒரு மில்லியன் 155-மில்லிமீட்டர் குண்டுகளை உக்ரைனுக்கு அனுப்பியுள்ளது. அதில் கணிசமான

பகுதி - பாதிக்கும் குறைவாக இருந்தாலும் - இஸ்ரேல் மற்றும் தென் கொரியாவில் உள்ள கையிருப்பில் இருந்து வந்துள்ளது, ஜெர்மனி, கனடா, எஸ்டோனியா மற்றும் பிற மேற்கத்திய நாடுகள் - இத்தாலியும் சேர்த்து - உக்ரைனுக்கு 155 மில்லிமீட்டர் குண்டுகளை அனுப்பியுள்ளன.

உக்ரேனிய இராணுவம் ஒரு மாதத்திற்கு சுமார் 90,000 பீரங்கிகளைப் பயன்படுத்துகிறது. இது அமெரிக்கா மற்றும் ஐரோப்பிய நாடுகளால் தயாரிக்கப்படும் எண்ணிக்கையை விட இரண்டு மடங்கு அதிகமாகும். பென்டகன் அதிகாரிகள் உக்ரைனுக்கு ஆயுதம் கொடுத்தாலும், அமெரிக்கக் கையிருப்பு அபாயகரமான குறைந்த நிலைக்குச் செல்லாமல் இருப்பதை உறுதி செய்ய வேண்டும். அமெரிக்கா தனது பிராந்தியத்தில் உள்ள கிடங்குகளில் இருந்து எடுக்கும் பொருட்களை நிரப்புவதாகவும், கடுமையான அவசரக்காலத்தில் வெடிமருந்துகளை உடனடியாக அனுப்புவதாகவும் இஸ்ரேலுக்கு உறுதியளித்துள்ளது. ரஷ்யாவும் சளைக்காமல் போரைத் தொடர்வதில் குறியாக இருக்கிறது.

இஸ்ரேல், அமெரிக்காவிற்கும் ரஷ்யாவிற்கும் இடையே மாட்டிக் கொண்டு திண்டாடுகிறது. கடந்த ஆண்டு பென்டகன் கையிருப்பில் இருந்து ஆயுதங்களைத் திரும்பப் பெறுவதற்கான யோசனையை முதன்முதலில் எழுப்பியபோது, இஸ்ரேலிய அதிகாரிகள் மாஸ்கோவின் எதிர்வினை குறித்துக் கவலை தெரிவித்தனர்.

ஈரானிய மற்றும் ஹெஸ்பொல்லா படைகளை இலக்காகக் கொண்ட இஸ்ரேலிய வான்வழித் தாக்குதல்களை மட்டுப்படுத்த சிரியாவில் தனது படைகளைப் பயன்படுத்தி ரஷ்யா பதிலடி கொடுக்கக்கூடும் என்று அஞ்சி, உக்ரைனுக்கு ஆயுதங்களை விற்பனை செய்வதற்கு இஸ்ரேல் கிட்டத்தட்ட மொத்தத் தடையை விதித்துள்ளது. ஆனால், இப்போது அமெரிக்காவோ இஸ்ரேலில் உள்ள தன் ஆயுதக் கையிருப்பில் இருந்து உக்ரைனுக்குக் குண்டுகளை அனுப்பிவைக்கிறது.

50 பில்லியன் டாலருக்கும் அதிகமாகப் போர்க்காலத் தளவாடங்கள், மனிதநேய அடிப்படை உதவிகள் எனப் பலவகையில் அமெரிக்கா, உக்ரைனுக்கு உதவி வருகிறது. பல மேற்குலக நாடுகளும் உதவுகின்றன. ஆனாலும் இந்தப் போர்

முடிகிற வகை கண்ணுக்குத் தெரியவில்லை. ‘களம் சென்று வந்திடடா கண்ணே எந்தன் உளம் வெந்து போவதற்கு முன்னே’ என்றெல்லாம் எழுச்சி மிக்க சொற்களும் விண்ணிரண்டு பட்டதென்று வீறுகொண்டு எழுவதெல்லாம் படிக்கக் கேட்க வேண்டுமானால் சுவையாக இருக்கும்.

ஆனால், நடைமுறையில் உயிரிழந்த நூறாயிரம் வீரர்கள், நாடிழந்தவர்கள், வாழ்க்கையிழந்தவர்கள் சின்னாபின்னமாகிய கட்டிடங்கள் என இழப்புகள் சொல்லி மாளாது. என்றைக்கு இந்தப்போர் முடிந்து அமைதி வரும் என்பதுதான் யாருக்கும் தெரியாத ஒன்றாக இருக்கிறது.

ஓராண்டு ஆனாலும் ஓயாத யுத்தம்

உக்ரைன் மீதான தாக்குதலை ரஷ்யா ஆரம்பித்து ஒரு வருடம் முடிந்துவிட்டது.

ஒரு லட்சம் ரஷ்யப் போர்வீரர்களும், அதே அளவு உக்ரைன் வீரர்களும் உயிரிழந்திருக்கின்றனர். பல்லாயிரக்கணக்கான பொதுமக்களும் உயிரிழந்தனர். போருக்கு முன்னதான உலகப் பொருளாதார மதிப்பில் இருந்து கிட்டத்தட்ட 2.3 டிரில்லியன் அமெரிக்க டாலர்கள் இந்தப் போரினால் சரிந்திருக்கிறது. 6.8 மில்லியன் அகதிகளையும் கொடுத்திருக்கிறது.

ரஷ்யாவைப் போரை நிறுத்தச் சொல்லி ஐ.நா. சபை கொண்டு வந்த தீர்மானத்தை 142 நாடுகள் ஆதரிக்க, 32 நாடுகள் வாக்களிக்காமல் விலகின . இந்தியா, சீனா போன்ற நாடுகள் தத்தம் சுயநலம் கருதி வாக்களிப்பதிலிருந்து வெளியேறின.

இந்தப் போரினால், இதுவரை நேடோவில் அங்கத்தினராகாத பின்லாந்தும் ஸ்வீடனும் கூட சேர விண்ணப்பித்திருக்கின்றன. நேடோ வலுவாயிருக்கிறது.

எரிசக்தி, கச்சா எண்ணெய் அதிக அளவில் ஏற்றுமதி செய்யும் ரஷ்யாவிற்குத் தடைகள் விதிக்கப்பட்டன. 1970களில் இருந்து மிக மோசமான எரிசக்திப் பற்றாக்குறையை, உலகம் சந்திக்க

இந்தப் போர் காரணமாக இருந்தது. ரஷ்யாவின் புதைபடிவ எரிபொருட்களை வாங்குவதை நாடுகள் குறைத்ததால் உலகின் பல பகுதிகளில் எரிசக்தி விலைகள் உயர்ந்தன. ஐரோப்பாவில், போரின் முதல் ஆறு மாதங்களில் எரிவாயுக் கட்டணங்கள் ஏறக்குறைய இருமடங்காக அதிகரித்தன மற்றும் மின்சாரச் செலவுகள் சுமார் 70 சதவீதம் அதிகரித்தன. பீப்பாய் எண்ணெய் விலை உச்சவரம்பு நிர்ணயிக்கப்பட்டது. ஆனால் உலகளாவிய விநியோகங்கள் இன்னமும் கட்டுப்பாடாக இருப்பதால், ரஷ்யாதான் இன்றளவும் ஒரு தலைசிறந்த ஏற்றுமதியாளராக இருந்து வருகிறது. கடந்த ஆண்டில் சீனா மற்றும் இந்தியாவிற்கு அதிக எண்ணெய் மற்றும் எரிவாயுவை விற்பனை செய்தது.

பணவீக்கம் அதிகரித்தது. பொருட்களின் விலை அதிகரித்தது. அகதிகளின் குடியேற்றமும் அதிகரித்ததது.

குளிர்காலம் ஆரம்பிக்க, ஓடுமீன் ஓட உறுமீன் வருமளவு காத்திருந்தார் புடின். இந்தக் குளிர்காலமும், விண்ணை எட்டும் விலைவாசியும் எரிவாயு விலையும் மேற்குலக நாடுகளின் நட்பை முறிக்கும் எனக் காத்திருந்தார். நம்முடைய சொந்த நாட்டின் தேர்தலைவிட, விலைவாசியைவிட உக்ரைனின் நட்பு அவ்வளவு முக்கியமா என்ற கேள்வியை அமெரிக்கர்களும் ஐரோப்பியர்களும் கேட்பார்கள், நட்பை முறித்துக்கொள்வார்கள் என்றெல்லாம் நம்பிக்கொண்டிருந்தார். ஆனால் அவற்றை முறியடிக்கும் வண்ணம், இன்று இன்னொரு 2 பில்லியன் டாலர் நிதியுடன் நட்பை உறுதி செய்துவிட்டு வந்திருக்கிறார் அதிபர் பைடன்.

அதிபர் பைடனின் தலைமையில் மேற்குலக நாடுகளின் நட்பு உறுதியாகிப் பிணைந்து இருக்கிறது.. சீனா, இந்தியா போன்ற நாடுகள் அணி சேராமல் தனிமையில் தமக்கான ஆதாயம் நோக்கி இருக்க, சிரியா, வடகொரியா ரஷ்யாவுடன் இணைந்திருக்கின்றன.

உக்ரைன் ஒன்றும் ஐரோப்பிய யூனியனிலோ நேடோவின் அங்கத்தினராகவோ இல்லை. ஆனாலும் இந்த ஒற்றுமைக்குக் காரணம் பைடனின் தலைமைப் பண்பே. இது போர் ஆரம்பிக்கும் முன்னே, நட்பு நாடுகளை ரஷ்யாவின் போர்க்கால யுக்திகளை எச்சரிப்பதில் ஆரம்பித்து, ரஷ்யாவிற்குப்

பொருளாதாரத் தடைகள் விதிப்பதில் தொடங்கி, இராணுவத் தளவாடங்களை உக்ரைனுக்கு அனுப்புவதில் ஆரம்பித்து எனத் திட்டம் போட்டு அமெரிக்கா செய்ய ஆரம்பித்த பணியின் வெற்றி. ஜெர்மனியும் சேர்ந்துகொண்டது.

ஐரோப்பாவைப் பொறுத்தமட்டில், இந்தப் போர் இரண்டாம் உலகப்போருக்குப் பிறகு ஒரு நாடு இன்னொரு நாட்டின் மீது செய்த மிகப் பெரிய ஆக்கிரமிப்பு. அணு ஆயுத முரண்பாடுகளில் கூட முடிவடையலாம் என்ற அச்சம். இது சிதைக்கப்பட்ட கட்டிடங்கள், இறந்த உடல்கள் எனச் சரித்திர காலப் பேரிடர்களை நிகழ்காலச் சம்பவங்களாக காண நேர்ந்ததால் வந்த தைரியமும் உக்ரைனின்பால் வந்த நேசமும்.

மூன்றாவதாக, உக்ரைன் போர்க்களத்தில் ரஷ்யாவைச் சமாளித்து நின்றவிதம். இதுவும் மேற்குலக நாடுகளை ஒற்றுமையாக நிற்க வைத்தது.

ஒரு நாளைக்கு 20 ஆயிரம் துப்பாக்கிக் குண்டுகள் ரஷ்யாவின் பக்கமிருந்தும் ஏழாயிரம் உக்ரைனின் பக்கமிருந்தும் வீசப்படுகின்றன.

8 மில்லியன் உக்ரைன் மக்கள் நாட்டைவிட்டு வெளியேறி, போலந்து, ருமேனியாவில் அடைக்கலம் நாடியிருக்கிறார்கள். 1840க்கு பிறகு இப்படியொரு மக்கள் கூட்டம் எந்த ஒரு நாட்டைவிட்டும் வெளியேறியதில்லை. 41.9 மில்லியன் மக்கள் தொகையில் இருந்து 19 சதவீதம் நாட்டைவிட்டு வெளியேறியிருக்கிறார்கள். ரஷ்யாவின் தரப்பும் குறைந்ததில்லை. 5 லட்சத்து 52 ஆயிரம் மக்கள் வெளியேறியிருக்கிறார்கள்.

பல பொருளாதாரத் தடைகளால் ரஷ்யாவின் பொருளாதாரம் சீர்குலைந்து போய்விடவில்லை. ஆனால் நிச்சயம் தடுமாறிப் போய்விட்டது. அந்நாட்டின் உற்பத்தி நான்கு சதவிகிதம் குறைந்தது.

முதலில், மாஸ்கோவின் மீதான பொருளாதாரத் தடைகள் மேற்குலகின் போரைத் தக்கவைக்கும், மாஸ்கோவின் திறனைக் குறை மதிப்பிற்கு உட்படுத்தலாம் என்று தோன்றியது. 37 நாடுகளை உள்ளடக்கிய அமெரிக்கத் தலைமையிலான

பிரச்சாரம், அதன் வெளிநாட்டு நாணயக் கையிருப்புகளை முடக்கி அதன் முக்கிய வங்கிகளைக் குறிவைத்து ரஷ்யாவின் நிதி அமைப்பின் அடித்தளத்தைச் சீர்குலைத்தது.

விமானங்களுக்கான உதிரி பாகங்கள் மற்றும் மின்னணு சாதனங்களுக்கான குறைக்கடத்திகள் போன்ற முக்கிய இறக்குமதிகளைத் தடைகள் தடை செய்தன. நூற்றுக்கணக்கான நிறுவனங்கள் தானாக முன்வந்து ரஷ்யாவில் வணிகம் செய்வதை நிறுத்திவிட்டன. ரஷ்யர்களை ஆப்பிள் சில்லறை விற்பனையாளர்கள் அல்லது நெட்ஃபிளிக்ஸ் சந்தாக்கள் இல்லாமல் விட்டுவிட்டனர்.

ஆனால் மேற்குலகம் எதிர்பார்த்த அளவுக்குப் பொருளாதாரத் தடைகள் பேரழிவை ஏற்படுத்தவில்லை. போர் தொடங்கியபோது மற்ற நாடுகளின் ஏற்றுமதி குறைந்துவிட்டது. ஆனால் அதன் பின்னர் அது தலைகீழாக மாறிவிட்டது. (சீனா ஏற்றுமதி இயந்திரங்கள், வாகனங்கள், சிப்ஸ்; சரக்குப் போக்குவரத்து துருக்கியில் இருந்து மும்மடங்காக) இந்தியாவில் ரஷ்ய எண்ணெய் இறக்குமதி அதிகரித்தது.

சீனா பயணிகளுக்கான வாகனங்கள் மேற்கத்திய உற்பத்தியாளர்களிடமிருந்து ரஷ்யாவின் கடந்தகால விநியோகத்திற்கு மாற்றியது. சீனா அதிக இயந்திரங்கள் மற்றும் செமி கண்டக்டர்களையும் ரஷ்யாவிற்கு ஏற்றுமதி செய்தது. ரஷ்யாவிற்கு நேரடியாக ஏற்றுமதி செய்ய முடியாத, பன்னாட்டு நிறுவனங்களால் உற்பத்தி செய்யப்படும் பிற பொருட்கள் இப்போது ரஷ்யாவிற்குப் பிந்தைய மாநிலங்கள் வழியாகப் பாய்கின்றன.

துருக்கி, உக்ரைனுக்கு ஆயுதங்களை விற்றாலும், ரஷ்யாவிற்கு அதிகமான பொருட்களின் ஏற்றுமதியையும் செய்திருக்கிறது.

மொத்தத்தில், படையெடுப்பிற்குப் பிறகு ஆரம்பத்தில் வீழ்ச்சியடைந்த பின்னர், வர்த்தக நிலைகள் மீண்டும் உயர்ந்துள்ளன. ஏனெனில் போதுமான நாடுகள் ரஷ்யாவுடன் வர்த்தகம் செய்யத் தயாராக உள்ளன.

முற்றுகைக்கு முன் ரஷ்யா, உக்ரைனின் 16 ஆயிரம் சதுர அடியைத் தன்வசம் வைத்திருந்தது. பிறகு அதை 65 ஆயிரம் சதுர

அடியாக மாற்றியபோது போர் மூண்டது. ஆனால் உக்ரைன் 29 ஆயிரம் சதுர அடி நிலப்பரப்பை மீட்டுக்கொண்டது. இந்நிலையில் அமெரிக்க அதிபர் பைடனின் ஆச்சரியமான கிவிவ் விஜயம் மேற்குலக நாடுகளின் ஆதரவை உறுதி செய்திருக்கிறது.

ஜெர்மனி, ஃபிரான்ஸ் ஆகிய நாடுகள் அதிநவீனத் தொழில்நுட்ப ஆயுதங்களை அனுப்புவதைக் குறைத்துக்கொள்ளக் கூடும். இதனால் ஐரோப்பிய நாடுகளுக்குள் கருத்து வேறுபாடுகள் வரலாம்.

பொருளாதார உதவியும் இழப்பும்

இந்தப் போரில் இதுவரை ரஷ்யா 85 பில்லியன் டாலர்கள் செலவழித்திருக்கிறது. இதைத்தவிர ரஷ்யாவிற்கு நாளொன்றுக்குக் கிடைக்கும் எண்ணெய் ஏற்றுமதி வருமானமாகிய 1 பில்லியன் டாலர்கள் நின்று போயின. ஒரு ஏவுகணைக்கு 3 மில்லியன் டாலர் மதிப்பு என நான்காயிரம் ஏவுகணைகளைப் பயன்படுத்தியிருக்கிறது. 218 மில்லியன் பெறுமானமுள்ள 278 போர்விமானங்களை இழந்திருக்கிறது. ஒரு நாளைக்கு 50 ஆயிரம் குண்டுகள். ஒரு குண்டு ஆயிரம் டாலர் மதிப்பு உடையது. ஆக, 5.1 பில்லியன் டாலர் செலவு ஆகியிருக்கிறது.

ஸ்வீடன், அமெரிக்காவில் இருந்து பால் பேரிங்ஸ் இறக்குமதி வருவது நின்று போனதால் ரஷ்யா, சாமான்களை எடுத்துச் செல்லும் பத்தாயிரம் புகைவண்டிகளை நிறுத்த வேண்டியதாகி விட்டது. மேலும் 2 லட்சம் வண்டிகள் கவலைக்கிடமாகி இருக்கின்றன. இது நாட்டின் பொருளாதாரத்தை ஆபத்தில் நிறுத்தும்.

கார் உற்பத்தி 3 மில்லியனில் இருந்து 2 லட்சத்து 81 ஆயிரமாகக் குறைந்தது. அதேபோலச் செல்பேசிகள், கணினிகள் உற்பத்தி என அனைத்தும் குறைந்தன. ஐரோப்பிய நாடுகளுக்கான ரஷ்யாவின் எண்ணெய் ஏற்றுமதி 20 சதவிகிதம் குறைந்துவிட்டது. ஜெர்மனி, அமெரிக்காவின் திரவ வடிவ இயற்கை எரிவாயுவைப் பயன்படுத்தத் திட்டமிட்டிருக்கிறது. G7 ரஷ்யாவிற்கு மேலும் தடைகள் விதிக்க எண்ணியிருக்கின்றன. ஐரோப்பிய நாடுகளின் நம்பிக்கையை ரஷ்யா வர்த்தக சந்தையில் திரும்பப் பெறுவது கடினம்.

உக்ரைனுக்கோ பொதுவாக இந்தப் போரில், நேரடியான இழப்பு 100 பில்லியன் டாலர்கள் என்றாலும் வீடுகள் இடிந்ததனால் ஆன இழப்பு ஒரு 39 பில்லியன், போக்குவரத்து மற்றும் கட்டிடங்கள் சிதைந்ததனால் ஆன இழப்பு 30 பில்லியன், வர்த்தகத்தால் ஆன நட்டம் 10 பில்லியன், சக்தி 3 பில்லியன். இதைத் தவிர விவசாயப் பொருட்கள், நிலங்கள் வீணாகப் போனதால் வந்த சேதம் என 250 பில்லியன் டாலர்கள். திரும்பவும் ஒரு நகரை ஸ்தாபிக்க ஆகும் செலவு 350 பில்லியன் டாலர்கள். இதுவரை தேவையான நிதியில், 44% நிதி ஆதரவை அமெரிக்கா தந்து உதவியிருக்கிறது. அதில், 66% மனிதநேய உதவிகளுக்காகவும் 71% இராணுவத் தளவாடங்கள் மூலமாகவும் தந்திருக்கிறது.

இதுவரை 40 நாடுகள் 166 பில்லியன் டாலர்கள் நிதி உறுதியளித்திருக்கின்றன. அதில் அமெரிக்கா 77.6 பில்லியனும், ஐரோப்பா 58.2 பில்லியனும், இங்கிலாந்து 7.7 பில்லியனும் மற்ற நாடுகள் 22.8 பில்லியனும் ஒப்புக்கொண்டிருக்கின்றன.

இந்தப் போரின் மூலம் சீனாவின் எழுச்சி, இரான் ஆஃப்கானிஸ்தான் தோல்விக்குப் பிறகு மேற்குலக நாடுகளின் சக்தி அவ்வளவுதான் என நினைத்தவர்களுக்கு, இல்லை, அவர்களால் ஒன்று திரண்டு உறுதியாக நிற்க முடியும் எனக் காட்ட முடிந்திருக்கிறது. என்ன செலவானாலும் ஜனநாயகத்தைக் காக்க நிலையாக நிற்க ஒற்றுமையாக உறுதியாக இருந்தால் முடியும்.

இன்றைய ஐநா சபை வாக்கெடுப்பில் 32 நாடுகள் வாக்கெடுப்பில் கலந்து கொள்ளவில்லை. அவற்றில் சீனாவும் இந்தியாவும் அடக்கம். அப்படி நடுநிலை என்று அறிவித்துக்கொள்ளும் நாடுகள் மறைமுகமாக ரஷ்யாவை ஆதரிக்கின்றன. பிரேசில், ஐக்கிய அமீரகம் போன்ற நாடுகள், உக்ரைன் ரஷ்யா போர் மற்ற இரு நாடுகளின் பிரச்சினை என்ற அளவில் பார்க்கத் தொடங்கியிருக்கின்றன. மேற்குலக நட்பு நாடுகள் சேர்ந்து உறுதியாக நின்ற போதும், நடுநிலை நாடுகளைத் தங்கள் அணியில் சேர்க்க முடியவில்லை. ரஷ்யாவைத் தனிமைப்படுத்த இயலவில்லை.

ரஷ்யா, அல்லது உக்ரைனுக்கு ஆதரவு என இரண்டு அணிகளாகப் பிளவுபடுவதற்குப் பதிலாக, உலகம் பல பிரிவுகளாயின. பல நாட்டு நடுத்தர மக்கள் ரஷ்யாவின் படையெடுப்பை ஐரோப்பிய மற்றும் அமெரிக்கப் பிரச்சனையாகப் பார்க்கின்றனர். இதை இருத்தலியல் அச்சுறுத்தலாகக் கருதுவதற்குப் பதிலாக, இந்த நாடுகள் படையெடுப்பால் ஏற்பட்ட பொருளாதார மற்றும் புவிசார் அரசியல் எழுச்சிக்கு மத்தியில் தங்கள் சொந்த நலன்களைப் பாதுகாப்பதில் அதிக கவனம் செலுத்துகின்றன.

உலகம் இப்போது இன்னும் ஒன்றோடொன்று இணைக்கப் பட்டுள்ளது. உலகளாவிய தகவல் தொடர்புகள் மிகவும் சிக்கலானவை. பொருளாதார உறவுகள் மற்றும் பாதுகாப்பு இணைப்புகள் ஆகியவை மேற்கின் போட்டியாளர்களுக்கு அந்நியச் செலாவணியைப் பெற அதிக வாய்ப்புகளை வழங்குகின்றன.

பொருளாதாரத் தடைகள் இன்னும் நீண்ட காலத்திற்கு ரஷ்யாவிற்குப் பேரழிவை ஏற்படுத்தும். அவர்கள் ஏற்கனவே அன்னிய முதலீட்டைத் தடுத்து, அரசின் கஜானாவைக் காலிசெய்யத் தொடங்கியுள்ளனர். எண்ணெய் வர்த்தகத்தின் மீதான கட்டுப்பாடுகள் ரஷ்யாவை உற்பத்தியைக் குறைக்க வேண்டிய கட்டாயத்தில் தள்ளியுள்ளன. நாட்டின் இயற்கை எரிவாயுக் குழாய் உள்கட்டமைப்பை ஆசியாவை நோக்கி மாற்றியமைக்கப் பல ஆண்டுகள் ஆகும். ஆனால் ரஷ்யாவின் பொருளாதாரம் செழிக்கவில்லை என்றாலும், போரைத் தொடரும் அளவுக்கு அது வலுவாக உள்ளது.

அமெரிக்காவும் அதன் நட்பு நாடுகளும் உக்ரைனுக்கு நேரடியாகவே இன்னும் அதிகமான கொடிய ஆயுதங்கள் மற்றும் இராணுவ உபகரணங்களை அனுப்பி வருகின்றனர். மேலும் பல நிறுவனங்கள் முக்கியமான தொழில்நுட்பத்தை ரஷ்யாவிற்கு விற்பதைத் தடை செய்யும் ஏற்றுமதிக் கட்டுப்பாடுகளை விதிப்பதன் மூலம் ரஷ்யாவின் சொந்த இராணுவ உபகரணங்களின் விநியோகத்தைத் துண்டிக்க முயன்றுள்ளனர். குறைந்தது 40 நாடுகள் உக்ரைனுக்கு இராணுவ உதவியை வழங்கியுள்ளன,

ஆனால் ரஷ்யாவின் இராணுவ உபகரணங்களைப் பறிக்கும் முயற்சி வெற்றியைப் பெறவில்லை. அதேபோல ரஷ்யாவிற்கும் இராணுவ உதவி கிடைத்திருக்கிறது. வடகொரியா ரஷ்யாவிற்கு 'கணிசமான எண்ணிக்கையிலான' பீரங்கிக் குண்டுகளை அனுப்பியுள்ளது என்று அமெரிக்கா தெரிவித்துள்ளது. ஈரான் ரஷ்யாவிற்கு ஆளில்லா 'காமிகேஸ்' ட்ரோன்களை வழங்கியுள்ளது,.

மேலும் சீனா உள்ளிட்ட பிற நாடுகள், ராணுவ உபகரணங்களுக்குள் செல்லும் மைக்ரோசிப்கள் போன்ற இரட்டைப் பயன்பாட்டுப் பொருட்களை ரஷ்யாவிற்குத் தொடர்ந்து வழங்குகின்றன.

எதிர்காலம் ஒரு கேள்விக்குறி

பல உலகத் தலைவர்கள் குறிப்பாக ஒரு நாடு மற்றொரு நாட்டை ஆக்கிரமிப்பதை விரும்புவதில்லை. படையெடுப்புக்கான எதிர்வினை ஆசியாவில் கலவையாக இருந்தது. அங்கு மூன்றில் ஒரு பங்கு நாடுகள் ஆரம்ப ஐ.நா வாக்கெடுப்பில் ரஷ்யாவைக் கண்டிக்க மறுத்துவிட்டன. பெரும்பாலான அமெரிக்க நட்பு நாடுகள் வரிசையில் விழுந்தாலும், பனிப்போர் வரையிலான வர்த்தக உறவுகள் மற்றும் நட்பு ரீதியான பொதுக் கருத்தை ரஷ்யா பயன்படுத்திக் கொள்ள முடிந்தது.

படையெடுப்பின் தொடக்கத்தில், ரஷ்யாவிடம் இருந்து குறைந்த அளவு எண்ணெய் வாங்குமாறு இந்தியாவை அமெரிக்கா கேட்டுக் கொண்டது. அதன்பிறகு, இந்தியா தொடர்ந்து இரு தரப்புடனும் இணக்கத்தை மீறியதால், அது தனது நிலைப்பாட்டை மென்மையாக்கியுள்ளது. சீனாவுடனான இந்தியாவின் எல்லையில் பதட்டங்கள் அதிகரித்து வருவதால், ஆயுதங்களுக்கான முக்கிய ஆதாரமான ரஷ்யாவுடனான உறவை ஆபத்தில் செலுத்த இந்தியா விரும்பவில்லை

அமெரிக்க அதிபர் மீண்டும் உக்ரைனுக்கு ஆதரவு தெரிவித்த நிலையில் ரஷ்யா, அணுசக்தி, அணு ஆயுத ஒப்பந்தங்களிலிருந்து விலகியிருக்கிறது. சீனாவும் ரஷ்யாவுடன் கைகோர்த்து இருக்கிறது.

போரின் போது மேற்கத்திய ஒற்றுமை குறிப்பிடத்தக்கதாக நிரூபிக்கப்பட்டுள்ளது, நீண்ட காலமாக ரஷ்யாவுடன் ஒப்பீட்டளவில் நட்பாகக் காணப்பட்ட நாடுகள் - ஜெர்மனி, பிரான்ஸ் மற்றும் இத்தாலி போன்றவை - உக்ரைனுக்குப் பின்னால் உறுதியாக உள்ளன.

ரஷ்யா, உக்ரைன் மற்றும் பல நாடுகள் பொருளாதாரம் மக்கள் உயிரிழப்பு எனப் பலவகையில் இந்த போரால் சேதத்தைச் சந்திக்கிறார்கள். ஐ.நா. சபையின் தீர்மானத்தை ரஷ்யா செவி மடுத்து போரை நிறுத்தும் என எதிர்பார்ப்போம்! இல்லையெனில், இன்று உக்ரைன் மீதான தாக்குதலை நாளை இன்னொரு நாட்டின் மீதும் செய்ய ரஷ்யாவிற்குத் தடை எதுவும் இருக்காது!

ராணுவ விந்து, போர்க்குண வித்து!

பல வருடங்களுக்கு முன்னால், அமெரிக்காவில் பெண்கள் தங்கள் கரு முட்டைகளை விற்றனர். குறிப்பாக, மாணவிகள். இதனால் மிகப்பெரிய தொகை பெற்றுக்கொண்டு கடன் இல்லாமல் படிக்க முடிந்தது. ஆனால், அவர்களுக்கே தெரியாமல் அவர்கள் மரபணுக்கள் பல இடங்களில் பரவியிருந்தன.

பெற்றோரும், நன்கு படிக்கிற, எந்தப் பரம்பரை நோயும் வர வாய்ப்பில்லாத அழகான, விளையாட்டு வீராங்கனையாக, எந்தத் தீய பழக்கங்களும் இல்லாத மாணவிகளின் முட்டைகளைப் பெற்று செயற்கையாகக் கருத்தரித்துக் கொண்டார்கள். ஆனால் இந்தத் தேர்வு முறையில், தேர்வு செய்யப்படும் பெண்ணின் குணாதிசயங்களோடு வெள்ளை அல்லது கறுப்பினத் தந்தையின் குணாதிசயங்களும் சேர, பிறக்கும் குழந்தைகள் பலவிதத் தோற்றத்துடன் இருந்தார்கள்.

குழந்தைகள் பள்ளியில் சீண்டலுக்கு ஆளானது ஒருபுறம் என்றால், தங்கள் தோற்றம் பெற்றோரின் புறத்தோற்றத்தைவிட மாறுபட்டு இருந்ததால், உணர்வுப் பூர்வமாக ஒட்டவும் முடியாமல் விலகவும் முடியாமல் மிகுந்த மன உளைச்சலுக்கும் ஆளானார்கள். எனவே இது தடை செய்யப்பட்டது.

ஆனால், தங்கள் சுய தேவைகளுக்காக அமெரிக்கப் போர்வீரர்கள் தங்கள் விந்துவைச் (Sperm) சேகரித்து உறைய வைப்பதில் தடை எதுவும் இல்லை. இஸ்ரேலில், ஆப்கானிஸ்தான் போர்முனைக்குச் சென்ற வீரர்கள் தங்கள் உயிரணுக்களை உறைய வைக்கிற பழக்கம் இருந்து கொண்டுதான் இருக்கிறது.

இந்தியாவிலும் பல இராணுவ மருத்துவமனைகள் விந்துவைச் சேகரித்து உறைய வைக்கும் பணியைச் செய்கிறார்கள். போரில் இறந்து விடுமோமேயானால் நமது வாரிசு நிலைக்கும் என்ற எண்ணம் இல்லாமல் இந்தியாவில் சொல்லப்படும் காரணங்கள் வேறு. இராணுவ வீரர்கள் குறைந்த கால இடைவெளியில் வீட்டுக்குச் செல்வதால், மற்ற உறவினரை, நண்பர்களைச் சந்திக்க நேரம் செலவிட வேண்டியிருக்கிறது

மனைவியுடன் கூடும் நேரம் குறைகிறது அல்லது அவருடைய கருமுட்டை வெளிவரும் காலத்துடன் ஒத்துப்போகாமல் இருக்கக்கூடும். அப்போது அவருக்குக் கருத்தரிக்க வாய்ப்புகள் இல்லை எனில் செயற்கை முறையைப் பயன்படுத்திக் கொள்ளலாம்.

போர் முனைக்குச் செல்லும் வீரர்கள் திரும்பி வருவார்களா என்பதே கவலைக்குரியது. என்னதான் 'களம் சென்று வந்திடடா கண்ணே எந்தன் உளம் வெந்து போவதற்கு முன்னே' என்றெல்லாம் சொன்னாலும், தங்கள் பிள்ளைகளை இழந்தவர்களுக்குத்தான் தெரியும் அதன் வலியும் வேதனையும். ஒற்றைப் பிள்ளைகள் இருக்கும் குடும்பத்தில் வாரிசு இல்லாமல் அந்த வம்சமும் முடிந்து போகும் என்ற உளைச்சலும், கணவன் இறந்துவிட்டால் அந்த நினைவுகள் இன்றிக் குடும்பத்தை வளர்ப்பது முடியாதென்ற நிலைக்கு மனைவியரும் தள்ளப்படுகிறார்கள்.

சமீபத்திய ரஷ்யா - உக்ரைன் போரில், உக்ரைன் படைவீரர்கள் இரண்டு லட்சத்துக்கும் மேலானோர் இறந்துவிட்டார்கள். ஓர் இனமே அழிக்கப்பட்டு விடுமோ என்ற அச்சமும், அவர்கள் இறந்துவிட்டால் அவர்களின் மரபணுக்களை எப்படிக் காப்பாற்றுவது என்ற கவலையும் உக்ரைனை ஆட்கொண்டது. அரசின் உதவியால் இலவசமாகப் பல விந்து வங்கிகள் (sperm bank) செயல்படுகின்றன. இலவசமாகப் போர் வீரர்களின்

விந்துவை சேகரித்து உறைய வைக்கின்றன. அவர்கள் மனைவி அல்லது காதலி அவற்றைப் பெற்றுக் கொள்ளலாம். வீரமிக்க குழந்தைகளைப் பெற்று வளர்த்து தங்கள் சந்ததியைக் காப்பாற்ற நினைக்கிறார்கள்.

நிறையப் போர்வீரர்கள் யுத்தகளத்திற்குச் செல்லும் முன் விந்து வங்கிக்குச் சென்று தங்கள் உயிரணுக்களைத் தந்துவிட்டுச் செல்கிறார்கள். இதனால் அவர்கள் இறந்தாலும் அவர்கள் நினைவாக வாரிசு ஒன்று வளரும் என்ற நினைப்போடு.

இந்தத் தகவல் ரஷ்யாவிற்கு ஒரு வகையில் அதிர்ச்சியை அளித்திருக்கிறது. ரஷ்யாவும் தன் வீரர்களுக்கு இந்த இலவசச் சேவையை வழங்குகிறது.

எந்த அறிவியல் வல்லமை பல தொழில்நுட்பங்களையும் உடைய ஆயுதங்களைத் தயாரித்து, அவற்றைப் பயன்படுத்துவதன் மூலம் உயிர்ச் சேதத்திற்குக் காரணமாக இருந்ததோ அதே அறிவியல் இன்னொரு புறம் ஒரு சந்ததியின் மரபணுக் கூட்டம் அழியாமல் இருக்கவும் உதவுகிறது.

விந்துகளை உறைய வைத்துப் பின் பயன்படுத்த முடிவதில் பலர் ஆறுதல் அடைந்திருக்கிறார்கள். தன் கணவனை இழந்த பெண், தற்போது கருவுற்றிருக்கிறாள். மேலும் தன் கணவனின் விந்துவைப் பயன்படுத்தி இந்தக் குழந்தைக்கு ஒரு சகோதரனையோ சகோதரியையோ பெற்றுத்தர முடியும் என மகிழ்கிறார் அந்த இளம் விதவை. இது ஒரு பக்கம் உணர்ச்சிப்பூர்வமாக நாட்டுப்பற்றைப் பறை சாற்றுவதாக இருந்தாலும் மறுபுறம் பல கேள்விகள் எழாமல் இல்லை.

1. தந்தையே இல்லாமல் பிறக்கப்போகும் குழந்தைகளை அரசு பராமரிக்க வேண்டும் எனப் பலர் கோரினாலும் அது உக்ரைனில் எந்த அளவு சாத்தியம்?

2. பிறக்கப்போகிற குழந்தைகள் வளர்ந்து 18 வயதுக்குப் பிறகு போரில் பங்கு பெற ஆர்வம் காட்டுவார்கள் என்பது என்ன நிச்சயம்?

3. அதுவரையிலும் அமைதி என்பதே இருக்கப்போவதில்லையா?

4. கருவுற்றிருக்கும் காலத்தில் கணவனும் இல்லாமல், ஆதரவிற்கு யாரும் இல்லா நிலையில் பெண்கள் அடையப்போகும் மன உளைச்சல்?

5. பிறக்கும் போதே அல்லது கருவுற்றிருக்கும் காலத்திலேயே ரஷ்யாவிற்கு எதிரான மனப்போக்கில் வளரும் குழந்தைகள், பழி வாங்க வேண்டும் என்றே பிறப்பிக்கப்படும் குழந்தைகள் என்று எப்போதுதான் இந்த வன்முறையும் போரும் ஓயும்? இதற்காக இன்னும் பல உயிர்களைக் காவு கொடுக்க வேண்டுமா?

நாட்டுப்பற்றும் தங்கள் மரபணு அழியாமல் பாதுகாக்க வேண்டும் என்ற எண்ணமும் சரியானதுதான். ஆனால், நடை முறையில் எந்த அளவு சாத்தியம் என்பதுதான் தெரியவில்லை.

போருக்குச் செல்லும் இராணுவ வீரர்களுக்கு இந்தச் செயல் நிம்மதி அளிப்பதாகவும் இன்னும் உத்வேகத்துடன் போரிட முடிகிறது என்றும் தெரிவித்திருக்கிறார்கள்.

வீரர்களின் நாட்டுப்பற்றை எண்ணி பெருமை கொள்வதா அல்லது இன்னொரு தலைமுறை வன்மமும் பழிவாங்கும் உணர்ச்சிகள் கொண்டே வளர்க்கப்படலாம் என்று எண்ணி வருத்தப்படுவதா?

வட கொரியா, இது சரியா?

தீபாவளி நமக்கெல்லாம் அக்டோபர் கடைசியில்தான். ஆனால் வடகொரியா முன்கூட்டியே ஏவுகணைப் பட்டாசுகளை வெடிக்க ஆரம்பித்துவிட்டது. கடந்த இரண்டு வாரங்களில் வடகொரியா ஆறு ஏவுகணைகளை ஏவியுள்ளது - 2011 ல் தலைவர் கிம் ஜாங் உன் ஆட்சிக்கு வந்ததிலிருந்து அதிக எண்ணிக்கையிலான ஏவுகணைகளைக் கண்ட இந்த வருடத்தில்கூட, இது மிக அதிகம்.

வட கொரியாவில் உள்ள, பரிசோதனைக்காக இருக்கும் ஏழு சுரங்கப்பாதைகளில் அவ்வப்போது இந்த வெடிப்பு நிகழும் என்றாலும் ஜப்பானின் வான்வெளியில் 300 மைல்தூரம் அச்சுறுத்தும் அளவு சென்றதும் ஆறு ஏவுகணைகளை எதிர்பாராத சமயத்தில் விட்டதும் கொஞ்சம் அதிகம்தான்.

வடகொரியாவிற்குத் திடீரென 'நானும் இங்கே இருக்கிறேன்' என்று உலகின் கவனத்தைத் தன் பக்கம் திசை திருப்ப அந்தத் தைரியம் எப்படி வந்தது..? உக்ரைனும் ரஷ்யாவும் போர் புரியும் போது நம்மை யாரும் கண்டுகொள்ளவில்லை என்ற ஏக்கமா..? அமெரிக்கா என்னதான் செய்து கொண்டிருக்கிறது..?

அமெரிக்கா, ரொனால்ட் ரீகன் என்ற போர்விமானம் தாங்கிய கப்பலை அனுப்பியதும், தன் நட்பு நாடுகளுடன் போர்ப்பயிற்சி

மேற்கொண்டதும்தான் இதற்குக் காரணம் என்று வடகொரியா அறிவித்திருக்கிறது. அமெரிக்கா, தென் கொரியா மற்றும் ஜப்பான் ஆகியவை இந்த வாரம் ஏவுகணை ஏவுதல் மற்றும் கூட்டு இராணுவப் பயிற்சிகள் மூலம் பதிலடி கொடுத்தன. தீபகற்பத்திற்கு அருகில் உள்ள நீரில் போர் விமானம் தாங்கிய கப்பலை அமெரிக்கா மீண்டும் நிலைநிறுத்தியுள்ளது.

அமெரிக்காவிற்கும், வடகொரியாவிற்கும் இடையே எப்போதுமே நல்ல உறவு இருந்தது இல்லை. பில்கிளிண்டன் காலத்தில் மட்டுமே சுமுகமான உறவும் வடகொரியாவின் அணுஆயுத உற்பத்தியைக் குறைக்க/ கைவிடப் பேச்சுவார்த்தைகள் நடந்தன. உலகில் அணுஆயுதங்கள் உற்பத்தியைக் கட்டுப்பாட்டுக்குள் வைத்துக்கொள்வதும் மனிதகுல நலத்துக்காக உழைப்பதும் அவசியம் என்ற கொள்கையை அனைத்து நாடுகளுமே வலியுறுத்தி வந்திருக்கின்றன. இதனாலேயே அணுஆயுதங்கள் உற்பத்தி செய்யும் வல்லமை உடைய நாடுகள் அணுசக்திப் பரவல் ஒப்பந்தத்தில் கையொப்பமிட்டு இருக்கின்றன. அதன் விதிகளைக் கடைப்பிடிக்கவும் செய்கின்றன.

பில் கிளிண்டன் அக்டோபர் 18, 1994 அன்று அமெரிக்காவிற்கும் வடகொரியாவிற்கும் இடையே புதிய ஒப்பந்தம் ஒன்றை அறிவித்தார். "இந்த ஒப்பந்தம் அமெரிக்காவிற்கு நல்லது, நமது நட்பு நாடுகளுக்கும் நல்லது, முழு உலகத்தின் பாதுகாப்பிற்கும் நல்லது" என்று அவர் தேசத்திற்கு உறுதியளித்தார். ஒப்புக்கொள்ளப்பட்ட கட்டமைப்பு (agreed framework) என்று அழைக்கப்படும் இது, வட கொரியாவின் அணுசக்தித் திட்டத்திற்கு தடை போடவும், அணுஆயுதப் போர் வருமோ என்ற பதட்ட நிலையையும் நீக்கவும் உதவும் என்று நம்பிக்கை தெரிவித்தார்.

"இந்த ஒப்பந்தம் அணுசக்தி இல்லாத கொரியத் தீபகற்பத்திற்கான பாதையில் முதல் படியைப் பிரதிபலிக்கிறது" என்று கிளிண்டன் கூறினார்.

வடகொரியா தனது அணு ஆயுதத் திட்டத்தை முடிவுக்குக் கொண்டுவருவதற்கு ஈடாக, அந்த நாட்டுடனான உறவுகளை இயல்பாக்குவதற்கு அமெரிக்கா ஒப்புக்கொண்டது. மேலும் ஒருவருக்கொருவர் அணுகுண்டுகளைப் பயன்படுத்தக்கூடாது

என்ற 'முறையான உத்தரவாதங்களை' தொடர இருவரும் ஒப்புக்கொண்டனர்.

சர்வதேச அளவில் நம்பிக்கை ரோஜா பூத்தது. ஆனால். சில வருடங்கள் கழித்து அது ஏன்தோல்வியடைந்தது..? திரைக்குப் பின்னால் நடந்த பேச்சுவார்த்தைகள் மற்றும் சர்வதேச அவநம்பிக்கையில் வேரூன்றிய காரணங்கள் பல இருந்தன.

பனிப்போர் காலத்தில் இருந்து வடகொரியா அணு ஆயுதங்களை உருவாக்க விஞ்ஞானிகளுக்குப் பயிற்சி அளிக்கத் தொடங்கியதில் இருந்தே அணு ஆயுதப் போருக்கு தயாராகி வந்தது. கம்யூனிஸ்ட் முகாமின் ஒரு பகுதியாக, வட கொரியா சோவியத் ஒன்றியத்துடன் நெருக்கமாக இணைந்திருந்தது. மேலும் மாஸ்கோ தொழில்நுட்பம், பயிற்சி மற்றும் புவியியல் ஆய்வுகள் ஆகியவற்றை வழங்கியது. இது அணு ஆயுதங்களை உருவாக்கப் பயன்படும் கிராஃபைட் மற்றும் யுரேனியம் தாதுக்களின் உள்ளூர் வைப்புகளை வடகொரியாவிற்குத் தந்து உதவியது.

தேசியப் பாதுகாப்பு சிந்தனைக் குழுவான அமெரிக்கன் செக்யூரிட்டி திட்டத்துடன் பணிபுரியும் டெரெக் போல்டனின் கூற்றுப்படி, வட கொரியா 1960களில் அணு ஆயுதத் திட்டத்திற்கான பாதையில் நன்றாகவே செயல்படத் தொடங்கியிருந்தது. மேலும் அணுக்கருவை ஏற்படுத்தக்கூடிய அடிப்படை இரசாயன நிகழ்வான பிளவு (nuclear fission) மூலம் வெற்றிகரமான சோதனைகளை நடத்தியது.

பல ஆண்டுகளாக, வடகொரியா அதன் அணுசக்தித் திட்டத்திற்குக் கூடுதல் ஆதரவைக் கண்டறிய முயன்றது. இரு நாடுகளும் இரகசியமாக ஒரு கூட்டு அணு ஆயுதத்தை உருவாக்க வேண்டுமா என்பது பற்றிய பேச்சுக்களில் தென்கொரியாவை ஈடுபடுத்துவது உட்பட பல திட்டங்களில் துணை நின்றன. (தென் கொரியா மறுத்துவிட்டது.)

அணு ஆயுதங்களை உருவாக்குவதற்கான வெளிப்படையான அர்ப்பணிப்பு இருந்தபோதிலும், வடகொரியத் தலைவர் கிம் இல் சுங் 1985ல் அணு ஆயுதப் பரவல் தடை ஒப்பந்தத்தை அங்கீகரித்தார். அணு ஆயுதங்கள் பரவுவதைத் தடுக்க

வடிவமைக்கப்பட்ட சர்வதேச ஒப்பந்தம் நடைமுறையில் இருந்தது. ஆனால் அமெரிக்கா போன்ற பிற நாடுகளைவிட வடகொரியா பின்தங்கியிருந்தது. இப்போது வடகொரியா ஒப்பந்தத்தில் கையொப்பமிட்ட பின்னரும் யுரேனியம் மற்றும் புளூட்டோனியத்தை உற்பத்தி செய்யத் தொடங்கியது. அணு ஆயுதங்களின் உற்பத்திக்கு 1980களில் அணு உலைகளை உருவாக்கியது. பின்னர், 1989ல், சோவியத் யூனியன் வீழ்ச்சியடைந்தது. வட கொரியா மிகப் பெரிய அளவில் தனிமைப்படுத்தப்பட்டது.

அதே ஆண்டில், கிம் இல் சுங்கின் இரகசிய அணுசக்தித் திட்டத்தைச் செயற்கைக்கோள் படங்களைப் பயன்படுத்தி அமெரிக்கா கண்டுபிடித்தது, மேலும் அணுக்களை சோதிக்கவோ அல்லது தயாரிக்கவோ கூடாது என்று தென்கொரியா ஒப்புக்கொண்ட பிறகும் வட கொரியா ஆயுதங்களை உருவாக்கிக்கொண்டே இருந்தது. இது ஒப்பந்ததை மீறி செயல்பட்ட நம்பிக்கை துரோகமாகும். இதன் விளைவாக, ஐக்கிய நாடுகள் சபைக்கு நேரடியாகத் தெரிவிக்கும் தன்னாட்சி அணுசக்தி மேற்பார்வை அமைப்பான சர்வதேச அணுசக்தி நிறுவனம், 1992 மற்றும் 1993ம் ஆண்டுகளில் வடகொரிய அணுசக்தித் தளங்களை ஆய்வு செய்யுமாறு கேட்டுக் கொண்டது. வடகொரியா மறுத்து, அணுசக்தி அல்லாதவற்றிலிருந்தும், பரவல் ஒப்பந்தத்தில் இருந்தும் பின்வாங்குவதாக அச்சுறுத்தியது.

இது அப்போதைய ஜனாதிபதி கிளிண்டனுக்கு இரட்டை நெருக்கடியைப் பிரதிநிதித்துவப்படுத்தியது. காங்கிரஸில் உள்ள குடியரசுக் கட்சியினர் வடகொரியாவுடன் பேச்சுவார்த்தை நடத்த வேண்டாம் என்று அவருக்கு அழுத்தம் கொடுத்தனர். ஆனால் சர்வதேச சமூகமும் ஜனநாயகக் கட்சியினரும் பேச்சுவார்த்தைதான் ஒரே தீர்வு என்று வாதிட்டனர். இதற்கிடையில், வடகொரியா தனது சொல்லாட்சியை அதிகரித்தது. ஐக்கிய நாடுகள் சபையின் மூலம் அமெரிக்கா தடைகளைத் தொடர்ந்தால், வடகொரியா சியோலை 'தீப்பிழம்புகளின் கடலாக' மாற்றும் என்று அமெரிக்காவிடம் கூறியது.

யு.எஸ். இராணுவத் தலையீட்டைக் கருத்தில் கொண்டது. ஆனால் கிம் இல் சுங்கைச் சந்திக்க முன்னாள் குடியரசுத் தலைவர் ஜிம்மி கார்டரை, அமெரிக்கா பியோங்யாங்கிற்கு அனுப்பியது. அணுசக்திப் பேச்சுவார்த்தைகளைத் தொடங்குவதற்கு கார்ட்டர், வடகொரியா தலைவர் கிம்மை சமாதானப்படுத்தினார். ஆனால் பேச்சுவார்த்தைகள் தொடங்கும் நாளில், கிம் இறந்தார். அவருக்குப் பிறகு அவரது மகன் கிம் ஜாங் இல் பதவியேற்றார், அவர் வடகொரியாவில் மிகவும் சர்ச்சைக்குரிய அணுசக்தி வளாகத்தை யோங்பியோனில் நிறுவினார்.

விஷயங்கள் மோசமாகத் தோன்றின. ஆனால் நேரடி பேச்சுவார்த்தைகள் மட்டுமே ஒரே வழி என்று கிளிண்டன் நம்பினார். வடகொரியா அணு ஆயுத உற்பத்தியை நிறுத்த என்ன செய்ய வேண்டும் என்று நாடுகள் விவாதம் செய்து, இறுதியாக, அவர்கள் ஒரு உடன்பாட்டிற்கு வந்தனர்- அதுதான் ஒப்புக்கொள்ளப்பட்ட கட்டமைப்பு.

நான்கு பக்கங்கள் கொண்ட இந்த ஒப்பந்தம் அமெரிக்காவிற்கும் வடகொரியாவிற்கும் இடையே கையொப்பமானது. இதன்படி, யோங்பியோனில் உள்ள அதன் முக்கிய அணு உலையை வடகொரியா மூடும் என்றும், மேலும் இரண்டைக் கைவிட்டு, அணு ஆயுதத்தை உருவாக்கப் பயன்படுத்தக்கூடிய எரிபொருளை மூடும் என்றும் தெரிவித்தது. இதற்கு ஈடாக, அமெரிக்கா சிதைக்கப்பட்ட ஆலைகளில் இருந்து இழந்த எரிபொருளை ஈடுசெய்ய எண்ணெய் வழங்கும் மற்றும் அணுசக்திப் பொருட்களைப் பிரித்தெடுப்பது கடினமாக இருக்கும் இரண்டு புதிய ‘இலகு எரிபொருள்’ ஆலைகளை உருவாக்கும் எனவும் ஒப்புக்கொள்ளப்பட்டது.

வடகொரியா புதிய ஆலைகளில் இருந்து எரிபொருளை வெளியேற்ற முயலுமானால், அணுசக்தி கண்காணிப்புக் குழுக்களுக்கு அடையாளம் காண்பது சிரமமாக இருக்கும் மற்றும் மறைக்கக் கடினமாக இருக்கும். கூடுதலாக, அமெரிக்கா பொருளாதாரத் தடைகளையும், வடகொரியா மீதான அதன் தூதரக முடக்கத்தையும் நீக்கும் என்றும், வடகொரியா மீது அது சொந்தமாக அணு ஆயுதங்களைப் பயன்படுத்தாது என்றும் ஒப்பந்தம் உறுதியளித்தது.

மேலோட்டமாகப் பார்த்தால், சில உத்தரவாதங்களுக்கு ஈடாக அமெரிக்கா வடகொரியாவுக்குப் பெரும் சலுகைகளை வழங்குவது போல் தெரியும. ஆனால் திரைக்குப் பின்னால், கிளிண்டன் நிர்வாகம் வடகொரியா சரிவின் விளிம்பில் இருப்பதாகவும், ஒப்புக்கொண்ட அணுஉலைகளை உருவாக்க அமெரிக்காவிற்கு நீண்ட காலம் பிடிக்காது என்றும் நினைத்தது. வடகொரியாவில், இந்த ஒப்பந்தம் பெரிதாக எடுத்துக் கொள்ளப்படவில்லை.

தனிமைப்படுத்தப்பட்ட ஒரு நாட்டில், சர்வதேச அரங்கில், அணுசக்தி நாட்டிற்கு சக்தியைக் கொடுக்கும் என்று நம்பிய ஒரு தலைவரின் தலைமையில், வடகொரியா தனது திட்டத்தைக் கைவிடத் தடையேதும் இருக்கவில்லை.

ஒப்பந்தம் மிகவும் சர்ச்சைக்குரியதாக இருக்கும் என்று கிளின்டன் அறிந்திருந்தார் - எனவே அவர் அதை செனேட்டால் அங்கீகரிக்கப்பட வேண்டியதில்லை என்பதை உறுதிசெய்யும் வகையில் கட்டமைத்தார். குடியரசுக் கட்சியினர் கோபமடைந்தனர். ஒப்பந்தம் கையெழுத்தான சிறிது நேரத்திலேயே, குடியரசுக் கட்சி காங்கிரஸின் கட்டுப்பாட்டை வென்றது.

இதற்கிடையில், வடகொரியா தொடர்ந்து யுரேனியத்தை உற்பத்தி செய்து வந்தது. கிம் ஜாங் இல், சாத்தியமான அணுகுண்டுகளைப் பேரம் பேசும் ஆயுதமாகப் பயன்படுத்தினார் - அவருக்குத் திட்டத்தை நிறுத்தும் எண்ணம் இல்லை என்றாலும் கூட. நம்பிக்கைக்குரிய ஆரம்ப முடிவுகள் இருந்தபோதிலும், வடகொரியா ஒப்பந்தத்தை மேலும் மேலும் மீறத் தொடங்கியது. இந்த ஒப்பந்தம் ஆபத்தில் உள்ளது என்ற எச்சரிக்கையை வடகொரியா புறக்கணித்தது, அமெரிக்கா சந்தேகித்ததை விட மிக மேம்பட்ட அணுசக்தித் தொழில்நுட்பம் இருப்பதை உளவு நிறுவனங்கள் உணர்ந்தன. இதற்கிடையில் கிளிண்டனின் எட்டுவருட பதவிக்காலம் முடிந்து, ஜார்ஜ் புஷ் தலைவரானார்.

முதலில் 2001ல் பதவியேற்ற ஜார்ஜ் டபிள்யூ. புஷ், வடகொரியா மீதான கிளிண்டன் காலத்து இராஜதந்திரக் கொள்கைகளைத் தொடரலாம் என்று தோன்றியது. ஆனால் பின்னர் கொள்கைகள்

மாறின. புஷ்ஷின் அதிகாரிகள், எரிபொருள் ஏற்றுமதிகளை அனுப்புவதை நிறுத்தினர்; வாக்குறுதியளிக்கப்பட்ட அணு உலைகள் இதுவரை கட்டப்படவில்லை என்று வடகொரியா கடுமையாக புகார் கூறியது. செப்டம்பர் 11 பயங்கரவாத தாக்குதல்கள் நடந்தபோது, அது அமெரிக்க இராஜதந்திரத்தை வேறு திசைகளில் தள்ளியது - மேலும் புஷ் 2002ல் யூனியன் உரையின் 'தீமையின் அச்சு' ஸ்டேட் ஆஃப் யூனியன் உரையில் வடகொரியாவை மூன்று நாடுகளில் ஒன்றாகக் குறிப்பிட்டார்.

விரைவில், இரு நாடுகளுக்கும் இடையிலான உறவுகள் வெளிப்படையாக பதட்டமானவையாக இல்லையெனில் விரோதமாக இருந்தன. வடகொரியா 2003ல் அணு ஆயுதப் பரவல் தடை ஒப்பந்தத்தில் இருந்து வெளியேறியது. 2006ம் ஆண்டளவில், அது தனது முதல் அணு ஆயுத சோதனையை நடத்தியது.

பில் கிளிண்டன் 2009ம் ஆண்டில் இரண்டு அமெரிக்க பணயக் கைதிகளை விடுவிக்க வெற்றிகரமாகப் பேச்சுவார்த்தை நடத்த வடகொரியாவுக்குச் சென்றாலும், அணு ஆயுதங்களை நோக்கிய வடகொரியாவின் அணிவகுப்பை நிறுத்த மிகவும் தாமதமானது.

லாரா லிங், யுனா லீ என்ற இரு பெண் பத்திரிக்கையாளர்களை வடகொரியா கைது செய்து பிணைக்கைதிகளாக வைத்திருந்த போது ஒபாமா அவர்களை விடுவிக்க முயன்றார். சில முக்கியப் பிரமுகர்களின் உரையாடல் வடகொரியர்களால் நிராகரிக்கப்பட்டன. இதில் முன்னாள் துணை ஜனாதிபதி அல் கோர், பெண்கள் கைது செய்யப்பட்டபோது அவர்கள் பணிபுரிந்த ஊடக அமைப்பின் இணை நிறுவனர் மற்றும் நியூ மெக்ஸிகோ கவர்னர் பில் ரிச்சர்ட்சன், ஐக்கிய நாடுகள் சபைக்கான முன்னாள் அமெரிக்கத் தூதுவர். வட கொரியாவிற்கு முந்தைய பயணங்களில் தடுத்து வைக்கப்பட்டிருந்த ஒரு அமெரிக்கரை விடுவிப்பதற்கான பேச்சுவார்த்தையும் அடங்கும்.

தென்கொரியாவுக்கான முன்னாள் அமெரிக்கத் தூதர் மற்றும் தற்போதைய கொரியா சொசைட்டித் தலைவர் டொனால்ட் கிரெக், வடகொரிய அணு ஆயுதங்களில் பலமுறை பயணம் செய்த சிக் ஹாரிசன் மற்றும் ஜார்ஜியா பல்கலைக்கழகத்தில்

அறிஞர் ஹான் பார்க் போன்ற கீழ்மட்ட தூதர்கள் அனைவரும் முன்வந்தனர்.

செனட் வெளியுறவுக் குழுவின் தலைவரான சென். ஜான் கெர்ரி, பெண்களை விடுவிப்பதற்கான வெள்ளை மாளிகை மற்றும் வெளியுறவுத் துறையுடன் ஒருங்கிணைக்கும் முயற்சிகளிலும் நெருக்கமாக ஈடுபட்டார்.

இறுதியில், வடகொரியா விரும்பியது கிளிண்டனைத்தான். பில் கிளிண்டன் பேச்சுவார்த்தை நடத்தி அவர்களை விடுவித்து அழைத்து வந்தார்.

டொனால்ட் டிரம்ப் மற்றும் கிம் ஜாங் உன் இடையேயான பேச்சுவார்த்தையின் சாத்தியம் உட்பட, வடகொரியாவின் சாத்தியமான அணுகுண்டுகளுக்கு தீர்வு காண அமெரிக்கா தொடர்ந்து முயன்றாலும், கொரிய தீபகற்பத்தில் அணுசக்திப் பெருக்கத்திற்கு முற்றுப்புள்ளி வைக்கும் கிளிண்டனின் பார்வை இப்போது ஒரு மாயை போல் தெரிகிறது.

இதற்கிடையில் ஜோ பைடன் ஆட்சிக்கு வந்தபின், பல மாறுதல்கள் ஏற்பட்டன. தொற்றுநோய் வேறு வடகொரியாவை தனிமைப்படுத்தியது. வடகொரியாவால் முன்போல அணு ஆயுதங்களைப் பரிசோதிக்க முடியவில்லை.

இதற்கு முன் வடகொரியா எப்போதுமே தன் ஏவுகணைகளைப் பரிசோதித்தே வந்திருக்கிறது. 2017 ஆம் ஆண்டில் வட கொரியா 23 ஏவுகணைகளை ஏவியது, ஜப்பான் மீது இரண்டு ஏவுகணைகளை ஏவியது. அத்துடன் அணு ஆயுத சோதனை நடத்தியது. நாட்டின் முதல் கண்டம் விட்டு கண்டம் பாயும் ஏவுகணை (ICBM) உட்பட உலகின் பெரும்பாலான பகுதிகளை வரம்பிற்குள் கொண்டுவரப் போதுமான சக்தி கொண்ட ஆயுதங்களை சோதனைகள் காட்சிப்படுத்தின

கோவிட் -19 தொற்றுநோய் தாக்கியது, வட கொரியாவை மேலும் தனிமைப்படுத்தியது. ஏற்கனவே ஏழ்மையில்இருந்த நாடு அதன் எல்லைகளை முழுவதுமாக அடைத்துக்கொண்டது. வெளிநாட்டு இராஜதந்திரிகள் மற்றும் உதவி ஊழியர்கள் பெருமளவில் வெளியேறினர். இந்த நேரத்தில், ஏவுகணைகளின் எண்ணிக்கையும் குறைவாகவே இருந்தது. 2020ல் நான்கு

மற்றும் 2021ல் எட்டு. வடகொரியா இப்போது அதன் சோதனையை மிக வேகமாக விரைவுபடுத்துவதற்கு சில காரணங்கள் இருப்பதாக நிபுணர்கள் கூறுகின்றனர்.

முதலாவதாக, கடந்தசில ஆண்டுகளில் நடந்த நிகழ்வுகளுக்குப் பிறகு இது சரியான நேரமாக இருக்கலாம் - ஆகஸ்டில் கோவிட்க்கு எதிராக கிம் வெற்றியை அறிவித்தார். பைடனின் புதிய நிர்வாகம் தென்கொரியாவுடனான ஒற்றுமையின் நிகழ்ச்சிகளில் கவனம் செலுத்துகிறது.

"அரசியல் காரணங்களால் சில ஆண்டுகளாக வடகொரியாவால் சோதனை செய்ய முடியவில்லை. எனவே வடகொரியப் பொறியாளர்கள் மற்றும் ஜெனரல்கள் தங்கள் இயந்திரங்கள் நன்றாக வேலை செய்யப் போகின்றன என்பதை உறுதிப்படுத்த மிகவும் ஆர்வமாக இருப்பார்கள். எனவே இந்தப் பரிசோதனைகளைச் செய்திருக்கலாம்" என்று பேராசிரியர் ஆண்ட்ரே லாங்கோவ் தென் கொரியாவின் கூக்மின் பல்கலைக்கழகத்தில் தெரிவித்திருக்கிறார்.

மிடில்பரி இன்ஸ்டிடியூட் ஆஃப் இன்டர்நேஷனல் ஸ்டடீஸின் ஆயுத நிபுணரும் பேராசிரியருமான ஜெஃப்ரி லூயிஸ் ஸ்டார்ம் கோடையில் சோதனையை நிறுத்திவிட்டு, இலையுதிர்காலத்தில் வானிலை மேம்பட்டவுடன் மீண்டும் தொடங்குவது வடகொரியாவுக்கு இயல்பானது, உலகளாவிய மோதலின் போது வேண்டுமென்றே வடகொரியாவின் ஆயுதங்களை காட்சிப்படுத்துவதன் மூலம், கிம் ஒரு செய்தியை உலகிற்கு சொல்கிறார்.

"அவர்கள் புறக்கணிக்கப்படக்கூடாது என்பதை உலகிற்கு நினைவூட்ட விரும்புகிறார்கள். அவர்கள் இருக்கிறார்கள் மற்றும் அவர்களின் பொறியியலாளர்கள் அணு ஆயுதங்கள் மற்றும் விநியோக முறைகள் இரண்டையும் உருவாக்க இருபத்தி நான்கு மணிநேரமும் வேலை செய்கிறார்கள்."

ஹவாயில் உள்ள அமெரிக்க பசிபிக் கட்டளையின் கூட்டுப் புலனாய்வு மையத்தின் முன்னாள் செயல்பாட்டு இயக்குநரான கார்ல் ஸ்கஸ்டர். கிம் தன்னை நோக்கி கவனத்தை ஈர்ப்பதற்காக ஏவுகணைகளை ஏவுகிறார். ஆனால் ஜப்பானுக்கும்

அமெரிக்காவிற்கும் அவரை ஈடுபடுத்துவதற்கான அழுத்தத்தை இது உருவாக்கும் என்றே நம்புகிறார்.

நேட்டோ தலைவர்கள் மாட்ரிட்டில் சந்தித்து, ஒரு புதிய செயல்திட்டத்தை உருவாக்கி, ரஷ்யாவும் சீனாவும் மேற்கத்தியப் பாதுகாப்பு, நலன்கள் மற்றும் மதிப்புகளுக்கு முக்கிய அச்சுறுத்தல்கள் என்று அறிவித்தனர். முதன்முறையாக, நேட்டோ உச்சிமாநாடு சீனாவைச் சூழ்ந்துள்ள ஆசியா பசிபிக் "சென்டினல் மாநிலங்களை" உள்ளடக்கி விரிவுபடுத்தப்பட்டது - ஆஸ்திரேலியா, ஜப்பான், தென் கொரியா மற்றும் நியூசிலாந்து - மற்றும் வடக்கு அட்லாண்டிக் இந்தோ-பசிபிக் பிராந்தியத்தை உள்ளடக்கியதாக விரிவுபடுத்தப்பட்டது.

அதே நேட்டோ தான், ஐ.நா. பாதுகாப்புக் கவுன்சிலின் அனுமதி இல்லாமல், ஆப்கானிஸ்தான் மீது சட்டவிரோதப் போரை நடத்தியது மற்றும் லிபியா மீது குண்டு வீசியது என்பதை மறந்துவிடக் கூடாது. 185,000 முதல் 208,000 சிவிலியன்கள் இறந்தது மற்றும் மத்தியக் கிழக்கை நிலையற்ற தன்மைக்கு உட்படுத்தியது. இது அமெரிக்க வெளியுறவுக் கொள்கையில் பசிபிக் தீவுகளுக்கு முன்னுரிமை அளிக்கும். அமெரிக்கா கிரிபட்டி மற்றும் டோங்காவில் புதிய தூதரகங்களை நிறுவும் மற்றும் சாலமன் தீவுகளில் அமெரிக்கா தன் தூதரகத்தை மீண்டும் திறக்க விரும்புகிறது. அமெரிக்க அரசாங்கம் அதன் தற்போதைய நிதியுதவியை ஆண்டுக்கு 60 மில்லியன் டாலராக அடுத்த பத்து ஆண்டுகளுக்கு மூன்று மடங்காக உயர்த்தும், இது ஃபோரம் ஃபிஷரீஸ் ஏஜென்சியுடன் ஒரு புதிய பொருளாதார உதவி ஒப்பந்தத்துடன் இணைக்கப்பட்டுள்ளது.

அமெரிக்க அரசாங்கம் தனது முதல் அமெரிக்க பசிபிக் தீவுகள் மன்றத்தின் தூதரை நியமித்து, பசிபிக் தீவுகள் முழுவதும் நமது ஒட்டுமொத்த இராஜதந்திரத் தடயத்தை அதிகரிக்கும். அமெரிக்கா அமைதிப் படையை பசிபிக் பகுதிக்கு முதலில் ஃபிஜி, டோங்கா, சமோவா மற்றும் வனுவாட்டுக்கு அனுப்பும், பின்னர் கூடுதல் பசிபிக் தீவு நாடுகளுக்கு விரிவடையும். அமெரிக்கா நெருக்கமான ஒத்துழைப்பை மேம்படுத்துவதற்காக பிஜியில் பசிபிக் பிராந்தியத்திற்கான சர்வதேச மேம்பாட்டுக்கான அதன் ஏஜென்சியை (USAID) மீண்டும் நிறுவும்.

இந்த விரிவாக்கத்தை ஆதரித்து, நேட்டோ ஜூலை முழுவதும் போர்ப் பயிற்சிகளை நடத்தி வருகிறது. ரிம் ஆஃப் தி பசிபிக் (RIMPAC) பயிற்சிகளில் உலகின் மிகப்பெரிய வான், தரை மற்றும் கடல் போர் சூழ்ச்சிகளில் இருபத்தாறு நாடுகளைச் சேர்ந்த 238 கப்பல்கள், 170 விமானங்கள், நான்கு நீர்மூழ்கிக் கப்பல்கள் மற்றும் இருபத்தைந்தாயிரம் இராணுவ வீரர்கள் பங்கெடுக்க உள்ளனர்.

பங்கேற்கும் இருபத்தாறு நாடுகளில் கிட்டத்தட்ட பாதி நேட்டோ உறுப்பினர்கள் அல்லது பங்காளிகள். எட்டுப் பேர் நேட்டோவின் உறுப்பினர்கள் - கனடா, கொலம்பியா, டென்மார்க், பிரான்ஸ், ஜெர்மனி, இத்தாலி, ஐக்கிய அரசுகள் மற்றும் அமெரிக்கா. நான்கு நாடுகள் நேட்டோவின் ஆசிய-பசிபிக் 'பங்காளிகள்' - ஆஸ்திரேலியா, ஜப்பான், தென் கொரியா மற்றும் நியூசிலாந்து.

RIMPAC ஆனது அமெரிக்காவிற்கும் சீனாவிற்கும் இடையே ஆயுத மோதலுக்கான வாய்ப்பை அதிகரிக்கிறது. மேலும் பசிபிக் சமூகங்கள் ஒரு மாற்று எதிர்காலத்திற்கு அழைப்பு விடுக்கின்றன. இது இராணுவமயமாக்கப்பட்ட பாதுகாப்பை உண்மையான மனிதப் பாதுகாப்புடன் மாற்றுகிறது.

சீனாவின் கடற்கரையில் ஆத்திரமூட்டும் அமெரிக்கப் போர்க்கப்பல்களின் பயிற்சியில் ஆஸ்திரேலியா இணைந்துள்ளது. இந்த ஆத்திரமூட்டல்களுடன், சீனாவைச் சுற்றி வளைக்கும் இருநூற்றுத் தொண்ணூறு அமெரிக்க இராணுவத் தளங்கள் பாதுகாப்பு மற்றும் அமைதிக்கான அச்சுறுத்தல்களை மேலும் அதிகரிக்கின்றன.

செப்டம்பர் 2021ல் அறிவிக்கப்பட்ட ஆஸ்திரேலியா, யு.கே. மற்றும் யு.எஸ் இடையேயான இராணுவ உடன்படிக்கையான AUKUS இந்த இராணுவமயமாக்கலின் ஒரு முக்கிய அங்கமாகும். AUKUSன் முக்கியக் கூறுபாடு அணுசக்தியால் இயங்கும் நீர்மூழ்கிக் கப்பல்களுக்கான அமெரிக்கத் தொழில்நுட்பத்தை ஆஸ்திரேலியாவுக்கு மாற்றுவதற்கான ஒப்பந்தமாகும். இவ்வாறான முயற்சிகளால் ஒரு பக்கம் சீனா அமெரிக்கா மேல் காட்டமாகி இருக்கிறது. நான்சி பலோசி தைவானுக்கு சென்று ஆதரவு தந்ததும் கூட சீனாவிற்கு இன்னும் சினத்தை

வரவழைத்தது. இப்போது துணை அதிபர் கமலா ஹாரீஸ் தென்கொரியா சென்று வந்ததும் கேலிக்கூத்தாகியிருக்கிறது. 1963 முதல் தென்கொரியாவுடன் ஆயுத தளவாட ஒப்பந்தம், வர்த்தக ஒப்பந்தம் முதல் நல்லுறவு பேணும் அமெரிக்கா அதை இன்னமும் தொடர்ந்து கொண்டிருக்கிறது.

உக்ரைன் போரில் ரஷ்யா அமெரிக்கா மேல் கடும் கோபத்தில் இருக்கிறது. எனவே, அமெரிக்கா, வட கொரியாமேல் பொருளாதார தடைகளைக் கொண்டுவர முயன்றபோது இரண்டு நாடுகளும் எதிரிக்கு எதிரி நண்பன் என்ற அளவில் அதை வீடோ செய்து தோல்வியடைய செய்துவிட்டன. இதனால் அகமகிழ்ந்து போன வடகொரியா தைரியமடைந்து தன் தசைபலத்தை காட்ட முற்படுகிறது.

என்னதான் செய்ய வேண்டும் அமெரிக்கா..?

வட கொரியா தனது அணுசக்தி மற்றும் ஏவுகணைத் திட்டங்களை முடிவுக்குக் கொண்டுவருவதில் ஒருபோதும் தீவிரமாக இருந்ததில்லை. பியோங்யாங்கின் அணுசக்தி முயற்சியை நிறுத்துவதற்கு மிகவும் வலுவான தூண்டுதல்கள்கூடப் போதுமானதாக இல்லை என்பதை அமெரிக்கா அறிந்திருக்கிறது.

வடகொரியா தனது அணுசக்தி மற்றும் ஏவுகணைச் சொத்துக்களைப் பாதுகாக்க கடுமையான பொருளாதாரத் தடைகளைத் தாங்கத் தயாராக உள்ளது. அணு ஆயுதங்களும், பாலிஸ்டிக் ஏவுகணைகளும் வடகொரியாவின் ஆட்சியின் உயிர்த் திட்டத்தின் இரட்டைத் தூண்களாக இருக்கின்றன. மேலும் பியோங்யாங் தனது அரசியல் சாசனத்தில் அணுசக்தி அந்தஸ்தை நிலைநிறுத்தி, எந்த சூழ்நிலையிலும் அணு ஆயுதங்களை விட்டுக்கொடுக்க மாட்டோம் என்று அறிவித்திருக்கிறது.

இன்று, வட கொரியா அதன் அணு மற்றும் பாலிஸ்டிக் (Ballistic) ஏவுகணைத் திட்டங்களை முன்னெடுத்து வருகிறது, அதை அது அதன் 'சாணக்கிய செயலாக்கத் தடுப்பு' என்று அழைக்கிறது. சர்வதேச சர்வதேசச் சமூகம் தன்னை ஒரு அணு ஆயுத நாடாக ஒருபோதும் அங்கீகரிக்காது என்பது பியோங்யாங்கிற்குத் தெரியும், ஆனால் அதன் அணுசக்தி

நிலையை வெறுப்புடன் ஏற்றுக்கொள்ள முடியும் என்று நம்புகிறது.

இதற்கிடையில், 2008இல் சரிந்த ஆறு-கட்சி அணுவாயுதமற்ற பேச்சுக்களை மீண்டும் நடத்த சீனா நம்புகிறது. அணுவாயுதமாக்கலில் ஆர்வம் காட்டுவதாக அவ்வப்போது வடகொரிய அறிவிப்புகள் கூறினாலும், பியோங்யாங் அணு ஆயுதத் தாக்குதல் திறனை மேம்படுத்தும் முயற்சியில் இறங்கியுள்ளது, இது விரைவில் வடகிழக்கு ஆசியா, அங்கே உள்ள அமெரிக்க நட்பு நாடுகள் மற்றும் அமெரிக்க தளங்கள் உட்பட அனைவரையும் அச்சுறுத்தும். இந்த உண்மைகளை எதிர்கொண்டால், அணு ஆயுதங்களை வைத்திருக்கும் வட கொரியாவின் புதிய யதார்த்தத்தைச் சந்திக்க அமெரிக்க கொள்கை மாற வேண்டும்.

தற்போதைய வடகொரிய ஆட்சிக்கு அணுவாயுதத்தைக் கைவிடும் எண்ணம் இல்லை என்பதை அமெரிக்கா அங்கீகரிக்க வேண்டும். ஆயினும்கூட, அணுவாயுதமாக்கல் என்பது அமெரிக்கக் கொள்கையின் குறிக்கோளாக இருக்க வேண்டும், மேலும் பேச்சுவார்த்தைகள் அந்த இலக்கை அடைவதற்கான தீவிர வாய்ப்பை வழங்கினால் அமெரிக்கா பேச்சுவார்த்தைகளுக்குத் திறந்திருக்க வேண்டும். வடகொரியாவின் தலைவர்களுடனான நேரடி உரையாடல் மட்டுமே DPRK (democratic People Republic of Korea) கொள்கையை மாற்றுவதற்கான வாய்ப்புகள் இருப்பதையும் அங்கீகரிக்க வேண்டும்- வெற்றிபெறும் வாய்ப்புகள் குறைவான போதிலும்.

நம்பகமான பேச்சுவார்த்தைகளுக்குக் கதவைத் திறந்து விட்டு, வாஷிங்டன் தற்போதைய பொருளாதாரத் தடைகளை விரிவுபடுத்தித் தீவிரப்படுத்த வேண்டும். அதன் மூலம் பியோங்யாங்கிற்கு அதன் அணு ஆயுதத் திட்டத்தின் பொருளாதார மற்றும் அரசியல் செலவைப் பெருமளவில் உயர்த்த வேண்டும். அமெரிக்கா வலுவான தடுப்பு மற்றும் எதிர்ப்புப் பரவல் நடவடிக்கைகளை மேற்கொள்ள வேண்டும் மற்றும் அதன் அணுசக்தி லட்சியங்கள் ஆட்சியை அதன் பொருளாதார வளர்ச்சி இலக்குகளை அடைவதைத் தடுப்பது

மட்டுமல்லாமல், உறுதியற்ற தன்மைக்கு வழிவகுக்கும் என்று வடகொரியாவை ஈர்க்க வேண்டும். சுருக்கமாக, அமெரிக்கக் கொள்கை வடகொரியாவிற்கு அணு ஆயுதங்களுக்கும் பொருளாதார உயிர்வாழ்விற்கும் இடையே தேர்ந்தெடுக்க ஒரு தெளிவான தேர்வை முன்வைக்க வேண்டும்.

பொருளாதார அழுத்தத்தைத் தீவிரப்படுத்துவது, ஆட்சியின் மோசமான மனித உரிமைகள் சாதனையை எடுத்துக்காட்டுவது மற்றும் வடகொரிய மக்களுக்குத் தகவல் ஓட்டத்தை அதிகரிப்பது ஆகியவை ஆட்சியின் சிந்தனையின் மாற்றத்தை துரிதப்படுத்தலாம். எனவே, பொருளாதாரத் தடைகள் மற்றும் ஆட்சி சார்ந்திருக்கும் உயரடுக்கின் நம்பிக்கையை குலைக்கும் வகையில் வடிவமைக்கப்பட்ட பிற நடவடிக்கைகளையும் இலக்காகக் கொள்ளலாம். ஆனால் இந்த நடவடிக்கைகள் அனைத்தும், ஆட்சியின் அழிவுக்குப் பங்களிக்கக்கூடும். அதன்படி, வடகொரிய ஆட்சியின் சரிவுக்கு எவ்வாறு பதிலளிப்பது என்பது குறித்து வாஷிங்டன் சியோல் மற்றும் டோக்கியோவுடன் (மற்றும் பெய்ஜிங் விரும்பினால்) விவாதங்களை தீவிரப்படுத்த வேண்டும்.

பியோங்யாங்கை அணுவாயுதத் திட்டத்தைக் கைவிடுமாறு சீனாவை அமெரிக்கக் கொள்கை வகுப்பாளர்கள் தொடர்ந்து வலியுறுத்த வேண்டும். வட கொரியாவின் ஆத்திரமூட்டல்கள் மற்றும் வெறித்தனத்தால் சீனா சோர்வடைந்துள்ளது, ஆனால் பெய்ஜிங்கின் வடகொரியாவிற்கான இலக்குகள் மற்றும் முன்னுரிமைகள் அமெரிக்காவை ஒத்ததாக இல்லை. மேலும் சீனாவின் அணுவாயுதமற்ற அணுகுமுறை, DPRK இன் அணுசக்தித் திட்டத்தையும், அதன் வளர்ந்து வரும் அச்சுறுத்தலையும் நீண்ட காலத்திற்கு விட்டுவிடும். வட கொரியா தொடர்ந்து அணு ஆயுதங்களை வைத்திருப்பது PRC அஞ்சும் குழப்பத்தை உருவாக்கும் மற்றும் அது சீனாவின் சொந்த பாதுகாப்பில் இருந்து விலகும் என்று சீனா உறுதியாக நம்ப வேண்டும். வடகொரியா மீதான சீனாவின் மதிப்பீட்டில் அதிக அவசர உணர்வை ஊக்குவிப்பது அமெரிக்கக் கொள்கையின் முக்கிய மையமாக இருக்க வேண்டும். இல்லை என்றால், சீனா ரஷ்யாவுடன் இணைந்து மாறான நிலையை எடுக்க வாய்ப்பு உண்டு. இந்தியாவும் அமெரிக்கா, ஜப்பான்

நாடுகளுடன் சேர்ந்து வட கொரியாவின் இந்த ஏவுகணை அதிரடி பரிசோதனையைக் கண்டித்திருக்கிறது.

எப்போதோ நாகசாகி ஹிரோஷிமோவில் நடந்த அணுகுண்டுவீச்சின் பாதிப்பின் தாக்கம் இன்னும் பிறக்கும் குழந்தைகளிடம் இருக்கிறது. அந்தப் பேரழிவில் இருந்து மீண்டுவர ஜப்பான் மிகவும் உத்வேகத்துடன் உழைக்க வேண்டியிருந்தது. இப்போது உலகில் பல நாடுகள் அணு ஆயுதங்கள் உருவாக்கும் சக்தி படைத்தன. நாம் கவனமாக இல்லை என்றால், இந்த பிரம்மாஸ்திரங்கள் உலகையே அழித்துவிடும்!

மோதிப் பார்!

சீனாவுடனான அமெரிக்காவின் உறவை நிர்வகிப்பது "21ஆம் நூற்றாண்டின் மிகப்பெரிய புவிசார் அரசியல் சோதனை (geopolitical experiment)" என்று பைடன் நிர்வாகம் கூறுமளவிற்கு இரு நாட்டு உறவுகளும் மிகவும் அழுத்தத்தில் இருக்கின்றன. இரண்டும் இரண்டு துருவங்கள். எதில் என்றால் எல்லாவற்றிலும்.

மக்களை எப்படி ஆள்வது, பொருளாதாரத்தை எப்படிக் கையாள்வது என்று ஆரம்பித்தால் ஒவ்வொரு விஷயத்திலும் இரு நாடுகளும் முரண்பட்டே நிற்கின்றன.

இரண்டு நாடுகளும் தங்களுடைய சொந்த எல்லைகளுக்கு அப்பால் செல்வாக்குச் செலுத்தப் பார்க்கின்றன. தொழில் நுட்பத்தில் போட்டி. நிலம், விண்வெளி மற்றும் இணைய உலகில் போட்டி. இராணுவக் காரணங்களுக்காக ஏகப்பட்ட சூழ்ச்சிகள் செய்வதிலும் ஒன்றையொன்று விஞ்சுகின்றன.

ஆனால், சீனாவும் அமெரிக்காவும் வர்த்தகம் மற்றும் வணிகப் பங்காளிகளாகவும் இருப்பதுதான் இங்கே விசேடம். இதுவே இந்த தேசங்களின் நீயா நானா போட்டியை, பழைய பனிப்போர் கால அரசியலைவிடச் சிக்கலானதாக ஆக்குகிறது.

சீனாவிற்கும் அமெரிக்காவிற்குமான உறவு அல்லது பகையின் கதை மிகப் பெரிது.

1949ஆம் ஆண்டு முதல் வர்த்தகம், காலநிலை மாற்றம் மற்றும் தைவான் உள்ளிட்ட பிரச்சினைகளில் இரு நாடுகளும் முட்டிக்கொண்டுதான் வந்துள்ளன. அக்டோபர் 1949ல் சீன மக்கள் குடியரசு நிறுவப்பட்டது. ஜூன் 1950இல் கொரியப்போர் ஆரம்பமானது. சோவியத் ஆதரவுடன், வடகொரிய மக்கள் இராணுவம் ஜூன் 25 அன்று தென்கொரியா மீது படையெடுத்தபோது, ஐக்கிய நாடுகள் சபையும் அமெரிக்காவும் தென்கொரியாவின் பாதுகாப்பிற்குச் சென்றன. அமெரிக்கா, ஐ.நா மற்றும் தென்கொரியத் துருப்புக்கள் சீன எல்லையை நெருங்கும் போது, கம்யூனிச வடக்கிற்கு ஆதரவாகச் சீனா பதிலடி கொடுத்தது. 1953-ல் ஐக்கிய நாடுகள் சபை, சீனா மற்றும் வடகொரியா போர் நிறுத்த ஒப்பந்தத்தில் கையெழுத்திடும் வரை மூன்று வருடமாக நடைபெற்ற மோதலில் நான்கு மில்லியன் மக்கள் இறந்தனர்.

ஆகஸ்ட் 1954-ல் அப்போதைய அமெரிக்க ஜனாதிபதி ஐசனோவர் தைவான் மீதான அமெரிக்கக் கடற்படை முற்றுகையை நீக்கினார். ஆகஸ்ட் 1954 -ல் தைவான் ஜலசந்தியில் உள்ள கியூமோய் மற்றும் மாட்சு தீவுகளுக்கு ஆயிரக்கணக்கான துருப்புக்களை அனுப்ப சியாங் காய்-ஷேக்கை வழிநடத்தினார். சீனாவின் மக்கள் விடுதலை இராணுவம் குண்டுகளாலான தாக்குதல் மூலம் பதிலடி கொடுத்தது. சியாங்கின் தேசியவாதிகளுடன் பரஸ்பரப் பாதுகாப்பு ஒப்பந்தத்தில் வாஷிங்டன் கையெழுத்திட்டது. 1955ல் வசந்த காலத்தில், அமெரிக்கா சீனா மீது அணு ஆயுதத் தாக்குதலை நடத்தப்போவதாக அச்சுறுத்தியது. அந்த ஏப்ரலில், டாச்சென் தீவிலிருந்து தேசியவாதிகள் வெளியேறிய பிறகு ஒரு வரையறுக்கப்பட்ட வெற்றியைக் கூறி, பேச்சுவார்த்தை நடத்த சீனா ஒப்புக்கொண்டது.

மார்ச் 1959-ல், திபெத்தில் சீன ஆக்கிரமிப்புக்கு எதிராக ஆயிரக்கணக்கானோர் தலாய் லாமாவின் அரண்மனை முன் போராடினார்கள். திபெத்தில் மனித உரிமை மீறல்களுக்காக பெய்ஜிங்கைக் கண்டிப்பதில் ஐக்கிய நாடுகள் சபையுடன் அமெரிக்கா இணைந்தது.

வியட்நாமில், அமெரிக்காவிற்கும் சீனாவிற்கும் மோதல் அதிகரித்த நிலையில், 1954ல் சீனா செய்த முதல் அணுகுண்டுச் சோதனை அமெரிக்காவை எரிச்சலடைய வைத்தது.

மார்ச் 1969-ல்,பாதுகாப்பு, சித்தாந்தம் மற்றும் வளர்ச்சி மாதிரிகள் ஆகியவற்றில் உள்ள வேறுபாடுகள் சீன-சோவியத் உறவுகளைப் பாதித்தன. முன்னோக்கிச் செல்லும் பாய்ச்சல் என அறியப்படும் சீனாவின் தீவிரமான தொழில்மயமாக்கல் கொள்கைகள், சீன - சோவியத் உறவைப் பாதித்த போது, காத்துக்கொண்டிருந்த அமெரிக்கா, சீனாவுடன் சமரசம் பேசியது.

வாஷிங்டனுக்கும் பெய்ஜிங்கிற்கும் இடையிலான உறவுகள் இணக்கமாவதின் முதல் பொது அடையாளமாக, சீனாவின் பிங்-பாங் குழு அமெரிக்க அணியின் உறுப்பினர்களை ஏப்ரல் 6, 1971 அன்று சீனாவிற்கு அழைத்தது. 1949-ம் ஆண்டிற்குப் பிறகு சீனாவுக்குள் நுழைய அனுமதிக்கப்பட்ட முதல் அமெரிக்கர்களில் அமெரிக்க வீரர்களுடன் வந்த பத்திரிகையாளர்களும் அடங்குவர். ஜூலை 1971, வெளியுறவுத் துறை செயலர் ஹென்றி கிஸ்ஸிங்கர் சீனாவிற்கு ஒரு ரகசியப் பயணத்தை மேற்கொண்டபின், ஐக்கிய நாடுகள் சபை, சீன மக்கள் குடியரசை அங்கீகரித்தது.

ஜனாதிபதி ரிச்சர்ட் நிக்சன் பிப்ரவரி 1972-ல் சீனாவிற்குச் சென்று தலைவர் மாவோவைச் சந்தித்து, பிரீமியர் சோ என்லாய் உடன் ஷாங்காய் செய்திக் குறிப்பில் கையெழுத்திட்டார். சீனாவும் அமெரிக்காவும் கடினமான பிரச்சினைகளை, குறிப்பாக தைவானைப் பற்றி விவாதிக்க அனுமதிப்பதன் மூலம் மேம்படுத்தப் பட்ட அமெரிக்க-சீன உறவுகளுக்கு இந்த அறிக்கை களம் அமைத்தது.

அமெரிக்க ஜனாதிபதி ஜிம்மி கார்ட்டர் சீனாவிற்கு முழு இராஜதந்திர அங்கீகாரத்தை வழங்குவதோடு, சீனாவின் "ஒரே சீனா" கொள்கையை ஒப்புக்கொண்டார். மற்றும் தைவானுடனான இயல்பான உறவுகளை முறித்துக் கொண்டார். பெரிய பொருளாதாரச் சீர்திருத்தங்கள் மூலம் சீனாவை வழிநடத்தும் சீனத் துணைப் பிரதமர் டெங் சியாவோபிங், அமெரிக்காவிற்கு விஜயம் செய்தார். இருப்பினும், ஏப்ரல்

மாதத்தில், தைவான் உறவுகள் சட்டத்திற்கு அமெரிக்க காங்கிரஸ் ஒப்புதல் அளித்து, அமெரிக்காவிற்கும் தைவானுக்கும் இடையே வணிக மற்றும் கலாசார உறவுகளைத் தொடர அனுமதித்தது.

ஜூலை 1982 அதிபர் ரொனால்ட் ரீகன் நிர்வாகம் தைவானுக்கு ஆறு உத்தரவாதங்களை வழங்கியது. அதன்படி, அமெரிக்கா-தைவான் உறவுகள் சட்டத்தை மதிக்கும், தைவானுக்கும் சீனாவுக்கும் இடையில், அமெரிக்கா மத்தியஸ்தம் செய்யாது, ஆனாலும், தைவானுக்கான ஆயுத விற்பனையை நிறுத்துவதற்கு அமெரிக்கா, எந்த தேதியையும் நிர்ணயிக்காதது, சீனாவை ஐயம் கொள்ளச்செய்தது. ஏப்ரல் 1984 இல் ரீகன் சீனாவிற்கு விஜயம் செய்து, உறவைப் பலப்படுத்த, புதிய உடன்படிக்கையில் கையொப்பமிட்டார். அமெரிக்க இராணுவ உபகரணங்களை வாங்குவதற்கு பெய்ஜிங்கை அமெரிக்க அரசாங்கம் அனுமதித்தது.

1989 வசந்த காலத்தில், பெய்ஜிங்கின் தியானன்மென் சதுக்கத்தில் ஜனநாயகச் சீர்திருத்தங்கள் மற்றும் ஊழலுக்கு முற்றுப்புள்ளி வைக்கக் கோரி ஆர்ப்பாட்டங்களை நடத்திய மாணவர்களை, இராணுவம் கொண்டு அழித்தது. அதில் ஆயிரக்கணக்கன மாணவர்கள் கொல்லப்பட்டார்கள். அதனைக் கண்டிக்கும் வகையில், அமெரிக்க அரசாங்கம் பெய்ஜிங்கிற்கான இராணுவ விற்பனையை நிறுத்தி, உறவுகளை முடக்கியது.

செப்டம்பர் 1993-ல், 1979 முதல் அரசியல் கைதியாக இருந்த வெய் ஜிங்ஷெங்கை சீனா விடுவித்தது. அந்த ஆண்டு, ஜனாதிபதி பில் கிளிண்டன் சீனாவுடன் 'ஆக்கபூர்வமான ஈடுபாடு' கொள்கையைத் தொடங்கினார். இருப்பினும், 2000 ஒலிம்பிக் போட்டிகளை நடத்துவதற்கான முயற்சியை பெய்ஜிங் இழந்த பிறகு, சீன அரசாங்கம் வெய்யை மீண்டும் சிறையில் அடைத்தது. நான்கு ஆண்டுகளுக்குப் பிறகு, வெய் மற்றும் தியனன்மென் சதுக்க எதிர்ப்பாளர் வாங் டான் ஆகியோரை கிளிண்டன் விடுவித்தார். பெய்ஜிங் இரு அதிருப்தியாளர்களையும் அமெரிக்காவிற்கு நாடு கடத்தியது.

தைவான் தலைவர்களுக்கு விசா வழங்குவதற்கு எதிரான பதினைந்து ஆண்டுகால அமெரிக்கக் கொள்கையை

மாற்றியமைத்து, லீயின் வருகையை ஜனாதிபதி கிளிண்டன் அங்கீகரித்த பின்னர் தேர்தல் வந்தது. தைவானின் தேசியவாதக் கட்சியின் லீ டெங்-ஹுய் தைவானின் முதல் சுதந்திரமான ஜனாதிபதித் தேர்தலில் மார்ச் 1996-ல் பெரிய வாக்கு வித்தியாசத்தில் வெற்றி பெற்றார். சீன ஏவுகணைகள், இந்தத் தேர்தலை எதிர்த்தது. 1996-ல், வாஷிங்டனும் பெய்ஜிங்கும் மீண்டும் அதிகாரிகளைப் பரிமாறிக்கொள்ள ஒப்புக்கொண்டன.

வடக்கு அட்லாண்டிக் ஒப்பந்த அமைப்பு (நேட்டோ) 1999-ம் ஆண்டு மே மாதம் கொசோவோவை ஆக்கிரமித்த செர்பியப் படைகளுக்கு எதிரான பிரசாரத்தின் போது பெல்கிரேடில் உள்ள சீனத் தூதரகத்தின் மீது தவறுதலாக வெடிகுண்டு வீசியது. இது அமெரிக்க-சீன உறவுகளை உலுக்கியது.

2000-ம் ஆண்டின் அமெரிக்க-சீனா உறவுச் சட்டத்தில் ஜனாதிபதி கிளிண்டன் கையெழுத்திட்டார். இதன்மூலம், அமெரிக்காவுடன் பெய்ஜிங்கிற்கு நிரந்தர, இயல்பான வர்த்தக உறவுகளை வழங்கி, 2001-ம் ஆண்டில் சீனா உலக வர்த்தக அமைப்பில் சேர வழிவகுத்தார். ஐந்து பில்லியன் டாலர் முதல் இருநூற்றி முப்பத்தொரு பில்லியன் டாலர் வரையிலான வர்த்தகம் சாத்தியமானது. 2006-ல், கனடாவுக்குப் பிறகு அமெரிக்காவின் இரண்டாவது பெரிய வர்த்தகப் பங்காளியாக சீனா வளர்ந்து, மெக்சிகோவை விஞ்சியது.

இதைத் தொடர்ந்து உறவுகள் பலப்படும் வேளையில், அமெரிக்க உளவு விமானம் ஒரு சீனப் போர் விமானத்துடன் மோதி, சீனப் பகுதியில் அவசரமாகத் தரையிறங்கியது. சீனாவின் ஹைனன் தீவில் உள்ள அதிகாரிகள், இருபத்தி நான்கு பேர் கொண்ட அமெரிக்கக் குழுவினரைத் தடுத்து வைத்து, நீண்ட பேச்சுவார்த்தைகளுக்குப் பிறகு விடுவித்தனர். மேலும் ஜனாதிபதி ஜார்ஜ் டபிள்யூ. புஷ் அமெரிக்க விமானம் தரையிறங்கியது குறித்து வருத்தம் தெரிவித்தார்.

பெய்ஜிங்கை ஒரு வளர்ந்து வரும் சக்தியாக அங்கீகரித்து, 'பொறுப்பான பங்குதாரராக' பணியாற்றவும், சூடான், வட கொரியா மற்றும் ஈரான் போன்ற நாடுகளைச் சர்வதேச அமைப்புக்குள் இழுக்கவும் அதன் செல்வாக்கைப் பயன்படுத்தவும் அமெரிக்கா அழைப்பு விடுத்தது.

அணுசக்திச் சோதனை நடத்திய வடகொரியாவைப் பேச்சுவார்த்தைக்கு அழைத்து வர சீனா, அமெரிக்காவிற்கு உதவியது. அதற்குப் பதிலாக, அடுத்து வரும் வருடங்களில், அமெரிக்கா, சீனாவிற்கு அறுநூறு பில்லியன் டாலர் நிதியைக் கடனாகக் கொடுத்திருக்கிறது. இதுபோன்ற வர்த்தக உறவுகள், இருநாட்டிற்குள்ளும் நட்பை வலுப்படுத்தினாலும், சர்வதேச அளவில் கவலையை ஏற்படுத்தியது.

சீனா உலகின் இரண்டாவது பெரிய பொருளாதாரமாக மாறியதில் அமெரிக்காவின் பங்கு முதன்மையானது. 2010-ம் ஆண்டின் இரண்டாவது காலாண்டில் 1.33 டிரில்லியன் டாலர் மதிப்பீட்டிற்குப் பிறகு சீனா, ஜப்பானை உலகின் இரண்டாவது பெரிய பொருளாதாரமாக விஞ்சியது. அந்த ஆண்டு ஜப்பானின் பொருளாதார மதிப்பு $1.28 டிரில்லியனுக்குச் சற்று அதிகமாகும்.

2011-ல் ஆசிய-பசிபிக் பிராந்தியத்தில் 'அதிகரித்த முதலீட்டிற்கான-இராஜதந்திர, பொருளாதார அமைப்பை உருவாக்க வேண்டும்' என்ற ஹிலரி கிளிண்டனின் பேச்சு, சீனாவின் வளர்ந்து வரும் செல்வாக்கை எதிர்ப்பதற்கான ஒரு நடவடிக்கையாகப் பார்க்கப்பட்டது. அந்த மாதம், ஆசிய-பசிபிக் பொருளாதார ஒத்துழைப்பு உச்சி மாநாட்டில், அமெரிக்க ஜனாதிபதி பராக் ஒபாமா, அமெரிக்காவும் மற்ற எட்டு நாடுகளும் டிரான்ஸ்-பசிபிக் கூட்டாண்மை- ஒரு பன்னாட்டு சுதந்திர வர்த்தக ஒப்பந்தத்தில் ஒரு உடன்பாட்டை எட்டியுள்ளதாக அறிவித்தார். அதே சமயம் ஒபாமா ஆஸ்திரேலியாவில் இரண்டாயிரத்து ஐந்நூறு கடற்படையினரை நிலைநிறுத்துவதற்கான திட்டத்தையும் அறிவித்தார். இதனைப் பெய்ஜிங் எதிர்த்தது.

சீனாவுடனான அமெரிக்க வர்த்தகப் பற்றாக்குறை 2010 -ல் $273.1 பில்லியனில் இருந்து 2011-ல் $295.5 பில்லியனாக உயர்ந்தது. மார்ச் மாதத்தில், அமெரிக்கா, ஐரோப்பிய ஒன்றியம் மற்றும் ஜப்பான் ஆகியவை அரிய புவி உலோகங்களை ஏற்றுமதி செய்வதில் அதன் கட்டுப்பாடுகள் குறித்து உலக வர்த்தக அமைப்பில் சீனாவுடன் 'ஆலோசனைகளுக்கான கோரிக்கையை'த் தாக்கல் செய்தன.

அமெரிக்காவும் அதன் நட்பு நாடுகளும் சீனாவின் ஒதுக்கீடு, சர்வதேச வர்த்தக விதிமுறைகளை மீறுவதாக வாதிட்டு, உலோகங்களைப் பயன்படுத்தும் பன்னாட்டு நிறுவனங்களைச் சீனாவுக்கு இடம்பெயரச் செய்தன.

2012-ல் நடந்த தேர்தலில், நாட்டின் முக்கியத் தலைமை அமைப்புகளான பொலிட்பீரோ நிலைக்குழு, மத்திய ராணுவ ஆணையம் மற்றும் மாநிலக் கவுன்சில் உறுப்பினர்களில் எழுபது சதவீதம் பேர் மாற்றப்பட்டதால், பதினெட்டாவது தேசியக் கட்சி காங்கிரஸ் பல தலைமுறைகளில் மிக முக்கியமான தலைமைப் பரிமாற்றத்துடன் முடிவடைந்தது. ஜி ஜின்பிங் தலைவரானார்.

ஜனாதிபதி ஒபாமா, கலிபோர்னியாவில் உள்ள சன்னிலேண்ட்ஸ் தோட்டத்தில் “Shirt Sleeves உச்சிமாநாட்டிற்கு” ஜனாதிபதி XIக்கு விருந்தளித்து, பதட்டமான அமெரிக்க-சீன உறவுகளை எளிதாக்கினார். காலநிலை மாற்றம் மற்றும் வடகொரியா உள்ளிட்ட இருதரப்பு, பிராந்திய மற்றும் உலகளாவிய பிரச்சினைகளை அழுத்துவதில் மிகவும் திறம்பட ஒத்துழைக்கத் தலைவர்கள் உறுதியளித்தனர். அமெரிக்காவிற்கும் சீனாவிற்கும் ‘புதிய வகை பெரும் சக்தி உறவுகளை’ நிறுவும் Xi கருத்துக்கு ஒரு ‘புதிய மாதிரி’ உறவுகளை நிறுவுவதற்கு ஒபாமாவும் Xiயும் உறுதிமொழி எடுத்தனர்.

அமெரிக்க நிறுவனங்களிடமிருந்து வர்த்தகத் தொழில்நுட்பத்தை திருடிய குற்றச்சாட்டின் பேரில், சீனாவின் மக்கள் விடுதலை இராணுவத்துடன் தொடர்புடையதாகக் கூறப்படும் ஐந்து சீன ஹேக்கர்ஸ் மீது அமெரிக்க நீதிமன்றம் குற்றஞ்சாட்டியதற்குப் பதிலாக, பெய்ஜிங் அமெரிக்க-சீனா இணைய பாதுகாப்பு பணிக்குழுவில் அதன் ஒத்துழைப்பை நிறுத்தியது.

ஹாங்காங்கில் 2019 ஜனநாயக சார்பு ஆர்ப்பாட்டங்களுக்கும், சின்ஜியாங் ஒடுக்கு முறைக்கும் பெய்ஜிங்கின் கூர்மையான பதிலடிக்கும் அமெரிக்காவும் ஐரோப்பிய ஒன்றியமும் சீன அதிகாரிகள் மீது பொருளாதாரத் தடைகளை விதித்தன.

சின்ஜியாங்கில் இருந்து தொழிற்சாலைகள் மற்றும் நகரங்களுக்கு மாற்றப்படும் தொழிலாளர்களை உள்ளடக்கிய தொழிலாளர்

திட்டங்கள் குறித்தும் அமெரிக்க அதிகாரிகள் கவலை தெரிவித்தனர். இத்தகைய திட்டங்களின் பின்னால், மிக அதிகமான உழைப்பு சுரண்டப்படுவதாக அமெரிக்கா குற்றம் சாட்டியது. சீனா அதைத் திட்டவட்டமாக மறுத்தது.

அமெரிக்கா ஆதாரங்களோடு தன் குற்றச்சாட்டை நிரூபித்தது. இதன்பின், பெய்ஜிங்கில் நடந்த ஆசிய-பசிபிக் பொருளாதார ஒத்துழைப்பு (APEC) உச்சிமாநாட்டின் போது ஒபாமாவும் சீன அதிபரும். காலநிலை மாற்றம் குறித்து ஒரு கூட்டறிக்கையை வெளியிட்டனர். கார்பன் உமிழ்வைக் குறைப்பதாக உறுதியளித்தனர். 2030ஆம் ஆண்டிற்குள் கார்பன் உமிழ்வுகளின் வளர்ச்சியைக் கட்டுப்படுத்தும் சீனாவின் முதல் வாக்குறுதியை ஜின்பிங் வழங்கினார்.

2015இல் நடந்த CSIS ஆசியா கடல்சார் வெளிப்படைத்தன்மை முயற்சி / டிஜிட்டல் குளோப் ஆசியப் பாதுகாப்பு குறித்த பதினான்காவது வருடாந்திர ஷாங்க்ரி-லா உரையாடலில், அமெரிக்கப் பாதுகாப்புச் செயலர் ஆஷ்டன் கார்ட்டர், தென்சீனக் கடலில் சீனாவின் சர்ச்சைக்குரிய நில மீட்பு முயற்சிகளை நிறுத்துமாறு அழைப்பு விடுத்தார். மேலும் சர்ச்சைக்குரிய பிரதேசத்தில் ‘எந்தவொரு இராணுவமயமாக்கலையும் அமெரிக்கா எதிர்க்கிறது’ என்று கூறினார்.

2017 அமெரிக்க ஜனாதிபதித் தேர்தலில் வெற்றி பெற்ற பிறகு அதிபர் டிரம்ப், தைவான் அதிபர் சாய் இங்-வெனுடன் தொலைபேசியில் பேசுவதன் மூலமும், அதன் ஒரு-சீனாக் கொள்கைக்கான அமெரிக்காவின் உறுதிப்பாட்டைக் கேள்விக்குள்ளாக்குவதன் மூலமும் அமெரிக்காவில் நிலவிய நடைமுறையை முறித்துக் கொண்டார்.

நான்கு தலைமுறைகளாக வாஷிங்டனின் கொள்கை ஒரே ஒரு சீனா மட்டுமே உள்ளது என்பதை அங்கீகரித்துள்ளது. இந்தக் கொள்கையின் கீழ், அமெரிக்கா, சீன மக்கள் குடியரசுடன் முறையான உறவுகளைப் பேணி வருகிறது. ஆனால் பாதுகாப்பு உதவி வழங்குவது உட்பட தாய்வானுடன் அதிகாரப்பூர்வமற்ற உறவுகளையும் பேணுகிறது. இரண்டு வருடங்களுக்குப் பிறகு, புளோரிடாவில் உள்ள மார்-ஏ-லாகோ தோட்டத்தில் இரண்டு நாள் உச்சிமாநாட்டிற்கு சீன அதிபரை டிரம்ப்

வரவேற்று, பேச்சுவார்ததை நடத்தியபின், அமெரிக்க சீன உறவில் மேலும் முன்னேற்றமடைந்ததாக இரு தலைவர்களும் தெரிவித்தனர். மே மாதத்தின் நடுப்பகுதியில், அமெரிக்க வர்த்தகச் செயலாளர் வில்பர் ரோஸ், மாட்டிறைச்சி, கோழி இறைச்சி மற்றும் மின்னணுப் பணம் போன்ற பொருட்கள் மற்றும் சேவைகளின் வர்த்தகத்தை விரிவுபடுத்துவதற்காக பெய்ஜிங்கிற்கும் வாஷிங்டனுக்கும் இடையே பத்து - பகுதி ஒப்பந்தத்தை வெளியிட்டார்.

அலுமினியம், கார் உதிரிபாகங்கள் மற்றும் எஃகு உள்ளிட்ட சர்ச்சைக்குரிய வர்த்தகப் பிரச்சினைகளை நாடுகள் தீர்க்கவில்லை என்றாலும், இருதரப்பு உறவை ‘புதிய உயர்வைத் தாக்குகிறது’ என்று ரோஸ் விவரித்தார்.

அமெரிக்கத் தொழில்நுட்பம் மற்றும் அறிவுசார் சொத்துக்களை சீனா திருடுவதாக வெள்ளை மாளிகை குற்றம் சாட்டியபின், குறைந்தபட்சம் 50 பில்லியன் டாலர் மதிப்புள்ள சீன இறக்குமதிகள் மீது டிரம்ப் நிர்வாகம் பெரும் வரிகளை அறிவித்தது. எஃகு மற்றும் அலுமினியம் இறக்குமதி மீதான சுங்க வரிகளின் அடிப்படையில், இந்த நடவடிக்கைகள் ஆடை, காலணிகள் மற்றும் எலக்ட்ரானிக்ஸ் உள்ளிட்ட பொருட்களைக் குறிவைத்து அமெரிக்காவில் சில சீன முதலீட்டைக் கட்டுப்படுத்தியது. உலகின் மிகப்பெரிய பொருளாதார நாடுகளுக்கு இடையே வர்த்தகப் போரின் கவலைகளைத் தூண்டி, அமெரிக்கத் தயாரிப்புகளின் வரம்பில் சீனா ஏப்ரல் தொடக்கத்தில் பதிலடி நடவடிக்கைகளைத் திணித்தது.

ஐந்நூறுக்கும் மேற்பட்ட அமெரிக்கப் பொருட்களுக்கு சீனா தனது சொந்த வரிகளை ஏற்றியது. பழிவாங்கல், சுமார் 34 பில்லியன் டாலர் மதிப்புடைய மாட்டிறைச்சி, பால், கடல் உணவு மற்றும் சோயாபீன்ஸ் போன்ற பொருட்களை குறிவைத்தது.

சீனாவின் தொலைத்தொடர்பு மற்றும் மின்னணு நிறுவனமான Huawei-ன் தலைமை நிதி அதிகாரியான Meng Wanzhou, அமெரிக்காவின் வேண்டுகோளின் பேரில் கனடாவில் 2018-ல் கைது செய்யப்பட்டார். ஹூவாய் மற்றும் மெங்

ஈரானுக்கு எதிரான வர்த்தகத் தடைகளை மீறியதாகவும், மோசடி செய்ததாகவும் அமெரிக்க நீதித்துறை குற்றம் சாட்டி, அவரை நாடு கடத்தக் கோரியது. வெளிப்படையான பதிலடியாக, சீனாவின் தேசியப் பாதுகாப்பை குறைமதிப்பிற்கு உட்படுத்துவதாக அதிகாரிகள் குற்றம் சாட்டிய இரண்டு கனேடியக் குடிமக்களை சீனா தடுத்து வைத்தது. பிறகு இருநாடுகளுமே சிறைக் கைதிகளை விடுவித்தன.

தொழில்நுட்ப மேலாதிக்கத்திற்கான பெய்ஜிங்குடனான போரில், டிரம்ப் நிர்வாகம் 5ஜி நெட்வொர்க்குகளை உருவாக்க Huawei உபகரணங்களைப் பயன்படுத்த வேண்டாம் என்று மற்ற நாடுகளை எச்சரிக்கும் ஒரு ஆக்கிரமிப்புப் பிரச்சாரத்தைத் தொடங்கியது. சீன அரசாங்கம் உளவு பார்க்க நிறுவனத்தைப் பயன்படுத்தலாம் என்று பதிலடி கொடுத்தது. பேச்சுவார்த்தை முறிந்த பின், அமெரிக்காவும் சீனாவும் பரஸ்பரம் இறக்குமதி செய்யப்படும் பொருட்களுக்கு வரிகளை அதிகரித்தார்கள்.

ஹாங்காங் போராட்டக்காரர்களை ஆதரிக்கும் மசோதாவில் டிரம்ப், 2019-ல் கையெழுத்திட்டார். இந்த மசோதா, ஹாங்காங்கில் மனித உரிமை மீறல்களுக்குப் பொறுப்பான நபர்களைத் தடைசெய்ய அமெரிக்காவுக்கு அங்கீகாரம் அளிக்கிறது. பெய்ஜிங்கில் இருந்து ஹாங்காங் 'உயர்ந்த சுயாட்சியை' அனுபவிக்கிறதா என்பதை ஒவ்வோராண்டும் அமெரிக்க அதிகாரிகள் மதிப்பீடு செய்ய வேண்டும். சீன அதிகாரிகள் இந்த நடவடிக்கையைக் கண்டித்து, அமெரிக்காவைத் தளமாகக் கொண்ட பல நிறுவனங்கள் மீது பொருளாதாரத் தடைகளை விதித்தனர் மற்றும் ஹாங்காங்கிற்கு அமெரிக்க போர்க்கப்பல் வருகையை நிறுத்தினர்.

ஜனாதிபதி டிரம்ப் மற்றும் சீனத் துணைப் பிரதமர் லியு ஹீ புதிய வர்த்தக ஒப்பந்தத்தில் கையெழுத்திட்டனர். இது உலகின் இரண்டு பெரிய பொருளாதாரங்களுக்கு இடையே கிட்டத்தட்ட இரண்டு வருட வர்த்தகப் போரில் ஒரு திருப்புமுனையாகும்.

கோவிட்-19 தொற்றுநோய்க்கு மத்தியில் பதட்டங்கள் அதிகமாகின. சீன நகரமான வுஹானில் முதன்முதலில் பதிவாகிய புதிய கொரோனா வைரஸ் தொற்று ஆரம்பிக்க, சீனாவின்

பிரதான நிலப்பகுதிக்கு விஜயம் செய்த அனைத்து அமெரிக்கக் குடிமக்கள் அல்லாதவர்கள் அமெரிக்காவிற்குள் நுழைவதை டிரம்ப் நிர்வாகம் தடை செய்தது. சீனாவிலும் அமெரிக்காவிலும் உள்ள முன்னணி அதிகாரிகள் தொற்றுநோய்க்கு ஒருவரை ஒருவர் குற்றம் சாட்டிக்கொண்டனர். டிரம்ப் WHOஐ சீனாவுக்குச் சார்பானதாகக் குற்றம் சாட்டுவதோடு மட்டும் அல்லாமல் அந்த அமைப்புக்கான அமெரிக்க நிதியுதவியை நிறுத்தினார்.

இதைத் தொடர்ந்து, சீன அரசாங்கம் குறைந்தது பதின்மூன்று பத்திரிகையாளர்களை நியூயார்க் டைம்ஸ், வால் ஸ்ட்ரீட் ஜர்னல் மற்றும் வாஷிங்டன் போஸ்ட் ஆகிய மூன்று அமெரிக்கச் செய்தித்தாள்களில் இருந்து வெளியேற்றியது. நவம்பர் 2021-ல், வாஷிங்டனும் பெய்ஜிங்கும் ஒருவருக்கொருவர் நாடுகளில் பணி புரியும் பத்திரிகையாளர்கள் மீதான கட்டுப்பாடுகளை எளிதாக்க ஒப்புக்கொண்டன.

ஹாங்காங்கின் சிறப்பு அந்தஸ்தை டிரம்ப் முடித்து வைத்தார். பெய்ஜிங் ஹாங்காங்கிற்கான புதிய தேசியப் பாதுகாப்புச் சட்டத்தை இயற்றிய இரண்டு வாரங்களுக்குப் பிறகு, ஜனாதிபதி டிரம்ப் அமெரிக்காவுடனான நகரத்தின் முன்னுரிமை வர்த்தக நிலையை முடிவுக்குக் கொண்டுவரும் நிர்வாக உத்தரவில் கையெழுத்திட்டார். ஹாங்காங்கின் சுதந்திரம் மற்றும் சுயாட்சியைக் குறைமதிப்பிற்கு உட்படுத்தும் அதிகாரிகள் மற்றும் வணிகங்களை அனுமதிக்கும் சட்டத்திலும் அவர் கையெழுத்திட்டார்.

2020-ல், சீனக் கம்யூனிஸ்ட் கட்சியின் நியாயமற்ற வர்த்தக நடைமுறைகள், அறிவுசார் சொத்துத் திருட்டு, சின்ஜியாங் மற்றும் ஹாங்காங்கில் மனித உரிமை மீறல்கள் மற்றும் கிழக்கு மற்றும் தென் சீனக் கடல்களில் ஆக்கிரமிப்பு நடவடிக்கைகள் ஆகியவற்றைக் கண்டித்து, சீன கம்யூனிஸ்ட் கட்சியுடனான ஈடுபாட்டின் சகாப்தம் முடிந்துவிட்டது என்று அமெரிக்க வெளியுறவுத்துறை அமைச்சர் அறிவித்தார். இன்றைய பதற்றத்தின் புதிய தொடக்கப்புள்ளி இதுதான்.

இதன் தொடர்ச்சியாக உய்குர்களை (Uyghers) சீனா துஷ்பிரயோகம் செய்வதை இனப்படுகொலை என்று

அமெரிக்கா குறிப்பிட்டது. டிரம்பின் கடைசி நாளில், சீனாவின் சின்ஜியாங் பிராந்தியத்தைச் சேர்ந்த முஸ்லீம் இனமான உய்குர்களுக்கு எதிராக சீனா மனிதகுலத்திற்கு எதிரான குற்றங்களையும் இனப்படுகொலையையும் செய்து வருவதாக பாம்பியோ அறிவித்தார். இதற்குப்பின் வந்த பைடன் நிர்வாகம் பாம்பியோவின் பிரகடனத்தை உறுதிப்படுத்தியது. 2021-ம் ஆண்டு இறுதிக்குள், சின்ஜியாங்கில் இருந்து அனைத்து இறக்குமதிகளையும் தடை செய்தது. டஜன் கணக்கான சீன நிறுவனங்களைக் கறுப்புப்பட்டியலில் சேர்த்தது. அனைத்துக்கும் தடை. ஏப்ரல் மாதம் காங்கிரஸில் தனது முதல் உரையில், ஜனாதிபதி பைடன் சீனாவுடன் போட்டியிட, அமெரிக்க உள்கட்டமைப்பு மற்றும் தொழில்நுட்பத்தில் முதலீட்டை அதிகரிப்பது முக்கியம் எனக்கூறியதும் கவனிக்க வேண்டியது. அமெரிக்காவின் வற்புறுத்தலின் பேரில், நேட்டோ சீனாவை ஒரு 'பாதுகாப்பு சவால்' என்று அறிவித்தது.

பைடன் பதவியேற்ற பிறகு அமெரிக்க சீனத் தலைவர்களின் முதல் முறையான சந்திப்பு கிட்டத்தட்ட மூன்று மணி நேரத்திற்கும் மேலாக நடைபெற்றது. அலாஸ்காவில் நடந்த சந்திப்பைப் போலவே, தலைவர்கள் நீண்டகாலக் கருத்து வேறுபாடுகளைப் பற்றி பேசினார். பெய்ஜிங்கின் மனித உரிமை மீறல்கள் குறித்து பிடன் கவலைகளை எழுப்பினார். தைவானுக்கு அமெரிக்க ஆதரவு 'நெருப்புடன் விளையாடுவது' போன்றது என்று ஜின்பிங் கூறினார்.

உச்சமாக, உக்ரைன் போர்

உக்ரைனில் ரஷ்யாவின் போர் குறித்து சீனா ஒரு நிலைப்பாடு எடுக்க வேண்டும் என்பது அமெரிக்காவின் எதிர்பார்ப்பு. பெய்ஜிங்கில் ரஷிய அதிபர் விளாடிமிர் புடின் சீன அதிபரைச் சந்தித்தார். ரஷ்யா சீனாவிடம் இராணுவ உதவி கேட்டதாக அமெரிக்க அதிகாரிகள் கூறிய சிலநாட்களுக்குப் பிறகு, பைடன் ஜின்பிங் உடன் வீடியோ அழைப்பை நடத்தி, சீனா பொருள் ஆதரவை ரஷ்யாவிற்கு வழங்கினால் உண்டாகும் 'விளைவுகளை' எச்சரித்தார்.

ரஷ்யா உக்ரைனை ஆக்கிரமித்த சில வாரங்களுக்குப் பிறகு இந்த எச்சரிக்கை வந்தது. அந்த நேரத்தில், போர் மற்றும் அதன்

விளைவாக ஏற்பட்ட மனிதாபிமான நெருக்கடிக்காக ரஷ்ய ஜனாதிபதி விளாடிமிர் புடினைச் சீனா கண்டிக்க மறுத்தது. உக்ரைனில் உள்ள உயிரியல் ஆயுத ஆய்வகங்களுக்கு அமெரிக்கா நிதியுதவி செய்கிறது என்ற ரஷ்ய சதிக் கோட்பாட்டை சீன இராஜதந்திரிகள் மற்றும் அரசு ஊடகங்கள் மீண்டும் மீண்டும் கூறின. அழைப்பின் போது, ரஷ்யாவைத் தண்டிக்க கூட்டாளிகளுடன் ஒருங்கிணைக்கப்பட்ட பொருளாதாரத் தடைகள் மற்றும் பிற முயற்சிகளை பைடன் முன்வைத்தார்.

பைடன், சீனாவை 'சர்வதேச ஒழுங்கிற்கு மிகவும் தீவிரமான நீண்டகாலச் சவால்' என்று அழைத்ததோடு அல்லாமல், மேலும் சீனாவின் எதேச்சாதிகாரத்தை ஜனநாயகம் மற்றும் மனித உரிமைகளை முன்னேற்றுவதற்கான அமெரிக்க அர்ப்பணிப்புகளுடன் ஒப்பிடுகிறார்.

நவம்பரில் ஜனாதிபதி பைடனுக்கும் சீனாவின் உயர்மட்டத் தலைவர் ஜி ஜின்பிங்கிற்கும் இடையே நடந்த மெய்நிகர் உச்சிமாநாடு, சிறந்த உறவுகளை நோக்கி எந்த முன்னேற்றப் படிகளையும் உருவாக்கவில்லை. மாறாக, இரு தரப்பும் நீண்டகாலச் சர்ச்சையின் காரணங்களை மீண்டும் வலியுறுத்தின. போட்டியை பரந்த மோதலாக அதிகரிப்பதைத் தடுப்பதன் அவசியத்தை மட்டுமே இரு நாடுகளும் ஒப்புக்கொண்டன.

மூன்று வாரங்களுக்குப் பிறகு, பெய்ஜிங்கில் தொடங்கும் குளிர்கால ஒலிம்பிக் போட்டிகளை விளையாட்டு வீரர்கள் இல்லையென்றாலும் அமெரிக்க அதிகாரிகள் புறக்கணிப்பார்கள் என்று வெள்ளை மாளிகை அறிவித்தது.

மனித உரிமைகள், சுதந்திரங்கள் மற்றும் இப்போது விளையாட்டு

ஒலிம்பிக்கின் இராஜதந்திரப் புறக்கணிப்பை அமெரிக்கா மேற்கொள்ள சீனாவின் முஸ்லீம்கள், உய்குர் இன மக்கள் மீதான அடக்குமுறையே காரணம்.

சீனாவின் நடத்தை இனப்படுகொலை என்று அமெரிக்கா முறையாக வரையறுத்துள்ளது. கம்யூனிஸ்ட் கட்சியின் தலைவர்கள் நீண்ட காலமாகத் தங்கள் எதேச்சதிகார ஆட்சியைப் பற்றிய வெளிப்புற விமர்சனங்களை, தேசிய இறையாண்மையின் மீதான ஊடுருவல்கள் என்று அழைத்தன. சமீபத்திய

நடவடிக்கைகள் காட்டுவது போல், அமெரிக்காவுடனான மோதல்கள் அடிக்கடி நிகழ்ந்து வருகின்றன.

இது பெருகுமானால் தெற்காசியாவுக்கு மட்டுமல்ல; உலகுக்கே அதனினும் பெரிய ஆபத்து வேறில்லை.

சுற்றிய பலூனும் வெடித்துச் சிதறிய நல்லுறவும்

வான்வெளியில் மணிக்கு 70 மைல் வேகத்தில் ஒரு பலூன் பறந்துகொண்டிருக்கிறது. வண்ணமயமான பலூன்கள் பறப்பது கண்ணுக்கு அழகு! ஆனால் இவை உலோகங்களால் செய்யப்பட்ட, வேவு பார்க்கும் அண்டைநாட்டுப் பலூன்கள். சுட்டுப் பொசுக்கவும் முடியாது. ஏனெனில், கீழே விழும் துகள்கள் மக்களுக்கு அபாயத்தை உண்டு பண்ணக்கூடியவை,

ஆனால், சர்வதேச நாடுகளுக்கிடையே பரஸ்பர நன்னம்பிக்கையையும் நட்பையும் சீர்குலைக்கும் வண்ணம் வேவு பார்க்கப் பகிரங்கமாக அமெரிக்காவின் வான் பரப்பில் சென்று கொண்டிருக்கும் சீனாவின் பலூனை என்னதான் செய்வது..?

சீனாவிற்கும் அமெரிக்காவிற்கும் இடையே நீயா நானா என்ற வகையில் உறவு எப்போதுமே ஊஞ்சலாடிக்கொண்டுதான் இருக்கிறது. சென்ற நவம்பரில் இருநாட்டுத்தலைவர்களும் சர்வதேச நலனில் ஒரு ஸ்திரத்தன்மை வேண்டி கொஞ்சம் நம்பிக்கையை வளர்க்க ஒப்புக்கொண்டிருந்தார்கள். அதை முன்னிட்டு வெளியுறவுத்துறைச் செயலாளர் பிலின்க்கன், சீனாவின் தலைநகரான பீய்ஜிங் செல்ல முனைந்த நேரம், பலூனை அனுப்பி அந்த நம்பிக்கைப் பலூனை உடைத்து விட்டார்கள்.

அமெரிக்க இராணுவம், மாண்டானா நகர வான் பரப்பில் கண்ட வேவு பார்க்கும் பலூன் போதுமானதாக இருந்தது, இந்த நம்பிக்கைப் பயணத்தை ரத்து செய்ய. இது இரு நாடுகள் இடையே உள்ள உறவுகளின் தொட்டாற்சுருங்கித் தன்மையையும் எவ்வளவு நுண்ணியது என்பதையும் புரியவைக்கிறது. இராணுவம், தொழில்நுட்பம் பொருளாதாரம் என எல்லாவற்றிலும் போட்டி மனப்பான்மை இரு நாடுகளிடையே நிலவி வருகிறது.

பலூனின் இருப்பிடம், அமெரிக்காவின் ஜனநாயக மற்றும் குடியரசுத் தலைவர்களைச் சினம் கொள்ள வைத்திருக்கிறது. அதைச் சுட்டுப் பொசுக்க ஆணை பிறப்பிக்கச் சொன்னார்கள். ஆனால் பெண்டகன், அதனால் வரும் இடைஞ்சல்கள், அப்படிச் சுடுவதால் வரும் நன்மைகளைவிட அதிகமாக இருக்கும் எனச் சீர்தூக்கி ஆராய்ந்து இப்போதைக்கு வேண்டாம் என முடிவெடுத்தது. பிறகு இந்த முடிவை முதலில் சுட்டுவிட்டு அதன்பின் பலூனைக் குறி வைத்தார்கள்.

சீனா திரும்பத் திரும்ப மன்னிப்பு கோரியிருக்கிறது. இது ஒரு பருவகால ஆராய்ச்சிக்கான பலூன், வேவு செய்ய அனுப்பப்பட்ட பலூன் அல்ல எனவும் கூறியிருக்கிறது.

இதற்குச் சில மாதங்களுக்கு முன், அமெரிக்காவிற்கான தன்னுடைய அம்பாசிடர் பதவியை ராஜினாமா செய்யும் முன் ஃக்யுன் காங் இரு நாடுகளுக்கிடையே நல்ல புரிதல் வேண்டும் என்று கூறினார். பொதுவாகவே சீனா, தொற்றுநோய்க்குப் பின்னால், தங்களுடைய வர்த்தகத்தைச் சர்வதேச அளவில் வளர்த்தெடுக்க முயற்சிக்கிறது. சென்ற டிசம்பரில், சீனாவின் முக்கிய மந்திரியான லி ஹ்யு சுவிட்சர்லாந்தில் உலகப் பொருளாதார மாநாட்டில், சீனா உலக வர்த்தகத்திற்கும் பேச்சுவார்த்தைக்கும் தயார் எனக் கூறினார். அப்படியிருக்கும் போது இம்மாதிரியான இராணுவ வேவு பலூன்கள், நாட்டிலேயே திறன் செயல்பாட்டில் பிளவுகள், பேச்சுவார்த்தைப் பிளவுகள் இருப்பதைக் காட்டுகின்றன.

சீனாவின் தலைவராக Xi அமெரிக்காவின் உறவை இனியும் பலவீனப்படுத்த முடியாது. அமெரிக்காவின் ஏற்றுமதித் தடைகள் முக்கியமான செமி கண்டக்டர் தொழில்நுட்பத்

துறை, ஆசியாக்கண்டத்தின் இராணுவ உறவுகளை ஏற்கெனவே பலவீனமடையச் செய்துவிட்டது. ஹுவாவெய் (Huawei), என்ற தொழில்நுட்ப நிறுவனம், டவர் தொழில்நுட்பத்தில் சிறந்து விளங்கும் நிறுவனம், அமெரிக்க அலைபேசி நிறுவனங்களால் தடை செய்யப்பட்டது. அமெரிக்க உளவுத்துறை மக்களை அந்நிறுவனத்தைப் பயன்படுத்துவதில் இருந்து எச்சரிக்கை விடுத்தது.

மேலும் அமெரிக்கா பிலிப்பைன்ஸில் தன் இராணுவத்தை அதிகப்படுத்துவதன் மூலம் சீனாவை மேலும் பலமிழக்கச் செய்யும். புதிய மக்கள் அரங்கத்தலைவர் கெவின் மெக்கார்த்தி தைவானுக்குச் செல்ல இருக்கிறார். அவர்கள் நான்சி பெலோசியின் விஜயத்தின் பேச்சு வார்த்தையை முன்னெடுத்துச் செல்வது சீனா - அமெரிக்க உறவை மேலும் பலவீனமடையச் செய்யும்.

சீனா வேவு பலூனை அனுப்பி, அதற்கு உரிமை கொண்டாடியது, வாஷிங்டனுக்கு ஒரு செய்தியைத் தருகிறது. சீனாவால் அமெரிக்காவை உளவு பார்க்க முடியும் என்பதே அது, பலூன் மட்டும் அல்லாமல் உளவு விமானங்கள், சாட்டிலைட்டுகள் மற்றும் கடற்படை ரோந்துக் கப்பல்கள் மூலம் சீனா தான் அமெரிக்காவிற்குக் கீழானது அல்ல என்பதைக் காட்ட விரும்புகிறது.

அமெரிக்காவின் இராணுவத்துறை செக்கரட்டரி ஆஸ்டின் III பிலிப்பைன்ஸில் ஒன்பது இடங்களில் அமெரிக்கா தன் இராணுவ முகாம்களை அமைக்கும் எனக் கூறியிருக்கிறார். இது சீனா, தைவானில் ஊடுருவுவதைத் தடுக்கும்.

பலூனைத் தவிர, சீனா, ஆகாயத் தொழில்நுட்பத்தைப் பயன்படுத்தி அமெரிக்காவில் உளவு பார்த்ததாக அறிக்கைகள் சொல்கின்றன. இரண்டு இரகசிய குறிப்புகள், உலகிலேயே மிக நுட்பமான தொழில்நுட்பத்தைப் பயன்படுத்தி ஆகாய மார்க்கத்தில் வேவு பார்த்ததாகச் சொல்கின்றன. அந்த உளவை நடத்தியது சீனாதான் எனவும் குறிக்கின்றன. இவை பலூன், ஃக்வாட்காப்டர் டிரோன்கள் (quadcopter drones) கொண்டு நடத்தியிருக்கிறார்கள்.

2002இல் அமெரிக்கக் கடற்படையின் அறிவுசார் விமானம், சீனாவின் இண்டெர்செப்ட் ஜெட்டில் மோதி இரு நாட்டிற்கு இடையில் கடுமையான அழுத்தத்தை உருவாக்கியது.

சீனா இராணுவத் தொழில் நுட்பங்களில் செலவிடும் நிதி, வாஷிங்டனை கவலைக்கு ஆளாக்கி வருகிறது. மேலும் சீனா, அமெரிக்கா தன் இராணுவ வீரர்களுக்கு எப்படி எல்லாம் பயிற்சி அளிக்கிறார்கள், என்ன தொழில்நுட்பப் பயிற்சிகள் கொடுக்கிறார்கள் என்பதையெல்லாம் தெரிந்துகொள்ளவே வேவு பார்க்கிறது என அமெரிக்கா குற்றம் சாட்டுகிறது.

2021 முதல் இன்றுவரை, 366 வேவு தொடர்பான சம்பவங்கள் அமெரிக்க மண்ணில்/வானில் நடந்திருக்கின்றன. அவற்றில் 163 பலூன்கள். அவற்றில் பல மிக அதிநுட்பம் வாய்ந்த பலூன்கள். ஆனால் ஒன்றுகூட அமெரிக்க இராணுவத்தடங்களை வேவு பார்த்ததில்லை. பொதுவாக அவை நீண்ட நேரம் அமெரிக்க வான் பரப்பிலும் இருக்காது, சமீபத்துச் சீனா பலூனைத்தவிர.

எது எப்படி இருந்தாலும், சீன - அமெரிக்க நல்லுறவுக்கு இது ஒரு பின்னடைவே.

வானைத் தொடும் சீனக் கடன்!

பலரும் அண்ணாந்து பார்க்கும் வண்ணம் உயர உயரப் பறந்துகொண்டிருந்த ஒரு வண்ணமயமான பலூன் கொஞ்சம் கொஞ்சமாகத் தரையில் இறங்கினால், ஒருவித வருத்தமே ஏற்படும். எப்போதாவது அதீதப் பொருளாதார நெருக்கடியில் பலருக்குக் கடன் கொடுத்துவிட்டு, நமக்கே ஒரு நெருக்கடி வரும் போது அதைத் திரும்பக் கேட்க முடியாமலும் அவர்களாகக் கொடுத்துவிட மாட்டார்களா என்ற ஒரு பரிதவிப்பிலும் நாம் எப்போதாவது இருந்திருப்போம்தானே? அந்த நிலையில்தான் இப்போது சீனா இருக்கிறது.

சீனா மட்டும் அல்ல, பல பணக்கார நாடுகளும் தொற்று நோய்க்காலத்தில் ஏற்பட்ட பொருளாதார நெருக்கடியில் இருந்து மீண்டுவர முடியாமல் இன்னும் திணறிக் கொண்டிருக்கிறார்கள். அமெரிக்காவில் இப்போதுதான் விலைவாசியும் பணவீக்கமும் கட்டிற்குள் வந்திருக்கிறது அதுவும் மூன்று முறை வங்கியின் வட்டிவிகிதத்தை ஏற்றியபின்.

சீனாவின் இந்தப் பொருளாதார நெருக்கடிக்கும் கடன் தொல்லைகளுக்கும் மூன்று காரணங்கள் உள்ளன.

1. சரிந்துவரும் ரியல் எஸ்டேட்.

2. உள்நாடு, மற்றும் அயல் நாட்டில் இருந்து பெற முடியாத வருமானம்

3. கொஞ்சம் கொஞ்சமாக இழந்துவரும் அயல்நாட்டு வர்த்தகம்

150 வளரும் நாடுகளுக்குக் கொடுத்திருக்கும் 1 டிரில்லியன் டாலர் கடனைத் திருப்பத்தேவையில்லை என்று சொல்லிவிட முடியாத நிலையில் உள்நாட்டுக் கடன் தொல்லையில் சிக்கியிருக்கிறது சீனா.

அமெரிக்க நிதித்துறை செக்ரட்டரி ஜேனட் யெல்லன், பீஜிங் சென்றபோது பெருகிவரும் கடன் தொல்லையைத் தீர்க்க சீனாவின் ஒத்துழைப்பையும், குறைந்த வருமானம் உள்ள மற்ற நாடுகளிலிருந்து கடனை வசூலிக்க என்ன வழிகள் எனவும் கலந்தாலோசனை செய்துவிட்டுத் திரும்பியிருக்கிறார்.

சீனாவிற்கு வெளி நாடுகளிலிருந்து வரும் கடன் தொகையை விட உள்நாட்டிலிருந்து வசூலிக்க முடியாத வருமானமே பெரும் பிரச்சினையாக இருக்கிறது. சீனாவின் கடன் தொல்லையைப் பற்றிய முழுவிவரங்களையும் துல்லியமாக அறிதலும் கடினம். நிறுவனங்கள், வீடுகள், அரசாங்கங்கள் மூலமாக ஓரளவு தெரிந்த விவரங்களை வைத்துக் குத்துமதிப்பாகச் சீனாவின் பொருளாதார உற்பத்தியை விட 282 சதவீத அளவிற்கு அதன் கடன் அதிகரித்திருப்பதாக வல்லுநர்கள் கூறுகிறார்கள்.

அமெரிக்கா, ஜப்பான் போன்ற நாடுகளின் கடன் பிரச்சினைக்கும் சீனாவின் பிரச்சினைக்கும் முக்கிய வேறுபாடு இங்கே கடன் தொல்லை மிகப்பெரிய அளவில் மிகக் குறுகிய காலத்தில் வளர்ந்ததுதான். மிக வேகமாக இரண்டு மடங்காகி பல்கிப் பெருகியது, அதைக் கட்டுக்குள் கொண்டுவர முடியாததாக்கி இருக்கிறது. வளர்ந்துவரும் நாடுகளுக்கு அளித்த கடன் தொகை, சீனாவின் பொருளாதார வருமானத்தில் ஆறு சதவிகிதமே. ஆனால் இவை அரசியல் ரீதியாக முக்கியமான கவனத்தைப் பெறுகிறது.

சீனாவின் ஊடகங்களும் சமூகத்தளங்களும் அயல்நாட்டுக்குக் கடன் தருவதற்குப் பதிலாக, உள்நாட்டுக் கட்டுமானத் தொழிலில் முதலீடு செய்யலாமே அல்லது உள்நாட்டில் வேறு ஏதேனும் தொழிலில் நிதி ஒதுக்கீடு செய்யலாமே என எழுதிவருகிறார்கள்.

ஓடும் மேகங்கள் கொஞ்சும் வண்ணம் ஓங்கிய மாளிகைகளும் வானுயர்ந்த அடுக்ககங்களும் கட்டி, யாரும் குடிவராமலும் வாங்காமலும் அவற்றின் விலையும் மதிப்பும் தொற்றுநோய்க்குப் பிறகு சரிய ஆரம்பித்தது. மக்கள் வேலை கிடைக்காமல், கிராமங்களில் தங்கிவிட நேர்ந்ததும் பொருளாதார வீழ்ச்சிக்கு முதல் காரணம். இதனால் நிறைய வீடு மனை விற்கும், வாங்கும் தொழிலில் உள்ளோரால், வங்கிகளில் வாங்கிய கடனைத் திருப்பிச் செலுத்த முடியவில்லை.

சீனாவில் அரசாங்கத்தின் வருமானம் பெருமளவில் வரிகளின் மூலம் வருவது இல்லை. அங்கே நிலங்கள் அரசுக்குச் சொந்தம். எனவே உள்ளூர் மாநில, கிராம அரசுகள் அந்த நிலங்களைப் பட்டா போட்டு தனியாருக்கு விற்பது அல்லது குத்தகைக்குக் கொடுப்பதன் மூலம் வருவாயைப் பெறுகின்றன. இதன் மூலம் வரும் வருமானமே அரசாங்கத்தின் பல திட்டங்களைச் செயல்படுத்த உதவுகிறது.

உள்நாட்டு நகர, கிராம அரசாங்கங்கள் இந்த நிதியைத் தங்களுக்கான செலவுக்கு நம்பி இருக்கின்றன. சாலைகள், மேம்பாலங்களைப் பழுதுபார்க்க, அரசாங்க உடல்நல சீரமைப்புத் திட்டங்களைச் செயல்படுத்த, மருத்துவமனைகள் நடத்த, புதிய மருத்துவமனைகள் நிறுவ, பொதுநலத்திட்டச் செலவினங்கள் ஆகியவற்றுக்கு நிதி இல்லாமல் திணறுகின்றன. அரசாங்கப் பள்ளிகளுக்கான செலவினங்களுக்குக்கூட நிதி இல்லை.

உள்நாட்டு அரசுகள் தினசரிச் செலவுகளுக்கு நிதி இல்லை எனில் என்ன செய்யும்? மத்திய அரசிடம் கடன் கேட்கும் அல்லவா? அதைத்தான் சீனாவிலும் எல்லா மாநில அரசுகளும் செய்தன. பல நகர, கிராம அமைப்புகள் மிக அதிகமாகக் கடன் வாங்கின. இந்தத் தினசரி செலவுகளைக் கவனிக்கச் செலவிட்டனர். கடனுக்கான வட்டியைக்கூட மத்திய அரசுக்குத் தர இயலவில்லை. சாலைகளைப் பழுது பார்ப்பது, மருத்துவமனைகளை நடத்துவது, குடிதண்ணீர் வழங்குவது பள்ளிகளைச் செயல்படுத்துவது என அத்தியாவசிய நடவடிக்கைகள் நின்றுபோனால் என்ன ஆகும்?

கட்டுமானப் பணியாளர்களால் வாங்க முடியாத நிலத்தை, அதிகமான விலையில் வாங்குவதற்கு, உள்ளூர் நிதியளிப்பு துணை நிறுவனங்கள் அதிகக் கடன் வாங்கியுள்ளன. நான்ச்சிங் என்ற நகரில் அடுக்ககங்கள் கட்டி பீஜிங் அளவிற்கு மிகப்பெரிய நகரமாக மாற்றியும் பலர் அங்கே குடிபோகவில்லை. 28 சதவிகித அளவில் வீடுகள் வாங்குவது குறைந்திருக்கிறது. சீனாவில் 70 சதவிகித மக்களின் சேமிப்பு, வீடுகள் போன்ற ரியல் எஸ்டேட்டில்தான் என்பதைக் கவனிக்கிறபோது இது மிகப்பெரிய இழப்பாகும்.

ரியல் எஸ்டேட் சந்தை தொடர்ந்து பலவீனமடைந்து வருவதால், நிதியளிப்பு துணை நிறுவனங்கள் பல சிக்கலில் உள்ளன. அந்தக் கடன் பெருகிவிட்டது. Fitch rating கடன் மதிப்பீட்டு நிறுவனம், உள்ளூர் அரசாங்கங்கள் சீனாவின் வருடாந்திரப் பொருளாதார உற்பத்தியில் சுமார் 30 சதவீதத்திற்குச் சமமான கடன்களைக் கொண்டுள்ளன என்று மதிப்பிடுகிறது.

இரண்டாவதாக அயல்நாட்டு நிறுவனங்களின் நிதி முதலீடு குறைய ஆரம்பித்தது. பன்னாட்டு உற்பத்தி நிறுவனங்கள் சீனாவில் தொடங்குவதும் குறைய ஆரம்பித்தது. தொற்று நோய்க்காலத்திற்குப் பிறகு சீனாவில் தகவல்களைப் பெறுவதில் நம்பகத்தன்மை இல்லாமல் போனதே இதற்கெல்லாம் முக்கியக் காரணம். ஆப்பிள் நிறுவனம், தனது ஐபோன் உற்பத்தியை இந்தியாவிற்கும், ஏர்பாட் உற்பத்தியை வியட்நாமிற்கும் கொண்டுபோய்விட்டது.

வெள்ளை மாளிகையும் செமிகண்டக்டர் உற்பத்தித் தொழில் நுட்பத்திற்கான தடைகளை விதித்தது. பல நிறுவனங்கள் சீனாவை விட்டு வெளியேறுகின்றன. இதனால், ஒரு காலாண்டில் 100 பில்லியன் முதலீட்டில் இருந்த அந்நிய முதலீடு 20 பில்லியனாக குறைந்தது. இதனால் வேலையில்லாத் திண்டாட்டம் 21% உயர்ந்தது.

படித்துப் பட்டம் பெற்ற பல இளைஞர்கள் வேலையில்லாமல் அடிப்படைத் தொழிலாளர்கள் வேலைக்கு முயலுகிறார்கள். சீனாவில் உள்ள பல நிறுவனங்கள், தங்களின் பங்குதாரர்கள் யார், அவர்களின் பின்புலம் என்ன என்பதை அறிய முற்படும்போது சீனா, அவர்களை வேவு பார்ப்பதாகக் குற்றம்

சாட்டுகிறது. ஏற்கெனவே இரண்டு அமெரிக்க நிறுவனங்களைச் சோதனையிட்டிருக்கிறது. மேலும் அமெரிக்காவின் பல பன்னாட்டு நிறுவனங்களும், சீனாவின் ரஷ்யா சார்பு சேர்ந்த புவிசார் அரசியல் கொள்கைகள் மற்றும் இந்தச் சுதந்திரம் இல்லாத நம்பகத்தன்மை காரணமாக மெல்ல விலக முடிவு செய்திருக்கின்றன.

அரசானாலும், தனி நபரானாலும் வணிகமானாலும் நல்ல செயல் திட்டத்துடன் கடன் பெறப்படும் போது, அந்தத் திட்டம் நிறைவேற்றப்பட்டு கடன் திருப்பிக் கொடுக்கப்படுமானால், அது நல்லதே. அது ஒரு நல்ல பொருளாதார மேம்பாட்டையே அளிக்கும். ஆனால், போதிய வருமானத்தை உருவாக்காமல், செயல் திட்டம் எதுவும் இன்றி, ஆன முதலில் அதிகம் செலவாகி மானம் அழிந்து மதிகெட்டு, கடனில் மூழ்கியிருக்கும் போது, கடன் வாங்குபவர்கள் சிக்கலில் சிக்கிக் கொள்ளலாம் மற்றும் கடனளிப்பவர்களுக்குத் திருப்பிச் செலுத்தப் போராடலாம். அதுதான் சீனாவில் நடந்துள்ளது.

மூன்றாவதாக, குறைந்த வருமானம் உள்ள நாடுகளுக்குச் சீனா செய்த பண உதவியும் அதைத் திரும்ப வசூலிக்க முடியாத நிலையும் ஒரு காரணம். சீனா தனது கடன் பிரச்சனைகள் காரணமாகச் சீனாவில் உள்ள வங்கிகள், குறைந்த வருமானம் கொண்ட நாடுகளுக்கு ஏற்கெனவே கொடுத்த தங்கள் கடன்களின் திருப்பிக்கொடுக்க வேண்டிய நிர்ப்பந்தத்தைக் கடினமாக்கியுள்ளன. இலங்கை, பாகிஸ்தான் மற்றும் சுரினாம் போன்ற இந்த நாடுகளில் பல இப்போது கணிசமான பொருளாதார சிக்கல்களை எதிர்கொள்கின்றன.

மேற்கத்திய ஹெட்ஜ் நிதிகளும் இந்த நாடுகளிலிருந்து பல பத்திரங்களை நிலையான வட்டிக்கு வாங்கியிருந்தாலும், வளரும் நாடுகளுக்குச் சீனா இதுவரையில் மிகப்பெரிய கடன் வழங்கும் நாடாக இருந்து வருகிறது..

அமெரிக்காவின் ஃபெடரல் ரிசர்வ் மார்ச் 2022 முதல் விகிதங்களை மிக அதிகமாக உயர்த்தியதால், வளரும் நாடுகள் சீனாவிடம் கடன் வாங்கியிருக்கின்றன.

தங்கள் கடனைக் குறைக்கச் சிறிதும் செய்யவில்லை என்றால், உலகின் பல ஏழ்மையான அரசாங்கங்கள் கடனைத் திருப்பிச்

செலுத்துவதற்காக, தங்கள் நாட்டில், பள்ளிகள், மருத்துவ விடுதிகள் மற்றும் பிற சேவைகளுக்குப் பயன்படுத்தக்கூடிய பணத்தைக் கடனைத் திருப்பிச் செலுத்தப் பயன்படுத்துவார்கள். "பெரும் நஷ்டமடைந்தவர்கள் வளரும் நாடுகளில் உள்ள சாதாரண மக்களாக இருப்பார்கள், அவர்களின் அடிப்படை பொதுச் சேவைகள் மறுக்கப்படும், ஏனெனில் அவர்களின் அரசாங்கங்கள் தாங்க முடியாத கடன்களில் சிக்கித் தவிக்கின்றன" இதனாலேயே, அமெரிக்கா இதில் தலையிட விரும்புகிறது.

சீனா படிப்படியாகக் கடனால் தூண்டப்பட்ட அரசாங்க கட்டுமானத் திட்டங்கள் மற்றும் அதிகத் தேசியப் பாதுகாப்பு செலவினங்களிலிருந்து விலகி, நுகர்வோர் செலவுகள் மற்றும் சேவைகளை அடிப்படையாகக் கொண்ட பொருளாதாரத்தை நோக்கி நகர வேண்டும்.

பெய்ஜிங் மற்றும் சீன மாகாணத் தலைநகரங்களில் உள்ள சக்திவாய்ந்த தொகுதிகள் தற்போதைய பொருளாதார முன்னுரிமைகளைப் பாதுகாக்கின்றன. திருமதி. யெல்லன் சீனாவின் பொருளாதாரத் திட்டங்களைப் பற்றி மேலும் அறிய முயல்வார், ஆனால் அவற்றைப் பாதிக்க எதுவும் செய்ய முடியாது.

கடந்த குளிர்காலத்தில், 21 சீன வங்கிகள் தென்மேற்கு சீனாவில் உள்ள ஒரு உள்ளூர் அரசாங்க நிதியளிப்புக் கடன்களை 20 ஆண்டுகள் வரை நீட்டிக்க ஒப்புக்கொண்டன, மேலும் முதல் 10 ஆண்டுகளுக்கு வட்டி செலுத்த வேண்டியதில்லை, அசல் அல்ல. ஆனால் அந்த ஏற்பாடு வங்கிகளுக்குப் பெரும் இழப்பை ஏற்படுத்தியது - மேலும் சீனாவில் உள்ள ஒவ்வொரு மாகாணமும் இதேபோல் உள்ளூர் நிதியளிப்புப் பங்குகளைச் சிக்கலாக்கியுள்ளது.

இந்த நிலை மாற சீனாவிற்கு இரண்டு வழிகள் உள்ளன.

1. வட்டிவிகிதத்தைக் குறைப்பது
2. சீனப்பொருட்களை ஏற்றுமதி செய்வது

வட்டிவிகிதத்தைக் குறைப்பதனால், மக்கள் மேலும் செலவு செய்து பொருட்களை வாங்குவார்கள். இதனால் உற்பத்தி பெருகலாம். வேலை வாய்ப்பும் அதிகரிக்கும்.

சீனாவின் ஏற்றுமதி தொற்று நோய்க்காலத்தைவிட 12 சதவிகிதம் குறைந்திருக்கிறது. ஏற்றுமதியை அயல்நாடுகளுக்கு அதிகரிப்பதன் மூலம், உற்பத்தியைப் பெருக்கலாம். இதன் மூலம் வேலை வாய்ப்பும் பெருகி பொருளாதாரம் உயர வாய்ப்பிருக்கிறது.

ஆயினும் வளரும் நாடுகளின் கடன் பிரச்சினையைத் தீர்ப்பது கடினமாக இருக்கும். "கடன் தள்ளுபடிகளை ஏற்க சீனாவை அறிவுறுத்த, அமெரிக்காவிற்குப் போதிய அதிகாரம் இல்லை. ஆனால், அமெரிக்காவின் யோசனையைக் கொண்டு, சீனா வட்டி விகிதத்தைத் தளர்த்தியிருக்கிறது. சீனா, மீண்டு எழும் என்பதில் சந்தேகமில்லை. ஆனால் எவ்வளவு காலம் எடுக்கும் என்று தெரியவில்லை. சீக்கிரம் நடந்தால்தான் நல்லது. சீனர்களுக்கு மட்டுமல்ல. சீனாவை நம்பியிருக்கிற மற்ற நாட்டு மக்களுக்கும்.

ஒரு நல்லுறவு 'பேய்க் கதை'

அமெரிக்க உளவுத்துறைத் தலைவர் வில்லியம் பர்ன்ஸ் லிபியாவுக்குச் சென்று பிரதமரைச் சந்தித்துப் பேசியிருக்கிறார். இதென்னடா புதிய நல்லுறவு என்று சர்வதேச அரசியல் நோக்கர்கள் சிண்டைப் பிய்த்துக்கொண்டிருக்கிறார்கள். ஏனெனில் லிபியாவுக்கும் அமெரிக்காவும் ஆதி முதல் ஏழாம் பொருத்தம் என்பது அண்ட சராசரத்துக்கும் தெரியும். கடாஃபி உயிருடன் இருந்தவரை கேட்கவே வேண்டாம். அவர் இறந்த பிறகும் அப்படியொன்றும் ஒட்டி உறவாடும் அளவில் எதுவும் இல்லை. இந்தச் சூழலில் இச்சந்திப்பு அரசியல் முக்கியத்துவம் பெறுகிறது. சரித்திரத்தைச் சிறிது திருப்பிப் பார்த்தால் இதன் அடிப்படைகள் சிறிது புரியும்.

செப்டம்பர் 11, 2012. தலைநகர் பென்காசியில் உள்ள அமெரிக்காவின் வெளியுறவுத் தூதரக அலுவலகம் தகர்க்கப்பட்டது. அமெரிக்க தூதர் கிரிஸ்டோபர் ஸ்டீபன்ஸ் உட்பட நான்கு அமெரிக்கர்கள் கொல்லப்பட்டனர். லிபியாவின் அப்போதைய இடைக்காலத் தலைவர் மொஹமது மகரீஃப் உடனே மன்னிப்புக் கோரினார். எல்லா அமெரிக்கக் குடிமக்களையும் லிபியாவில் இருந்து உடனே வெளியேற ஆணை பிறப்பித்ததோடு தன் தூதரகத்தை லிபியாவில்

மூடியது அமெரிக்க அரசு. ஆனாலும், லிபியாவுடன் உறவை முறித்துக்கொள்ளவில்லை. லேசாக மிரட்டிவிட்டு, கொஞ்சம் போலப் பொருளாதார உதவிகளைச் செய்துகொண்டிருந்தது.

நீண்ட காலமாகச் சர்வாதிகாரியாக இருந்த முமார் கடாஃபி இறந்து 12 ஆண்டுகள் கழிந்த பின்னும் லிபியாவில் இன்னும் ஒரு நிலையான ஆட்சி ஏற்படவில்லை. போர், போர் நிறுத்தம் (ceasefire), ஒத்திவைக்கப்பட்ட தேர்தல் ஆகியவை லிபியாவில் 2019-ல் மீண்டும் கலகங்களை தோற்றுவித்தன. காலிஃபா ஹஃப்தார் தலைமையிலான லிபியன் தேசிய இராணுவம் (Libian Arab armed Forces) தலைநகரான டிரிபோலியை கைப்பற்ற முனைந்தது. 2021-ல் நடக்க வேண்டிய தேர்தலும் ஒத்திப் போடப்பட்டது, ஐக்கிய நாட்டுப் போர் நிறுத்த முயற்சிகளும் நிலையற்றதாகின. லிபியாவின் போரும் உள்நாட்டுக் குழப்பங்களும் திரும்ப வரத்தொடங்கின. இந்நிகழ்வுகள், அமெரிக்காவின் தலைவர்களைக் குழப்பத்தில் தள்ளியது. அமெரிக்க அரசாங்கங்கள், லிபியாவின் நிலையற்ற தன்மையைப் பயன்படுத்தி, தீவிரவாதிகள் அங்கே குடிபுகுவதற்கான சூழல் உருவாவதைத் தடுப்பதில் தீவிரமாக இருந்தன. அதிபர் பைடன் அரசு, லிபியாவில் ஐக்கிய நாடுகள் உதவியோடு அங்கே தேர்தல் நடத்த முயல்கிறது. இதற்காகப் பெருமளவில் நிதி ஒதுக்கியிருக்கிறது.

2021-ல் ஐக்கிய நாடுகள் அனுப்பிவைத்த லிபியா ஆதரவு குழு (UN support mission in Libia) லிபியாவின் தேசிய மற்றும் ஒற்றுமைக் குழுவுடன் இணைந்து அரசியல் தலைவர்களிடையே பேச்சுவார்த்தை நடத்தித் தேர்தல் நடத்த முயன்றது. இந்தக் குழுவில் ஐந்து பேர் அரசாங்க தேசிய அக்கார்ட் (Government National accord)-ல் இருந்தும் ஹஃப்தாரால் நியமிக்கப்பட்ட ஐந்து நபர்களும் இருந்தனர். இவர்கள் அனைவரும் கடாஃபியின் கீழே ஏற்கெனவே பணியாற்றியவர்கள். மக்கள் நாட்டின் எதிர்காலத்தைத் தீர்மானிக்க இயலாதவர்களாக இருந்ததும் தொற்றுநோய்க் காலமாக இருந்ததும் இவர்களுக்குச் சாதகமாக இருந்ததால் ஒரு முடிவை நோக்கி இந்தக் குழுவால் விரைந்து செல்ல முடிந்தது. உள்நாட்டுப் போர் நிறுத்த உடன்படிக்கை மேற்கொள்ளப்பட்டது. உள்நாட்டு விமானப் போக்குவரத்து மீண்டும் தொடங்கப்பட்டது.

ஜெனிவாவில் நடந்த இரண்டாம் சுற்று மனிதநேயப் பேச்சுவார்த்தைகளுக்குப் பின், லிபியாவின் அரசியல் குழு (Libiya political dialogue forum LPDF) நவம்பரில் டியுனிஸில் கூடி திட்டம் வகுத்தார்கள். அதன்படி மனித உரிமைகளைப் பாதுகாக்க வழி வகுக்கப்பட்டது. நீதியும், சட்டங்களும் ஏற்படுத்தப்பட்டு அதை மீறுபவர்களுக்குத் தண்டனையும் நிலைநாட்டப்பட்டது.

ஐக்கிய நாடுகள், லிபியன் அரசியல் பேச்சுவார்த்தைக் குழுவில் 33% உயரதிகாரிகள் பதவிகளுக்குப் பெண்களை நியமித்தன. நகர சபை உறுப்பினர்கள் இளைஞர்கள் ஆகியோரும் இணையம் வழியாக ஐக்கிய நாடுகள் சபையோடு பேசத் தொடர்பு ஏற்படுத்தித் தந்தது. பொருளாதாரத்தைச் சீர்செய்ய அனைத்துக் கட்சிகளாலும் ஒப்புக் கொள்ளப்பட்ட ஒரு நிதியறிக்கையும் வெளியிடப்பட்டது. இந்த முயற்சிகள் அனைவராலும் பாராட்டப்பட்டது.

பிப்ரவரி 2022-ல், அரசாங்கத்தின் சபாநாயகர், முன்னாள் அரசாங்க தேசிய அக்கார்ட் உள்துறை மந்திரி ஃபாத்தி பாஷாகாவை இடைக்காலப் பிரதம மந்திரியாகப் பாதுகாப்புக் குழு நியமித்தது, மேலும் மார்ச் மாதம், பாஷாகாவின் அமைச்சரவைக்கு ஒப்புதல் அளித்தது. அமெரிக்க அதிகாரிகள் லிபியர்களிடையே சமரசத்திற்கான உரையாடலை ஊக்குவித்துத் தேர்தலை நடத்தவும் முயல்கிறார்கள். மே மாதத்திலிருந்து, திரிபோலியில் நுழைந்து அதிகாரத்தை நிலைநாட்டச் செய்யப்பட்ட பஷாகாவின் முயற்சிகள், டபாய்பா மற்றும் உள்ளூர்ப் போராளிகளின் எதிர்ப்பு, லிபிய தேசிய எண்ணெய்க் கழகத்தின் (NOC) கட்டுப்பாட்டிற்கான போராட்டங்கள் ஆகியன ஆயுத மோதல்களில் முடிந்தன.

ஜூலையில், நீண்டகாலத் தேசிய எண்ணெய் நிறுவனங்களின் (National Oil corporation) தலைவர் முஸ்தபா சனல்லாவிற்கு பதிலாக ஃபர்ஹத் பெங்டாராவை நியமிக்க டபாய்பா முன்வந்தார். ஹப்தார் மற்றும் தேசிய இராணுவ அக்கார்ட்டின் கூட்டாளிகள் தேசிய எண்ணெய் நிலையங்கள் மீதான தங்கள் எதிர்ப்பு முற்றுகையை இடைநிறுத்தினார்கள். இது ஏப்ரல் முதல் தேசிய எண்ணெய் ஏற்றுமதியைக் கடுமையாகக் குறைக்கக் காரணமாகியது.

ஜூன் மாதம் வரை, அமெரிக்க பொதுச் செயலாளரின் சிறப்பு ஆலோசகர் ஸ்டெஃபனி வில்லியம்ஸ் தலைமையிலான பேச்சுக்கள், தேர்தல்களுக்கான அரசியலமைப்பு அடிப்படையில் சில ஒப்பந்தங்களை உருவாக்கின. ஆனால் முக்கிய வேறுபாடுகள் தீர்க்கப்படாமல் இருக்கின்றன. மேலும் வில்லியம்ஸை மாற்றுவது குறித்து ஐ.நா. ஆலோசனைகள் நடத்தி வருகின்றன. அக்டோபர் 2020 போர் நிறுத்தம் குறித்துப் பேச்சுவார்த்தை நடத்திய கூட்டு இராணுவ ஆணையத்தின் அதிகாரிகள், ஜூலை 2022 இல் திரிபோலியில் சந்தித்து இராணுவ மறு ஒருங்கிணைப்பு பேச்சுவார்த்தைகளை மீண்டும் தொடங்கினார்கள்.

ஜூலை மாதம் மேற்கு லிபியாவில் வன்முறை மற்றும் போராளிகள் அணி திரட்டல் நடந்தது. இது அமைதிக்கான உரையாடல் மற்றும் அரசு நிறுவனங்கள் சம்பந்தப்பட்ட ஒருதலைப்பட்ச நடவடிக்கைகளுக்கு முற்றுப்புள்ளி வைப்பதற்கான அழைப்புகளை மீண்டும் வலியுறுத்த ஐ.நா மற்றும் அமெரிக்க அதிகாரிகளுக்கு வழிவகுத்தது.

லிபியாவிற்கான அமெரிக்கச் சிறப்புத் தூதர் ரிச்சர்ட் நோர்லாண்ட் 2019-ம் ஆண்டு முதல் அமெரிக்க இராஜ தந்திரத்திற்குத் தலைமை தாங்கினார். அமெரிக்க அதிகாரிகள் துனிசியாவில் உள்ள அமெரிக்கத் தூதரகத்தில் உள்ள லிபியா வெளியுறவு அலுவலகத்திலிருந்து செயல்படுகின்றனர். லிபியாவில் இருப்பை மீண்டும் நிறுவுவதற்கான தேவைகளை அமெரிக்க அதிகாரிகள் மதிப்பீடு செய்து வருவதாகப் பத்திரிகை அறிக்கைகள் தெரிவிக்கின்றன. நிலையில்லாமை, மோதலை மீண்டும் தொடங்குவதைத் தடுப்பது, அரசியல் தங்குமிடம் மற்றும் பொருளாதார வளர்ச்சியை ஊக்குவித்தல் மற்றும் வெளிநாட்டு இராணுவப் படைகள் மற்றும் கூலிப்படையினர் லிபியாவிலிருந்து வெளியேறுவதை ஊக்குவிப்பது ஆகியவை லிபியாவில் உள்ள அமெரிக்கத் தூதரகத்தின் செயல்பாடுகளின் முன்னுரிமைகளில் அடங்கும். சில ரஷ்ய கூலிப்படையினர் உக்ரைனில் நடவடிக்கைகளுக்கு ஆதரவளிப்பதற்காக லிபியாவை விட்டு வெளியேறியிருக்கலாம் என்று பத்திரிகை அறிக்கைகள் தெரிவிக்கின்றன.

2022-ம் ஆண்டில் லிபியாவில் 800,000 க்கும் அதிகமான மக்கள் (7 மில்லியன்) மனிதாபிமான உதவி தேவைப்படுபவர்கள் என்று ஐ.நா. சபை மதிப்பிட்டது. 635,000 க்கும் மேற்பட்ட அகதிகளை அடையாளம் கண்டது. 168,000 க்கும் அதிகமானோர் உள்நாட்டில் இடம் பெயர்ந்தனர். லிபியா அதன் பெரும்பாலான உணவை இறக்குமதி செய்கிறது. உக்ரைன், லிபியாவின் கோதுமை மற்றும் தானிய விநியோகத்தில் பாதிக்கும் மேல் வழங்குகிறது. அதிகரித்து வரும் உணவு மற்றும் எரிபொருள் விலைகள் லிபியக் குடிமக்களுக்குச் சிரமத்தை உருவாக்கியுள்ளன. அதே நேரத்தில் எண்ணெய் ஏற்றுமதி வருவாயை இழந்துள்ளன. லிபியா ஆப்பிரிக்காவில் மிகப்பெரிய கச்சா எண்ணெய் இருப்புக்களைக் கொண்டுள்ளது. ஆனால் மோதல்கள், அரசியல் போட்டி மற்றும் புறக்கணிக்கப்பட்ட உள்கட்டமைப்பு ஆகியவை ஆற்றல் துறையின் செயல்பாடுகளைத் தடுக்கின்றன..

லிபியா செய்யவேண்டிய முக்கியமான பணிகள் ஐந்து:

1. பிரதமர் அபுதுஹமீது தபைபா ஒரு தொழில்நுட்ப அரசு அமைத்து எல்லா நகரசபைகளுக்கும் தேவையான ஆதரவு, ஆட்சி நடத்தத் தேவையான வள ஆதாரங்கள், மின்சார கட்டமைப்புகள், தேர்தல் நடத்தத் தேவையான வள ஆதாரங்களை அளிக்க வேண்டும்.

2. தொப்ரௌக்-ல் இருக்கும் பாராளுமன்ற அரசாங்கத்தின் தீவிரவாதப் பகுதி, புதிய அரசாங்கத்தை அங்கீகரிக்க வேண்டும்.

3. லிபிய அரசியல் பேச்சுவார்த்தைக் குழு தங்களுடைய பாதுகாப்பு மற்றும் தலைவர்களை ஒரு கட்டுக்குள் வைத்திருக்க வேண்டும். ஒப்பந்தத்தில் உள்ள எந்த ஒரு நிபந்தனைகளையும் ஒப்புக்கொள்ளப்பட்ட காலக்கெடுவுக்குள் நிறைவேற்றத் தவறினால் லிபிய நாட்டுக் குடிமக்களுக்கு நம்பிக்கையில்லாமல் போய்விடும்.

4. புதிதாக நியமிக்கப்பட்ட அரசும், சர்வதேச சமூகமும் உயர்மட்ட தேர்தல் ஆணையத்தை ஆதரிக்க வேண்டும்.

5. லிபியாவின் உள்நாட்டு விவகாரங்களில் தலையிடும் நாடுகள் 2020 பெர்லின் மாநாட்டில் ஒப்புக்கொண்டபடி தங்கள் வாக்குறுதிகளை நிறைவேற்ற வேண்டும்.

இதைவிட எளிதான மாற்றுப்பாதையை லிபியாவிற்குத் தேர்ந்தெடுப்பது கடினம். போர்நிறுத்தம், சீர்மிகுந்த ஒரு பொருளாதார மாற்று ஆகியவற்றுடன் லிபியா செல்ல வேண்டிய பாதை வெகுதூரம். சர்வதேச சமூகம், தபைபாவின் அதிகாரப் பசியைக் கட்டுப்படுத்தி அதே நேரம் லிபியாவின் உள்நாட்டு விவகாரங்களில் தலையிடாமல் செயல்பட வேண்டும். அமெரிக்க அரசு, பொருளாதார ஆதரவு அளிக்க வேண்டியது அவசியமாகும். இதன்படி, 117வது காங்கிரஸ், காங்கிரஸில் உள்ள சிக்கல்களையும் மீறி அமெரிக்கா, 2011 முதல் லிபியாவிற்கான மாற்றம் ஆதரவு, நிலைப்படுத்தல், பாதுகாப்பு உதவி மற்றும் மனிதாபிமானத் திட்டங்களுக்கு நிபந்தனையுடன் நிதி ஒதுக்கீடு செய்துள்ளது. லிபியா திட்டங்களுக்கு 2023 நிதியாண்டில் 44.5 மில்லியன் டாலர்களை அதிபர் பைடன் நிர்வாகம் கோருகிறது.

இந்நிலையில் அமெரிக்காவின் உளவுத்துறைத் தலைவரின் லிபியா விஜயம் ஓர் ஆச்சரியத்தைத் தருகிறது. ரஷ்யா லிபியாவில் தன் ஆதிக்கத்தைச் செலுத்தக்கூடாது என்பது ஒரு காரணமாக இருக்கலாம். இரண்டாவதாக, அமெரிக்கா, 1988-ல் நடந்த பான் ஆம் விமான விபத்தில் இன்னும் நிறையக் குற்றவாளிகளைத் தேடுகிறது. அவர்களை ஒப்படைக்கச் சொல்லிக் கேட்கச் சென்றிருக்கலாம்.

அமெரிக்க மக்களிடையே நடந்த கருத்துக் கணிப்பில் 54 சதவிகித மக்கள் அதிபர் பைடனின் லிபியாவிற்கான நடவடிக்கைகளை ஆதரிக்கிறார்கள். அமெரிக்க வெளியுறவுத்துறை துணை செகரட்டரி பானி ஜென்கின்ஸ் தொடர்பு கொண்டு பேசியபோது அவர் அமெரிக்கா எப்போதுமே லிபியாவின் நல்லுறவையே விரும்புகிறது என்று கூறினார்.

இஸ்ரேல் இனி யூத நாடாக இருக்காது!

அயோத்தி எப்படி இந்துக்களுக்கும் இஸ்லாமியர்களுக்கும் உரிமை கொண்டாடும் கலவர பூமியாக இருக்கிறதோ, காஷ்மீர் எப்படி இந்தியாவிற்கும் பாகிஸ்தானுக்குமிடையே தீராப்பிரச்னையாக இருக்கிறதோ/ இருந்ததோ அதேபோல ஜெருசலேமும் இஸ்ரேலுக்கும் பாலஸ்தினியாவிற்கும் இடையே ஒரு தலைவலி. மதங்களால் அன்பு பரவுகிறதோ இல்லையோ, மத நிறுவனங்களால் நிச்சயம் பிரிவினையும் வன்முறையும் பரவுகிறது. தேவகுமாரர்கள் அவதாரங்களில் இருந்து அருள் மொழியையும் அன்பையும் கற்றுக்கொண்டோமோ இல்லையோ, அவர்கள் அவதார இடத்தை ஆராதிக்கிறோம், உரிமை கொண்டாடுகிறோம், அந்த உரிமையைத் தக்க வைப்பதில் குறையேதும் வைப்பதில்லை.

ஜெருசலேம் இஸ்ரேலியர்களுக்கும் பாலஸ்தீனியர்களுக்குமான புனித பூமியாக உரிமை கொண்டாடப்படுகிறது. அது மட்டுமில்லாமல், எல்லைப் பகுதிகள், பாதுகாப்பு விவகாரங்கள், பாலஸ்தீனிய அகதிகள் குறைவில்லாத விவகாரங்களுக்காக இரு நாடுகளுக்கும் இடையே தீராத பனிப்போர்.

அமெரிக்கா, தன் நாட்டில் வசிக்கும் யூதர்களின் நன்மதிப்பைப் பெற வேண்டி, இரு நாட்டு நட்புறவையும் வேண்டி இரு நாட்டுக் கொள்கையை அங்கீகரித்தே வந்திருக்கிறது- அதிபர்

டிரம்ப் வரும்வரை. திரும்பவும் அதிபர் பைடன் வந்தபின், இருநாட்டுக் கொள்கையை ஆதரித்தாலும், இன்னும் பேச்சுவார்த்தைகளை முழுமையாகத் தொடங்கவில்லை. இஸ்ரேலிய - அரபிய உறவுகளை ஆதரித்ததுடன், பாலஸ்தீனிய நாட்டிற்கு நிதியுதவியை ஆரம்பித்ததுமாக பைடன் அரசு நடந்துகொண்டிருக்கிறது.

அமெரிக்கா, இஸ்ரேலின் நண்பனாக இருந்த போதும் இரு நாடுகளுக்கிடையே நட்புறவை வளர்ப்பதில் ஆர்வம் காட்டி வருகிறது.

பல அதிபர்கள், இஸ்ரேல் - பாலஸ்தீனிய நல்லுறவுக்கு வழிவகுத்து, திட்டங்கள் தீட்டி நல்லுறவைப் பேண அமெரிக்க வழியில் முயற்சி செய்திருக்கிறார்கள். இரு வேறு நாடுகள் அமைக்க, இஸ்ரேல், பாலஸ்தீனியா என்று தனியாக அமைத்து ஆதரவு தர. ஆனால் இந்த முயற்சிகள் அதிபர் டிரம்ப்பின் மிகப்பெரிய செயல்பாடுகளால் பின்னடைவு அடைந்தது. அவர் ஜெருசலத்தை இஸ்ரேலின் தலைநகராக அமெரிக்கா ஏற்றுக்கொள்வதாக அறிவித்தார். பின்வந்த பைடன் அரசு மீண்டும் நல்லுறவைத் தொடர்ந்த போதும், டிரம்ப்பின் பல செயல்பாடுகளை மாற்றவில்லை, குறிப்பாக ஜெருசலத்தைத் தலைநகராக வெளியிட்ட அறிவிப்பை நீக்கவில்லை.

ஐரோப்பாவில் யூதர்களுக்கு எதிரான செயல்களில் இருந்து தப்பிக்கப் பெருவாரியான யூதர்கள், 1896க்குப் பிறகு, அதாவது, ஜெர்மனியில் இரண்டாம் உலகப்போரில் மிக அதிகமான யூதர்கள் வதைக்கப்பட்டபோது, அதிகமான அரேபியர்கள் இருந்த ஆட்டோமான் பிரதேசத்திற்குக் குடியேறத்தொடங்கினர்கள்.

ஆனால், 1947-ல் அரேபியர்களுக்கும் யூதர்களுக்குமான வன்முறைக்குப் பிறகு, ஐ.நா. சபை இரு நாடுகளை உருவாக்க வாக்களித்தது. ஒன்று இஸ்ரேல், யூதர்களுக்கானது, மற்றொன்று பாலஸ்தீனியம், அரேபியர்களுக்கானது. நூற்றாயிரக்கணக்கான யூதர்கள் இஸ்ரேலுக்குக் குடியேறினர்.

பாலஸ்தீன், அமெரிக்கா உள்ளிட்ட மேற்குலக நாடுகள் இஸ்ரேலை ஸ்தாபிக்க உதவியதாகவும், நக்பா போரில் ஏழு

லட்சம் பாலஸ்தீனியர்கள் இறந்துபோகக் காரணமாகவும் இருந்ததாகவும் குற்றம் சாட்டியது.

1967-ல் நடந்த ஆறு நாள் போரில் இஸ்ரேல், காசா, மேற்குக்கரை, கிழக்கு ஜெருசலம் பகுதிகளைக் கைப்பற்றியது. அப்போது ஐ.நா. தலையிட்டு முற்றுகையிட்ட, கைப்பற்றிய இடங்களில் இருந்து வெளியேறுமாறு இஸ்ரேலைக் கேட்டுக்கொண்டதோடு ஓர் அமைதிப்பேச்சு நடத்தி ஒப்பந்தத்தை முடித்தும் வைத்தது.

காசாவில் 2 மில்லியன் பாலஸ்தீனியர்களும், மேற்குக்கரைப் பகுதியில் 3 மில்லியன் பாலஸ்தீனியர்களும் வசிக்கிறார்கள். இஸ்ரேலின் குடிமக்களில் 9 மில்லியன் யூதர்கள் என்றாலும் 2 மில்லியன் அரேபியர்கள் இருக்கிறார்கள்.

அமெரிக்கா கீழ்க்காணும் நான்கு முக்கிய விஷயங்களில் நல்லுறவை வளர்க்கப் பிரயத்தனப்படுகிறது.

1. எல்லைப் பிரச்சினை: பாலஸ்தீனியாவிற்குப் பெரும்பான்மையான மேற்குக் கரை, காசா 1967க்கு முந்தைய பகுதிகள் இஸ்ரேலுக்கு.

2. ஜெருசலம்: இந்நகரம், இஸ்ரேலுக்கும் மேற்குக் கரைக்கும் இடையே இருக்கிறது. இஸ்ரேல் இந்நகரின் முழுமையையும் தன் தலைநகராக அறிவித்திருக்கிறது. ஆனால் பாலஸ்தீனியா கிழக்கு ஜெருசலத்தை தன் நாட்டின் தலைநகராக அறிவிக்கக் கோருகிறார்கள். இரு நாடுகள் அமைப்பு அதை ஆதரிக்கும்.

3. அகதிகள்: 1948, 1967-இல் நடந்த போர்கள் ஒரு மில்லியனுக்கும் அதிகமான பாலஸ்தீனிய அகதிகளை உண்டாக்கின. போரில் பிழைத்தவர்கள், பெரும்பாலும் ஜோர்டான், சிரியா லெபனன் பகுதிகளில் வசிப்பவர்கள் இஸ்ரேல் திரும்பிச்செல்லத் தங்களுக்கு அதிகாரம் உள்ளதாக நம்பினர். போரில் பிழைத்தவர்களுக்கும் அதிகாரம் உள்ளதாகக் கருத முடியுமா என்ற ஒரு விவாதமும் நடக்கிறது. இஸ்ரேலும், இவர்கள் அகதிகளாகப் பாலஸ்தீனம் செல்லவேண்டும், மீண்டும் இஸ்ரேல் வரக்கூடாதென்று விரும்புகிறது.

4. பாதுகாப்பு: ஹமாஸ் என்ற இஸ்லாமிய அமைப்பு காசாவை நிர்வகிக்கிறது. இந்த அமைப்பு இஸ்ரேலை அழிக்கச்

சூளுரைத்திருக்கிறது. எனவே இஸ்ரேல் இந்தக் குழுவைத் தீவிரவாத இயக்கமாக அறிவித்திருக்கிறது. ஆக, இஸ்ரேல், இந்தத் தீவிரவாத இயக்கத்தைக் கட்டுப்படுத்த வேண்டும் என வேண்டுகோள் விடுத்திருக்கிறது. இதனால் இரு நாடுகளுக்கு இடையே அவரவர் பாதுகாப்புக்கான இராணுவ அமைப்பில் பிரச்சினை இருக்கிறது.

அமெரிக்காவிற்கு இதில் என்ன ஆதாயம்? இரு நாடுகளில் இருக்கிற சக்தி மற்றும் நில வளங்களில் இரான், மற்றும் ரஷ்யாவிற்கு இருக்கும் அதிகாரங்களை நீக்குவது. 2. அரேபிய மற்றும் இஸ்ரேலிய பாதுகாப்பை உறுதிப்படுத்தி, தீவிரவாதத்தைக் கட்டுப்படுத்துதல், 3. ஜனநாயகத்தை வளர்த்தெடுத்தல் அகதிகள் குடியேற்றத்தைக் குறைத்தல்.

இதனால், அமெரிக்கா, இஸ்ரேலிய - பாலஸ்தீனிய ஒப்பந்தத்தை மீண்டும் நடைமுறைப்படுத்த விழைகிறது. மேலும் அமெரிக்க அதிபர் தேர்தலில் இங்கே இருக்கும் யூதர்களின் வாக்கு வங்கியும் முக்கியக் காரணம்.

கிட்டத்தட்ட அரை நூற்றாண்டுக்கும் அதிகமாகவே, அமெரிக்கா, இஸ்ரேல் - பாலஸ்தீனிய போராட்டங்களுக்கிடையில் பிரச்சினையைத் தீர்க்க முயல்கிறது. இரண்டாம் உலகப் போருக்குப் பின் ஏறத்தாழ ஒரு லட்சம் ஹோலோகாஸ்ட்டில் பிழைத்தவர்களை பாலஸ்தீனத்திற்கு அனுப்பப் பிரிட்டனுடன் சேர்ந்து பணியாற்றியதில் இருந்தே இதைவிட்டு விலக முடியாத நிலை அமெரிக்காவிற்கு.

1948-ல் இஸ்ரேலை ஒரு தனிநாடாக அங்கீகரித்த முதல் நாடு அமெரிக்காதான்.

1967-ல் நடந்த ஆறுநாள் போரில் கூட ஐக்கிய நாட்டுச் சபை, ஜெர்மனி, இங்கிலாந்து, ஃபிரான்ஸுடன் சேர்ந்து அரேபிய - இஸ்ரேலிய நல்லுறவு ஒப்பந்தத்தை ஏற்படுத்தவும் முனைந்தது. ஆறு நாள் போர், அமெரிக்க வெளியுறவுக் கொள்கைக்கு ஒரு முக்கியத் திருப்புமுனையாக அமைந்தது. அரபு நாடுகளின் எண்ணெய் உற்பத்தியாளர்கள் எண்ணெய்க் கட்டுப்பாட்டைக் கொண்டுவர, அது ஒரு முக்கியத் திருப்புமுனையாக அமைந்தது. இது இஸ்ரேலுக்கு ஆதரவாக இருக்கும் அமெரிக்காவிற்கும்,

சிரியா, எகிப்துவை ஆதரிக்கும் ரஷ்யாவிற்கும் இடையே அணு ஆயுத முரண்பாடுகளைத் தோற்றுவித்தது.

அரபிய லீக், பாலஸ்தீனிய விடுதலைக் குழுவை (palaestine liberalation organization), பாலஸ்தீனிய மக்களின் ஏகபோக சட்டப்பூர்வமான குழுவாக அங்கீகரித்தது.

அமெரிக்க செகரட்டரி ஹென்றி கிசிங்கர், நவீன கிருஷ்ணத் தூதுவனாக இரு நாடுகளிடையே செயல்புரிந்தார். 1974-75ல் அவர் செய்த பணியின் காரணமாகப் போர் மூளவில்லை. அதிபர் ஜிம்மி கார்ட்டர் 1978-ல், இஸ்ரேல், எகிப்து நாடுகளிடையே பேச்சு வார்த்தையை ஆரம்பித்து வைத்து மத்தியக்கிழக்கில் அமைதியை நிலைநாட்ட ஒரு திட்ட வரைவும் ஏற்படுத்தினார். எகிப்து, ஜார்டான், இஸ்ரேல் பாலஸ்தீனம் ஆகியவை சேர்ந்த உரையாடல் முடிவில், பாலஸ்தீனம் மேற்குக்கரை, மற்றும் காசாவை ஆளும் என ஒப்புக் கொள்ளப்பட்டது. எகிப்துக்கும் இஸ்ரேலுக்கும் இடையே சமாதான உடன்படிக்கையும் மேற்கொள்ளப்பட்டது.

1993 ஒப்பந்தப் பேச்சுவார்த்தையில் இரு நாடுகளும் முறையே இஸ்ரேலின் அதிகாரத்தையும் இருப்பையும் பாலஸ்தீனமும், பாலஸ்தீனத்தின் காசா, மேற்குக்கரை உள்ளிட்ட பிரதேசங்கள் மீதான அதிகாரத்தை இஸ்ரேலும் ஒப்புக்கொண்டன. ஒப்பந்தம் வெள்ளை மாளிகையில் கையொப்பமிடப்பட்டது.

அதன்பின் அதிபர் புஷ்ஷின் அமைதிக்கான பாதை, செக்ரட்டரி கெர்ரியின் ஆறு கருத்துக்கள், அதிபர் டிரம்ப்பின் வளத்திற்கான அமைதி வழி எனப்பல திட்டங்கள் தீட்டப்பட்டன.

ஆரம்பம் முதலே அமெரிக்கா, இஸ்ரேலைப் பாதுகாத்தே வந்திருக்கிறது. அதுவே ஓர் அமைதி ஒப்பந்தம் கொண்டுவரக் காலதாமதமாக காரணம். ஐ.நா.வின் நிரந்தர உறுப்பினர் என்ற அதிகாரத்தைக் கொண்டு இஸ்ரேலுக்கு எதிரான பல உறுதிமொழிகளைத் (resolutions) தடை செய்து வந்திருக்கிறது.

1980க்கு பிறகு ஒரே ஒருமுறை மட்டுமே ஐ.நா. இஸ்ரேலைக் கண்டனம் செய்ய அனுமதித்திருக்கிறது. அப்போதும், ஒபாமா தலைமையிலான அரசு, இதில் வாக்களிக்க மறுத்திருக்கிறது.

அதிபர் டிரம்ப், இஸ்ரேலை வெளிப்படையாகவே ஆதரித்தார். 2020-ல் ஆப்ரஹாம் அக்கார்ட் என்ற ஒரு ஒப்பந்தம் இஸ்ரேலுக்கும் ஐக்கிய அரபு நாடுகளுக்கும் இடையே கொண்டுவரப்பட்டது. அதிபர் பைடன் அரசு, இஸ்ரேல், பாலஸ்தீனம் இரண்டிற்கும் இடையில் சரியான உரிமைகளைத் தருவோம் எனச் சொல்லியிருக்கிறது. ஆப்ரஹாம் அக்கார்ட், இஸ்ரேல் - பாலஸ்தீனிய உறவுகளுக்கு ஒரு மாற்று இல்லை என்றாலும் அமெரிக்கா மற்ற நாடுகளை இரு நாடுகளோடும் நல்லுறவு பேண வலியுறுத்தி வருகிறது.

இஸ்ரேலுக்கும் ஹமாஸுக்கும் இடையே சமாதானம் வரவும் உழைத்தது. காசாவில் உள்ள மக்களுக்கும் மனிதாபிமான அடிப்படையில் பைடன் அரசு நிதி உதவிகள் அளித்தது.

1967 போருக்கு முன் இருந்த எல்லைகளைக் கொண்ட தனி இஸ்ரேலிய மற்றும் பாலஸ்தீனிய நாடுகளுக்கு அழைப்பு விடுத்து, இரு நாடுகளின் தீர்வுக்கான அமெரிக்க ஆதரவை அதிபர் பைடன் மீண்டும் உறுதிப்படுத்தியுள்ளார். இந்தப் பிரதேசத்தில் காசா பகுதி, மேற்குக் கரை மற்றும் கிழக்கு ஜெருசலேமின் சில பகுதிகள் ஆகியவை அடங்கும். கிளின்டன் அரசு பாலஸ்தீனிய அரசை நிறுவுதல் மற்றும் பிற இறுதிநிலைப் பிரச்சினைகளைத் தீர்ப்பதற்கான வரையறைகளை வழங்கின. அமெரிக்கா, ஐரோப்பிய ஒன்றியம், ரஷ்யா மற்றும் ஐக்கிய நாடுகள் சபையால் முன்வைக்கப்பட்ட 2003 அமைதிக்கான சாலை (pathways to peace) வரைபடத்தில், பாலஸ்தீனிய அரசிற்குப் பகிரங்கமாக ஒப்புதல் அளித்த முதல் அமெரிக்க ஜனாதிபதி ஜார்ஜ் டபிள்யூ. புஷ் ஆனார். ஒபாமா நிர்வாகமும் இரு நாடுகளின் தீர்வை முன்வைக்க முயன்றது,

ஆனால் 2014-ல் தீர்வுகள், பாலஸ்தீனியக் கைதிகளின் விடுதலை மற்றும் பிற பிரச்சினைகள் குறித்த கருத்து வேறுபாடுகள் காரணமாகப் பேச்சுக்கள் முறிந்தன. 2016-ல், செயலாளர் கெர்ரி அந்த இறுதி நிலைப் பேச்சுக்களின் அடிப்படையில் இரு நாடுகளின் தீர்வுக்கான கொள்கைகளைக் கோடிட்டுக் காட்டினார்.

'வளமான வாழ்க்கைக்கு அமைதி வழி' என்று அழைக்கப்படும் ட்ரம்ப்பின் திட்டம், ஒரு பாலஸ்தீனிய அரசை நிறுவியிருக்கும்.

ஆனால் பழைய நகரம் மற்றும் புனிதத் தலங்கள் உட்பட அடிப்படையில் பிரிக்கப்படாத ஜெருசலேமின் மீது இஸ்ரேலுக்கு இறையாண்மையை வழங்கியது. பாலஸ்தீனியத் தலைநகரைக் கிழக்கு ஜெருசலேமின் ஒரு பகுதிக்கு அனுப்பியது. இந்தத் திட்டம் பாலஸ்தீனிய அகதிகளுக்கு அவர்களின் முன்னாள் நிலங்களுக்குத் திரும்புவதற்கான உரிமையை வழங்கவில்லை. ஆனால் வளரும் பாலஸ்தீனிய மாநிலத்தில் சுமார் 50 பில்லியன் டாலர் மதிப்புள்ள முதலீட்டை உறுதியளித்தது. ட்ரம்ப்பின் திட்டத்தில் வழங்கப்பட்ட கருத்தியல் வரைபடம் இஸ்ரேல் ஜோர்டான் பள்ளத்தாக்கு மற்றும் அதன் அனைத்து குடியிருப்புகளையும் இணைத்ததால் மேற்குக் கரையில் உள்ள பாலஸ்தீனப் பகுதி 70 சதவீதமாகச் சுருங்கும் என்று பரிந்துரைத்தது. பாலஸ்தீனத் தலைவர்களைக் கலந்தாலோசிக்காமல் உருவாக்கப்பட்ட இந்தத் திட்டம், முக்கிய இறுதி நிலைப் பிரச்சினைகளிலும் இஸ்ரேலுக்குக் கிடைத்த வெற்றி. பாலஸ்தீனிய அதிகாரம் (PA) அதை நிராகரித்தது.

இரு நாடுகளின் தீர்வுக்கான நீண்டகால ஆதரவு இருந்த போதிலும், ஐக்கிய நாடுகள் சபையில் பாலஸ்தீனிய மாநில உரிமைக்கான முயற்சிகளை அமெரிக்கா பாரம்பரியமாக ஆதரிக்கவில்லை, இது இஸ்ரேலுடன் பேச்சுவார்த்தை மூலம் மட்டுமே முடிவு செய்யப்பட வேண்டும் என்று கூறியது.

ஜெருசலேமின் நிலை: 1947-ல் பிரிட்டனின் கட்டுப்பாட்டில் இருந்த பாலஸ்தீனத்தைத் தனி அரபு மற்றும் யூத நாடுகளாகப் பிரிக்க ஐ.நா பொதுச் சபை வாக்களித்தபோது, அது ஜெருசலேம் நகரத்தை ஒரு கார்பஸ் பிரிவாக அல்லது தனி அமைப்பாக ஒதுக்கி, கிறிஸ்தவர்கள், யூதர்கள் மற்றும் முஸ்லிம்களுக்கான மத முக்கியத்துவத்தை அங்கீகரித்தது. இருப்பினும், புதிதாகச் சுதந்திரம் பெற்ற இஸ்ரேல், ஜெருசலேம் நகரின் மேற்குப் பகுதியில் தனது அரசாங்க இடத்தை நிறுவியது, பின்னர் 1967-ல் ஜோர்டானிலிருந்து கிழக்கு ஜெருசலேமைக் கைப்பற்றியது. இஸ்ரேல் பின்னர் ஜெருசலேமின் நகராட்சி எல்லைகளை அண்டை பாலஸ்தீனிய நகரங்களை இணைத்து அதைத் திறம்பட இணைத்தது.

1993 ஒஸ்லோ உடன்படிக்கையின் ஒரு பகுதியாக இஸ்ரேல் மற்றும் பாலஸ்தீனிய விடுதலை அமைப்பு ஆகியவை ஜெருசலேம் மீதான உரிமைக்கோரல்கள் இறுதி நிலைப் பேச்சுவார்த்தைகளில் மட்டுமே தீர்மானிக்கப்படும் என்று உறுதிப்படுத்தியது. இன்று, இஸ்ரேல் ஜெருசலேம் முழுவதையும் அதன் தலைநகராகக் கருதுகிறது, அதே நேரத்தில் பாலஸ்தீனிய விடுதலை அமைப்பு கிழக்கு ஜெருசலேமை எதிர்கால பாலஸ்தீனிய அரசின் இடமாக உரிமை கோருகிறது, இஸ்ரேலின் நிலத்தை ஒரு ஆக்கிரமிப்பாகக் கருதுகிறது. பல தலைமுறைகளாக, அமெரிக்காவும் இஸ்ரேலுடன் உறவு வைத்திருக்கும் பிற நாடுகளும் டெல் அவிவில் தங்கள் தூதரகங்களை வைத்திருந்தன. அதனால் எதிர்கால அமைதி ஒப்பந்தத்தை முன்கூட்டியே தடுக்க முடியாது.

1995-ம் ஆண்டு அமெரிக்கச் சட்டம் ஜெருசலேமுக்கு அமெரிக்கத் தூதரகத்தை இடமாற்றம் செய்ய வேண்டும் என்றாலும், அடுத்தடுத்த ஜனாதிபதிகள் அமெரிக்காவின் தேசியப் பாதுகாப்பு நலன்களைக் கருதி, அதை நிராகரித்தனர். இருப்பினும், அதிபர் டிரம்ப் 2017-ல் அவ்வாறு செய்ய மறுத்துவிட்டார். அதற்கு பதிலாகத் தூதரகத்தை ஜெருசலேமுக்கு மாற்றினார் மற்றும் ஜெருசலேத்தை இஸ்ரேலின் தலைநகராக அங்கீகரித்தார்.

இந்த அறிவிப்பு பாலஸ்தீன அதிகாரிகளை டிரம்ப் நிர்வாகத்துடனான உறவை முறித்துக் கொள்ளத் தூண்டியது. அதிபர் பைடன் இந்த உறவுகளை மீண்டும் நிறுவியிருந்தாலும், அமெரிக்கத் தூதரகம் ஜெருசலேமில் இருக்கும் என்று அவர் கூறியுள்ளார்.

2021-ம் ஆண்டில், வாஷிங்டனில் உள்ள பாலஸ்தீனியப் பணியையும் கிழக்கு ஜெருசலேமில் உள்ள அமெரிக்கத் தூதரகத்தையும் மீண்டும் திறப்பதற்கான தனது விருப்பத்தை பைடன் அறிவித்தார். இவை இரண்டும் டிரம்ப் அரசால் மூடப்பட்டவை.

1987-ம் ஆண்டு டிரம்ப்பின் முன்னோடிகளால் தவிர்க்கப்பட்ட ஒரு சட்டம் பாலஸ்தீனியர்கள் அமெரிக்காவில் பணிபுரிவதைத் தடை செய்தது, மேலும் வருங்காலத் தலைவர்கள்

கட்டுப்பாட்டைத் தவிர்ப்பதைத் தடுக்க டிரம்ப் நிர்வாகம் அந்தச் சட்டத்தை இயற்றியது. கிழக்கு ஜெருசலேமில் உள்ள தூதரகத்தை மீண்டும் திறப்பதற்கு இஸ்ரேலின் அரசாங்கத்தின் ஒப்புதல் தேவைப்படும், ஆனால் இப்போதைக்கு அது இயலாதென்றே தோன்றுகிறது.

இஸ்ரேலியக் குடியேற்றங்கள் குறித்த அமெரிக்காவின் நிலைபாடு என்ன?

1967 போருக்குப் பிறகு, இஸ்ரேல் கைப்பற்றிய சில பிரதேசங்களில் குடியிருப்புகளைக் கட்டத் தொடங்கியது. அரபு-இஸ்ரேல் போர்களின் போது கடுமையான சண்டைகளைக் கண்ட மேற்குக் கரையின் சில பகுதிகளில் பாதுகாப்பை வலுப்படுத்த முற்படும் தொழிலாளர் கட்சி அரசாங்கங்களின் கீழ் குடியேற்றக் கட்டுமானத்தைத் தொடங்கியது, ஆனால் சில குடியேறிகள் நிலத்தைத் தங்கள் மத மற்றும் வரலாற்று உரிமையாகக் கருதியதால் அது வேகமாக அதிகரித்தது. 2019 வாக்கில், சுமார் ஆறு இலட்சம் இஸ்ரேலியர்கள் மேற்குக் கரை மற்றும் கிழக்கு ஜெருசலேமில் குடியேற்றங்களில் வசித்து வந்தனர்.

பல ஆண்டுகளாக, அமெரிக்கா இந்தக் குடியேற்றங்களை உத்தியோகபூர்வமாகக் கண்டனம் செய்தது. அவை அமைதிக்குத் தடையாக இருப்பதாக முத்திரை குத்தியது. ஆனால் இஸ்ரேல் சர்வதேசத் தடைகளை எதிர்கொள்ளும் வாய்ப்பைத் தவிர்க்க அந்தக் குடியேற்றங்களைச் சட்டவிரோதம் என்று கூறுவதை அமெரிக்கா முற்றிலும் தவிர்த்தது.

அமெரிக்கக் கடன் உத்தரவாதங்களில் இருந்து குடியேற்றக் கட்டுமான செலவைக் கழித்து, இஸ்ரேல் பெறும் உதவித் தொகையை அதன் குடியேற்றக் கட்டிடத்துடன் இணைத்த முதல் ஜனாதிபதி புஷ் ஆவார். இருப்பினும், அதிபர் கிளின்டன் பின்னர் கிழக்கு ஜெருசலேமில் குடியேற்றக் கட்டுமானத்திற்கும் 'இயற்கை வளர்ச்சிக்கும்' விலக்குகளை அனுமதித்தார்.

குடியேற்றங்களின் காரணமாக இஸ்ரேல், 1967க்கு முந்தைய எல்லைப் பகுதிக்குத் திரும்புவது சாத்தியமற்றதாக்கி விடும். மேலும் எந்தவொரு சமாதான ஒப்பந்தத்திலும் இஸ்ரேல் மற்ற

நிலங்களை பாலஸ்தீனியர்களுக்கு வழங்குவதற்கு ஈடாக, தனது மூன்று பெரிய குடியேற்ற முகாம்களை வைத்திருக்கும் என்று பெரும்பாலான நிர்வாகங்கள் நம்பின.

மேற்குக் கரையில் செயல்படும் இஸ்ரேலிய வணிகங்களுக்கு அபராதம் விதிக்க முயன்ற அரசியல் இயக்கங்களில் இருந்து இஸ்ரேலைக் காப்பாற்ற ஒபாமா நிர்வாகம் நடவடிக்கை எடுத்த அதே வேளையில், ஐ.நா. சபை இஸ்ரேலை இந்தக் குடியேற்றங்கள் சட்டவிரோதமானது என்று கண்டனம் செய்யவும் அனுமதித்தது. அப்போது வாக்கெடுப்பில் அமெரிக்கா பங்கு கொள்ளவில்லை.

இஸ்ரேலிய-பாலஸ்தீன மோதலின் மற்ற கூறுகளைப் போலவே, ட்ரம்ப் நிர்வாகம் குறிப்பிடத்தக்க வகையில் இஸ்ரேலுக்கு ஆதரவான யூதக் குடியேற்றங்களை ஆதரித்து, 2019-ம் ஆண்டில், அமெரிக்க வெளியுறவுத்துறைச் செயலர் மைக் பாம்பியோ, மேற்குக் கரையில் உள்ள குடிமக்கள் குடியேற்றங்கள் "சர்வதேச சட்டத்திற்கு முரணானவை அல்ல" மற்றும் "அமைதி செயல்முறைக்கு ஒரு தடையாக இல்லை" என்றும் கூறினார்.

அமெரிக்கா நீண்டகாலமாக இஸ்ரேலின் நட்பு நாடாகவும் அதன் முன்னணிப் பாதுகாப்பு ஒத்துழைப்பாளராகவும் இருந்து வருகிறது, ஏனெனில் அமெரிக்கா, யூத அரசின் இருப்பை ஆதரிக்கிறது.

பனிப்போரின் போது, பல அமெரிக்கப் பாதுகாப்புத் திறனாய்வாளர்கள், மத்தியக் கிழக்கில் சோவியத் ஒன்றியத்தின் செல்வாக்கிற்கு எதிரான போராட்டத்தில் இஸ்ரேலைச் சிறந்த பங்காளியாகக் கண்டனர். பின்னர் அது அமெரிக்கப் பயங்கரவாத எதிர்ப்பு முயற்சிகளுக்கு வலுவான பங்களிப்பாளராக நிரூபிக்கப்பட்டது.

இன்று, இஸ்ரேல் மத்தியக் கிழக்கில் அமெரிக்காவின் நெருங்கிய திறனாய்வுப் பங்காளியாக உள்ளது. ஈரானின் அணுசக்தி பேராசைகள் மற்றும் இஸ்லாமியப் போராளிகளுக்கு, குறிப்பாக லெபனானின் ஹிஸ்புல்லா மற்றும் ஹமாஸ் ஆகியவற்றுக்கான அதன் ஆதரவு குறித்து இரு நாடுகளும் கவலை கொண்டுள்ளன.

ஒருமித்த நலன்களின் விளைவாக, அந்தப் பிரதேசங்களில் உள்ள நாடுகளின் விரோதமான கலவையைவிட இஸ்ரேலின் இராணுவ மேன்மையைப் பாதுகாக்க உதவுவதாக அமெரிக்கா உறுதியளித்துள்ளது.

சமாதான நடவடிக்கையின் ஒரு பகுதியாக அரபுப் பிரதேசங்களில் இருந்து வெளியேறிய பின்னர் அமெரிக்கா, இஸ்ரேலுக்கு இராணுவ உதவிகளை வழங்கத் தொடங்கியது. இஸ்ரேலலின் அமைதிக்காக, இந்த பாதுகாப்பு உதவியை வழங்குவது தன் பொறுப்பாக வாஷிங்டன் கருதியது. அமெரிக்காவும் எகிப்து மற்றும் ஜோர்டான் சமாதான முன்னெடுப்புகளுக்கு தங்கள் உறுதிமொழிகளுக்கு ஈடாகப் பெரிய உதவிப் பொதிகளை வழங்கியது.

இரண்டாம் உலகப் போரின் முடிவில் இருந்து, அமெரிக்கா இஸ்ரேலுக்கு வேறு எந்த நாட்டிற்கும் வழங்காத வெளிநாட்டு உதவிகளை வழங்கியுள்ளது. அமெரிக்கா 1971 முதல் 2007 வரை இஸ்ரேலுக்குக் கணிசமான பொருளாதார உதவிகளை வழங்கியது. ஆனால் 1990களில் தொடங்கிய கணிசமான பொருளாதார வளர்ச்சியின் காரணமாக, இப்போது பெரும்பாலும் இராணுவ உதவியைப் பெறுகிறது. 2022 நிதியாண்டிற்கு அதிபர் பைடன் கோரிய அனைத்து வெளிநாட்டு இராணுவ உதவிகளிலும் பாதிக்கும் மேலானவை இஸ்ரேலுக்கு ஒதுக்கப்பட்டன. 2016-ம் ஆண்டு புரிந்துணர்வு ஒப்பந்தத்தின் கீழ், ஏவுகணைப் பாதுகாப்புக்காக 500 மில்லியன் டாலர்கள் உட்பட ஒவ்வோராண்டும் கிட்டத்தட்ட 4 பில்லியன் டாலர்களை இஸ்ரேலுக்கு வழங்க அமெரிக்கா உறுதி பூண்டுள்ளது. 2021 இஸ்ரேல் - ஹமாஸ் மோதலை தொடர்ந்து, ஏவுகணைப் பாதுகாப்பு நிதியாகக் கூடுதலாக 1 பில்லியன் டாலர்களை வழங்கியது.

அமெரிக்கா பாலஸ்தீனியர்களுக்கும் உதவி வழங்குகிறது. பெரும்பாலும் அரசு மற்றும் மனிதாபிமான திட்டங்களை ஆதரிப்பதற்காக. 1994 மற்றும் 2018க்கு இடையில் வாஷிங்டன் மொத்தம் 5 பில்லியன் டாலருக்கும் அதிகமான தொகையை வழங்கியது. 1950-ம் ஆண்டு முதல் ஐ நா சபை பாலஸ்தீனிய அகதிகள் நிறுவனத்திற்கு (UNRWA) அமெரிக்கா 6 பில்லியன்

டாலருக்கும் அதிகமான உதவிகளை வழங்கியுள்ளது. 2007-ம் ஆண்டில் ஹமாஸ், பாலஸ்தீனியா உடன் வன்முறையில் முறித்துக் கொண்ட பின்னர் உதவி த்திட்டங்கள் மறுசீரமைக்கப்பட்டன.

அதிபர் டிரம்ப், பாலஸ்தீனியர்களுக்கான அமெரிக்க உதவியைக் குறைத்தார். UNRWAக்கான பங்களிப்புகளை நிறுத்தியது. 2019-ம் ஆண்டில், ட்ரம்ப் ஒரு பயங்கரவாத எதிர்ப்புச் சட்டத்தில் கையெழுத்திட்டார். இது போர்ச் செயல்களில் உடந்தையாக இருப்பதாகக் கூறப்படும் பாலஸ்தீனிய விடுதலை அமைப்பு உட்பட அமெரிக்க வெளிநாட்டு உதவி பெறுபவர்கள் மீது வழக்குத் தொடர அமெரிக்கர்களை அனுமதித்தது.

பயங்கரவாத எதிர்ப்புச் சட்டம் நடைமுறையில் இருந்தாலும், அதிபர் நிர்வாகம் மேற்குக் கரை மற்றும் காசாவிற்கு மீண்டும் உதவியைத் தொடங்கியுள்ளது. இதுவரை UNRWAக்கு 600 மில்லியன் டாலருக்கும் அதிகமாகவும், கிழக்கு ஜெருசலேமில் உள்ள மருத்துவமனைகளுக்கு 100 மில்லியன் டாலருக்கும் அதிகமாகவும், உக்ரைனில் போரினால் மோசமடைந்த உணவுப் பாதுகாப்பின்மையைத் தணிக்க 15 மில்லியன் டாலருக்கும் மேலாகவும் அறிவித்துள்ளது,

மோதலுக்குத் தீர்வு காண்பதற்கான வாய்ப்புகள் என்ன?

இஸ்ரேல் - பாலஸ்தீனப் பேச்சுவார்த்தைகளுக்கான கண்ணோட்டம் இருண்டதாக உள்ளது. கடந்த காலத்தில் பாலஸ்தீனியர்கள் நிராகரித்ததை விடச் சாதகமான சலுகைகளை இஸ்ரேலிடம் இருந்து பாலஸ்தீனியர்கள் பெறுவது அவ்வளவு எளிதான காரியமில்லை. இரு நாடுகளின் தீர்வுக்கான வாய்ப்புகள் தொடர்ந்து மங்கிவிடும் என்று சில நிபுணர்கள் கருத்துத் தெரிவித்துள்ளனர்.

குறிப்பாக இஸ்ரேலிய அரசாங்கம் மேற்குக் கரை மற்றும் ஜோர்டான் பள்ளத்தாக்கில் குடியேற்றங்களை இணைத்ததால், ஐக்கிய அரபு எமிரேட்ஸுடனான ஆபிரகாம் ஒப்பந்தத்தின் ஒரு பகுதியாக இடைநிறுத்த ஒப்புக்கொண்ட நடவடிக்கைகள் பாதிக்க ஆரம்பித்திருக்கின்றன.

அத்துடன் 2021 இஸ்ரேல்-ஹமாஸ் மோதல், இஸ்ரேலுக்கும் மக்கள் முன்னணிக்கும் இடையிலான புதிய பேச்சுவார்த்தைகளின் வாய்ப்பைக் குறைத்துள்ளது

இதற்கிடையில், ஹமாஸ் மற்றும் மக்கள் முன்னணிக்கு இடையிலான அரசியல் பிளவுகள் எதிர்காலத்தில் பேச்சு வார்த்தை மூலம் தீர்வு காண்பதற்குச் சவாலாகவே உள்ளது.

இந்த இயக்கவியல் ஒரு-மாநில விளைவுக்கான வாய்ப்பை உயர்த்தியுள்ளதாக வல்லுநர்கள் தெரிவிக்கிறார்கள். அரேபியர்கள் குறைந்தபட்சம் பாதி மக்கள்தொகையை உருவாக்குவதால், இஸ்ரேல் இனி ஒரு யூத நாடாக இருக்காது என்று பலர் கருதுகின்றனர்.

இஸ்ரேல், பாலஸ்தீனியர்களுக்கு சம உரிமைகளை மறுத்தால், அது ஜனநாயகமாக அதன் எதிர்காலத்தை குறைமதிப்பிற்கு உட்படுத்தும். இந்தக் கவலைகள் இருந்தபோதிலும், ஒரு மாநிலத்துக்கான தீர்வு என்ற கருத்தில் ஆர்வம் உள்ளது. ஆனாலும் இதுவும் ஒரு தீர்வே காண முடியாத பிரச்சினையாக நீண்ட காலம் இருக்கும். யூதர்களுக்கும் அரேபியர்களுக்கு ஒரு நில உரிமைக்காக நடக்கும் போரில், மடிவதும் பாதிப்படைவதும் அமைதியிழப்பதும் மக்களே.

இராக் இன்று:
சீரழிந்த தேசமும் சிதைந்த கனவுகளும்

இருபது வருடங்களுக்கு முன், இரட்டைக் கோபுரங்கள் தாக்கப்பட்டதும் அமெரிக்க மக்கள் அதீத உணர்ச்சிப்பெருக்கில் இருந்தனர். யார் அல்லது எந்த அமைப்பு இந்த தாக்குதல்களின் பின்னே இருக்கிறார்கள் என்று அறிந்து அவர்களை நீதிக்கு முன் நிறுத்த மக்கள் விரும்பினார்கள். அப்போது அதிபராக இருந்த புஷ், ஈராக் பெரிய காரணம் என்று அறிவித்து சதாம் ஹுசைனை வீழ்த்தி அங்கே ஜனநாயக முறையில் தேர்தலை நடத்த முடிவு செய்தார். ஈராக்கில் மக்களை அழிக்கக் கூடிய அதிசக்தி வாய்ந்த ஆயுதங்கள் இருக்கின்றன (weapons of Mass destruction) எனக்கூறிப் போரிட முன்வந்தது அமெரிக்கா. ஐ.நா சபை அதற்கு எதிர்ப்புத் தெரிவித்த போதும் அதையும் மீறிப் போரிட்டது அமெரிக்கா.

அந்தப் போரின் முடிவில் நான்காயிரம் அமெரிக்க வீரர்களும் நூற்றுக்கணக்கான ஈராக் குடிமக்களும் உயிரிழந்தனர். இரண்டொரு வாரங்களில் அதிர்ச்சி ஆச்சரியம் (shock and awe) என முடிந்துவிடும் எனத் தவறான கணக்கால் ஆரம்பித்த யுத்தம் எட்டாண்டுகள் தொடர்ந்தது. சில வாரங்களுக்குள் சதாமின் ஆட்சியை இறக்கியது என்றாலும் அமைதியை

அமெரிக்காவால் அங்கே நிறுவமுடியவில்லை. கிட்டத்தட்ட 2 டிரில்லியன் டாலர் செலவானது,

இந்தப் போர் ஏகோபித்த ஆதரவுடன் ஆரம்பித்த போதும் மக்களின் ஆதரவை இழந்து, நட்பு நாடுகளின் இடையே பிளவுபட்டு பொருளாதார இழப்பையும் சந்தித்து முடிந்தது. அபு காரிப் சிறைச்சாலையில் அமெரிக்கர்களால் போர்வீரர்களுக்குச் செய்யப்பட்ட துன்புறுத்தல்கள் உள்நாட்டிலும் பலத்த கண்டனங்களுக்கு ஆளானது.

அதிபர் புஷ் இரண்டாம் முறை தேர்ந்தெடுக்கப்பட்டாலும், போர்வீரர்களைத் திரும்ப அழைத்துக்கொள்ள மக்களிடையே பலத்த அழுத்தத்தைச் சந்தித்தார்.

அதிபர் ஒபாமா ஆட்சிக்கு வந்தபோது ஈராக்கில் இருந்து போர்வீரர்களைத் திரும்ப அழைத்துக்கொண்ட போதும், மீண்டும் ஐஸிஸ் (ISIS) தாக்குதல்களைச் சந்திக்க வான்வழித்தாக்குதல் செய்ய வேண்டியதாயிற்று. அதிபர் ஒபாமாவின் திட்டம் மற்றும் செயல்களுக்கு மக்களின் பேராதரவு இருந்தது.

அதிபர் புஷ், தான் எடுத்த முடிவுகளில் மிகவும் தவறான ஒன்று ஈராக்கின் மீது போர்தொடுத்தது என்று பிறகு ஒரு நேர்காணலில் சொன்னார். ஈராக்கில் மிகப் பெரிய அழிவைத்தரும் எந்தவொரு ஆயுதத்தையும் காணாதது தனக்கு மிகவும் கோபத்தை வரவழைத்தது எனவும் கூறினார். ஆனால் அவருடைய இந்த வருத்தம், இழந்த இரண்டு லட்சம் ஈராக்கிய உயிர்களையோ, நான்காயிரம் அமெரிக்க உயிர்களையோ திரும்பத் தரப்போவதில்லை.

அமெரிக்கா நிறைய அனுமானங்களின் மீது இந்தப் போரை ஆரம்பித்தது. முக்கியமான மூன்று- 1. ஈராக்கிய மக்களுக்கு சதாம் ஹூசைன் ஆட்சியில் இருந்து விடுதலை வேண்டும். எனவே அவர்கள், அமெரிக்க போர் வீரர்களுக்கு முழு ஒத்துழைப்புத் தருவார்கள். 2. போருக்குப் பின் புதிய ஈராக்கை வடிவமைக்க முழு உழைப்பையும் நல்குவார்கள். 3. உலக நாடுகள் போருக்குப் பின் புது ஈராக்கை வடிவமைக்க உதவும். ஆனால் எல்லா அனுமானங்களும் தோற்றன. சதாம் ஹூசைன் இறந்தது பலருக்கு மகிழ்ச்சியை அளித்தாலும், தங்கள்

வீட்டிலும் ஒருவர் போரில் உயிரிழந்தது அமெரிக்காவின் மீதான வெறுப்பைக் கூட்டியது.

இதுவே பின்னாளில் இஸ்லாமியத் தீவிரவாத இயக்கமான ஐசிஸ் ஆரம்பிக்கக் காரணமானது. ஓர் அரசு மாறும் போது வழமையாக நடக்கும் எந்தவிதச் சமாதானப் பேச்சோ, பலவகை இழப்புக்களுக்கு ஆளாகி இருந்த ஈராக்கிய மக்களிடம் குறைந்தபட்ச இரக்கத்தையோகூடக் காண்பிக்காமல் ஒருவித ஆணவத்தோடு அமெரிக்கா நடந்துகொண்டது, ஈராக்கிய மக்களை மேலும் வெறுப்பேற்றியது.

அமெரிக்கா, அரசியல் மாற்றங்களுக்குப் பிறகு ஈராக் அமெரிக்காவின் நட்பு நாடாக மாறும் என எண்ணியது. அது அந்த பிராந்தியத்தில் ஈரானுக்கு எதிராக ஒரு நல்ல எதிரணியை உருவாக்க அமெரிக்காவிற்கு உதவி இருக்கும். ஆனால் 2003 முதல் டெஹ்ரான், ஈராக்கின் மீதான படையெடுப்பின் காரணமாக நல்ல பலன்களையே அடைந்திருக்கிறது. ஈராக்கின் இராணுவம் இந்தப் போரில் பல வீரர்களை இழந்து முன்பு இருந்ததில் சரிபாதியாகி விட்டது. இந்தப் போரின் விளைவால் மற்ற நாடுகளும் ஈரானின் அணு ஆயுதக் கொள்கைகளுக்கு எதிராக எட்டு ஆண்டுகளாக எதுவுமே செய்ய இயலவில்லை.

இவையனைத்தையும் மீறி, ஈராக்கில் ஒரு ஜனநாயகம் மலர்ந்திருக்கிறது. தேர்தல் நடந்து ஆட்சி அமைத்திருக்கிறார்கள். ஆனால் அதில் ஊழல் மலிந்திருக்கிறது. ஊழல் பிரதமரின் இல்லத்தில் இருந்தே ஆரம்பிக்கிறது. ஊழலை விசாரிக்க அமைக்கிற அமைப்புகளும் கையூட்டு வாங்கிக்கொள்வதால், கண்டு கொள்வதில்லை. உன் குற்றத்தை நான் கண்டு கொள்வதில்லை, என் குற்றத்தை நீ கண்டு கொள்ளாதே என்கிற வண்ணமே அரசு செயல்படுகிறது.

கிட்டதட்ட 45 மில்லியன் மக்கள் போருக்குப் பின் பிறந்தவர்களே. அவர்களுக்கு சதாமின் சர்வாதிகாரம் தெரியாது. ஆனால் இப்போதிருக்கும் வறுமையும் வேலையில்லாத் திண்டாட்டமும் ஊழலும் புரியும். அவர்களுக்கு ஒரு சுதந்திரமான நாடு தந்த கோரிக்கைகள் நிறைவேறாத ஏமாற்றமும் கோபமும் இருக்கிறது.

போருக்குப் பின் சிதைந்த இரண்டு பெரிய நகரங்கள் மீண்டும் ஸ்தாபிக்கப்படவே இல்லை. வட ஈராக்கில் பல சிதைந்த கட்டிடங்கள் போரின் சாட்சியாக நின்று கொண்டிருக்கின்றன.

எண்ணெய் வளமும் மண் வளமும் நிறைந்த ஈராக்கில் பொருளாதார மந்த நிலையே காணப்படுகிறது. எல்லா வருமானமும் அராசங்கத் துறையில் செலவிடப் படுவதால், ஊழல் மலினமாகி இருக்கிறது. பல பெரிய திட்டங்கள் தேக்கமடைந்திருக்கின்றன.

வேலையில்லாத்திண்டாட்டங்களுக்கிடையில், நல்ல மாற்றங்களைப் பெருமையுடன் அணுகுவதில் நிறைய இராக்கியர்களுக்குப் பிரச்சினை இருக்கிறது. நிறைய அரசுத்துறை வேலைகள் காலியாக இருக்கின்றன. ஆனால் அவற்றைப் பெற நிறையக் கையூட்டு தர வேண்டியிருக்கிறது.

சுன்னி, ஷியா குர்திய இனம் என எல்லா இனத்தவரையும் உள்ளடக்கி அமெரிக்க அரசால் பரிந்துரைக்கப்பட்ட நிர்வாகம், தங்களுக்குள் சமரசம் செய்துகொள்ளவே பல காலமாகின்றன. ஒவ்வொரு இனத்தைச் சேர்ந்தவர்களும் தங்கள் இன அதிகாரத்தை வளர்க்க, பொருளாதாரத்தைக் கைப்பற்ற தங்களுக்குச் சாதகமாக விசுவாசமாக இருப்பவர்களை அடுத்த நிலைக்குக் கொண்டுவர மோதுவதிலும் பேரம் பேசுவதிலுமே காலத்தைச் செலவிடுகிறார்கள். எனவே அரசு ஒரு முரண்பட்ட தலைவர்களின் கூட்டணியாகவே செயல்படுகிறது.

வருமான வரி அலுவலகத்திலிருந்து 2.5 டிரில்லியன் அமெரிக்க டாலர் பெறுமானமுள்ள நிதி திருட்டு போய்விட்டது. இன்றுவரை அதில் சம்பந்தப்பட்டவர்களைக் கண்டறியவே முடியவில்லை. மாதம் எண்ணூறு டாலர் வருமானம் தரக்கூடிய அரசு அலுவல் ஒன்றிற்கு முப்பதாயிரம் டாலர் கையூட்டுக் கொடுக்க வேண்டும். இதே போல அரசு சார்ந்த எல்லா வேலைகளுக்கும் ஒரு விலை நிர்ணயிக்கப்படு இருக்கிறது.

இப்படிப்பட்ட ஒரு ஜனநாயகத்திற்கு சதாமின் சர்வாதிகாரமே பரவாயில்லையா? இல்லை, ஊழல் மலிந்திருந்தாலும் ஜனநாயகம் பரவாயில்லையா என்றே மக்கள் குழம்பிக்கொண்டிருக்கிறார்கள். சிதைந்து போனது ஈராக் மட்டும் அல்ல அம்மக்களின் கனவும் கூட.

எம்புட்டுப் பெரிய குடும்பம்!

முப்பது கோடி முகமுடையாளாக இருந்த பாரதம் இன்று 1.4 பில்லியன் (143 கோடி) மக்கள் தொகையுடன், உலகிலேயே அதிக மக்கள் தொகை கொண்ட பரந்த தேசமாயிருக்கிறது. இந்தியாவின் பொருளாதாரம் உலகின் ஐந்தாவது இடத்திற்கு முன்னேறியிருக்கிறது. G-20 போன்ற நிகழ்வுகள் இந்தியாவின் பல மாநிலங்களில் சிறப்பாக நடத்தப்பட்டிருக்கின்றன. ஆப்பிரிக்கா, பர்மா உள்ளிட்ட மற்ற நாடுகளுக்கும் உயிரியியல் படிமங்களைஅடிப்படையாகக் கொண்ட அடையாள அட்டையை ஒரு பில்லியன் மக்களுக்கு வழங்கவும் (biometrics) மிகப்பெரிய பணியை மேற்கொண்டிருக்கிறது. இவை எல்லாவற்றிற்கும் மேலாக இந்தியாவிடம் ஒரு மகத்தான இளைஞர் சமுதாயம் உருவாகிக்கொண்டிருக்கிறது.

சீனாவைவிட இந்தியாவின் மக்கள் தொகை அதிகமாகி, உலகிலேயே அதிக மக்கள் தொகை கொண்ட நாடாக இந்தியா உருமாறியிருக்கிறது. இந்தியாவின் இளைய தொழிலாளர்கள் சந்தையை உலக நாடுகள் எதிர்நோக்கிக் காத்திருக்கின்றன. ஆனால், உருவாகிவரும் இந்தத் தொழிலாளர் சமூகமோ சரியான கல்வி, தொழிலுக்கான சிறந்த திறன்கள்,

மற்றும் ஆரோக்கியமான உடல் நலமும் இன்றி இருப்பது கவலைக்கிடமாக இருக்கிறது. சீனாவிலும் இந்தியாவை ஒத்த மக்கள் தொகை இருப்பினும் அங்கே முதியோர்கள் தொகை அதிகம்.

வேலைவாய்ப்பு: இந்தியாவில் வேலைவாய்ப்புத் திண்டாட்டம் மிக அதிகம். ஆந்திராவில் 700 பணியிடங்களுக்கு 6,50,000 பட்டதாரிகள் போட்டியிட்டனர். வருங்காலத்தில் இந்தப் பற்றாக்குறை இன்னும் அதிகரிக்கும். அரசாங்கப் பணியிடங்கள் மிகவும் குறைவு. இன்னும் காலம் செல்லச்செல்ல இந்தத் திண்டாட்டம் இன்னும் அதிகரிக்கும்.

இந்தியாவின் பொருளாதாரம் அதன் மக்கள் தொகையைப் போலவே வளருகிறது. ஆனாலும் ஒன்றுக்கு மூன்று என்ற அளவில் குழந்தைகள் உணவுப் பற்றாக்குறையால் வாடுகின்றார்கள். செல்வந்தர்கள் ஒரு பக்கம் பெருகினாலும், வறுமைக்கோட்டின் கீழே வாழ்பவர்களும் அதிகமாக இந்த இடைவெளி அதிகரித்திருக்கிறது. அண்ணாந்து பார்க்கும் மாளிகைகளும் அருகே ஓலைக்குடிசைகளுமாக நாடு ஏற்றத் தாழ்வுகளால் நிறைந்திருக்கிறது. இந்த இரண்டிற்குமிடையே கனவை எட்ட முடியாமலும் ஆனால் எட்டிப்பிடிக்க உழைக்கும் மத்தியதர வர்க்கமும் மிகப்பெரிது. இவர்கள் செல்வந்தராக வாழ நினைத்து ஆனால் கடன் சுமையில் சிக்கித் தவிக்கிறார்கள்

கல்வி: பல்லாயிரக்கணக்கான கல்விக்கழகங்கள் இருந்தாலும் பணி செய்ய நல்ல விரிவுரையாளர்கள் கிடைப்பதில்லை. நிறையக் கிராமப்புறங்களில் குறிப்பாக... பீகார், உத்திரபிரதேசம் போன்ற மாநிலங்களின் கிராமப்புறங்களில் மாணவர்களை வறுமை காரணமாகப் பணிக்கு அனுப்பிவிடுவதால் பள்ளிக்கே அனுப்புவதில்லை. இதனால், நல்ல திறனுள்ள உழைப்பாளர்கள் உலகிற்குக் கிடைக்க மாட்டார்கள் என்பதால், இந்தியாவின் கல்விமுறையை முன்னேற்றப் பல மேலைநாட்டுப் பல்கலைக்கழகங்கள் பல ஆண்டுகளாகவே முயன்று வருகின்றன. நிறைய செயற்கைக்கோள் பல்கலைக்கழகங்கள் அதன் ஒரு பகுதியே.

ஒபாமா அதிபராக இருந்தபோது அப்போதைய பிரதமர் மன்மோகன் சிங்குடன் செய்து கொண்ட ஒப்பந்தப்படி

ஐந்து பல்கலைக் கழகங்களுடன் அமெரிக்கா உடன்பாடு கொண்டது. இதன் மூலம் பொதுநலம், பணிக்குத் தேவையான திறன்கள், மென் திறன்கள் (உரையாடுதல், பிரச்சினைகளுக்குத் தெரிவு கண்டுபிடித்தல், முக்கிய சூழலில் சிந்தித்தல்) கற்பிக்க முன்வந்தார்கள்.

இந்தியாவில் ஊழல் அதிகமாக இருப்பதாலும், படிக்காமலே மாணவர்கள் தேர்ச்சி பெறுவதும், அடிப்படைக் கல்வியைப் புரிந்து கொள்ளாமல் மதிப்பெண்களுக்காக மனப்பாடம் செய்து தேர்ச்சி பெறுவதும் பிறகு பணியிடங்களில் பாதிக்கிறது.

கல்வி மற்றும் தொழில்துறையில் பெண்களின் பங்கு மிகவும் குறைவு. மற்ற நாடுகளை ஒப்புநோக்கும் போது இது மிகக்குறைவு. பெண்கள் கல்வி கற்கத் தடையேதும் இல்லை. ஆனால், அவர்கள் முறையான தொழில்களில் ஈடுபடுவது ஒன்றில் ஐந்து பேர் என்ற அளவில் இருக்கிறது. அதிலும் தொற்றுநோய்க்குப்பின் பல பெண்கள் தொழில் துறையில் (workforce) இருந்து விலகிவிட்டார்கள். குடும்பத்தைக் கவனிக்கவும் நோயுற்ற பெற்றோர் அல்லது குழந்தைகளைக் கவனிப்பதும் முதன்மைப் பணியாக மாறி இருக்கிறது.

இது சீனாவைவிட மிகவும் மோசமான நிலையில் இருப்பதால் நாட்டின் வளர்ச்சியில் ஒரு தடையை உருவாக்குகிறது. நாட்டின் மக்கள் தொகையில் சரிபாதி பெண்கள். பெண்கள் பணிக்குச் செல்வது மத நிறுவனங்கள், தொடரும் பாலியல் தொல்லைகள் அரசியல் சூழல் ஆகியவற்றால் மிகவும் பாதிப்படைந்திருக்கிறது.

தென்னக மாநிலங்களைவிட வடமாநிலங்கள் இதில் கல்வி, உடல் நலம், பொது அறிவு ஆகியவற்றில் பத்து வருடங்கள் பின்தங்கி இருக்கின்றன.

பொருளாதாரம்: இந்தியாவும் சீனாவும் 1990 வரை சமநிலையில் இருந்தன. ஆனால், சீனா பொருளாதாரம் மற்றும் வர்த்தகத்தில் அமெரிக்காவின் முதலாளித்துவக் கொள்கையைப் பயன்படுத்த ஆரம்பித்தது. 1990-இல் இருந்த சின்ன உற்பத்தி பற்றாக்குறையைத் தனக்குச் சாதகமாக்கி, முதலில் வர்த்தகம் செய்ய நுழைபவருக்கான (first mover advantage) சலுகைகளைப் பயன்படுத்திக் கொண்டது. அப்போது சீனாவில் மேலை

நாட்டு நிறுவனங்கள் தங்கள் உற்பத்தித் தொழிற்சாலைகளை நிறுவ அனுமதி தந்தது. ஆனால் இரண்டு நிபந்தனைகள்... ஒன்று, பொருட்களைச் சீனாவில் விற்கக் கூடாது, இரண்டு, தொழில்நுட்பத்தைச் சீன நிறுவனங்களுக்குக் கற்றுத்தர வேண்டும். இதனால் தொழிற்சாலைகள் பெருகின. வேலை வாய்ப்பும் அதிகரித்தது. அதே நேரம் சீனப்பொருட்களும் தங்குதடையில்லாமல் விற்றன.

இந்தியாவில் மேலை நாடுகள் தொழில் செய்யப் பல தடைகள் உள்ளன. சந்தையை அன்னிய முதலீடுகளுக்குத் திறந்துவிட்ட போதும், ஊழல், தொழிற்சங்கங்கள் தலையீடு, உள்ளூர் அரசியல்வாதிகள் தலையீடு எனப் பல தடைகள் இருக்கின்றன. இதனாலேயே ஃபோர்ட் போன்ற நிறுவனங்கள் இந்தியாவைவிட்டு வெளியேற முன்வந்தன.

சீனாவின் சராசரி உற்பத்தி வெளியீடு 13 ஆயிரம் டாலர் (GDP) என்றால் சராசரி இந்தியாவின் உற்பத்தி வெளியீடு 2 ஆயிரத்து 500-ஐக் காட்டிலும் குறைவே.

மக்கள் தொகை: இந்தியாவில் இருந்து கூடிய சீக்கிரம் வெளிநாடுகளுக்கு அனுப்பப்படப்போகிற ஒன்று என்றால் அது மனிதவளம்தான். இன்னும் முப்பது வருடங்களுக்குள் 800 மில்லியன் இளைஞர்களும் யுவதிகளும் பணிக்குச் செல்லத் தயாராகிவிடுவார்கள். ஆனால் சீனாவில் பணிசெய்யும் வயதில் இருப்போர் எண்ணிக்கை 600 மில்லியன் குறைந்துவிடும். ஏனெனில் அங்கே ஒரு குழந்தை திட்டத்தைக் கடுமையாகச் செயல்படுத்தியதன் விளைவு.

இந்தியாவிலும் மக்கள் தொகை பெருகுவதைப் பற்றிய கவலை இருந்தாலும், அரசு மிக அதிக விழிப்புணர்வுப் பிரச்சாரங்கள் மற்றும் இலவசக் கருத்தடைச் சாதனங்கள் விநியோகித்து மிக மிதமான முறையில் அதைக் கட்டுப்படுத்தினார்கள். எனவே தேவையானவர்கள் இரண்டுக்கு மேலான குழந்தைகள் கூடப் பெற்றுக்கொள்ள முடிந்தது.

ஆனால் பேறுகாலக் கவனிப்பு சரியாக இல்லாமல் பிறந்த குழந்தைகள் இறப்பதும் அதிகம். தாய் சேய் நலம் பேணுவதும் மிகவும் குறைவாகக் காணப்படுகிறது.

மக்கள் தொகை அதிகரித்தாலும், மனிதவள மேம்பாடு சரியும் நிலையில் இருக்கிறது. இது மாநிலங்களுக்கு மாநிலம் வேறுபடுகிறது. சில மாநிலங்கள் மிகுந்த பற்றாக்குறையால் அத்தியாவசியமான செயல்களைச் செய்யக்கூடத் தடுமாறுகிறார்கள். இதற்கும் மாநில அரசுகள் மத்திய அரசை எதிர்நோக்கி இருப்பதும் அரசியல் காரணங்களுக்கான புறக்கணிப்பும் கூடக் காரணமாக இருக்கலாம். 'செப்பு மொழி பதினெட்டுடையாள் எனில் சிந்தனை ஒன்றுடையாள்' என்பதெல்லாம் மாறி இப்போது ஹிந்தி திணிக்கப்படுகிறது. அதுவும் பல உள்நாட்டுக் குழப்பங்களுக்கு வழிகோலுகிறது.

உள்கட்டமைப்பு (Infrastructure): அதிபர் பைடன், உதவி அதிபராக இருந்த போது அமெரிக்காவின் உள்கட்டமைப்புகளைவிடச் சீனாவில் அதி நவீனமயமாக இருக்கிறது என்றும் அந்தத் தொழில்நுட்பத்தைப் பயன்படுத்தி அமெரிக்காவிலும் மாற்றங்கள் கொண்டுவரவேண்டும் என்றும் கூறுமளவு சீனாவில் உள்ளூர்க்கட்டமைப்புகள் அதிநவீனமானவை. அந்நிய நாட்டு முதலீடுகளுக்கும் கச்சாப் பொருட்கள் விரைவில் தொழிற்சாலைகளை அடைய, உற்பத்தியான பொருட்கள் ஏற்றுமதி செய்யப்பட இவை பெருமளவில் உதவியிருக்கின்றன.

அதைக் கவனத்தில் கொண்டு தற்போதைய இந்திய அரசு உள்நாட்டுக் கட்டமைப்பில் நிறைய முதலீடுகள் செய்கிறது. சாலை விரிவாக்கம், புதிய விமான நிலையங்கள், புதிய புகைவண்டிகள், சர்வதேச அளவிலான தொழில் நுட்பம் கொண்ட விமான நிலையங்கள் என அந்நியரைக் கவரும் வகையில் கட்டமைப்பு மாற்றப்பட்டுக்கொண்டு வருகிறது.

உடல் நலம்: வளர்ந்துவரும் குழந்தைகள் 2 இல் 1 என்ற வகையில் மிகக்குறைந்த ஊட்டச்சத்துக்களே பெறும் நிலை. கிணற்றுத் தண்ணீரில் சில கனிமங்கள் சேர்ந்து ஒரு கிராமத்தில் உள்ள அனைத்துக் குழந்தைகளும் முடக்குவாதத்தால் பாதிக்கப்பட்டனர். பெண்கள் உடல்நிலையைப் பராமரிப்பதில் கவனம் செலுத்த இயலாவண்ணம் மற்ற செலவினங்கள் சேர்ந்து கொள்கின்றன. இளைஞர்கள் நல்ல உடல்நலனும் மனநலனும் இன்றி வலிமை குறைந்து, அதே நேரம் நீரிழிவு, இரத்த அழுத்தம்

மற்றும் உடல் பருமனால் பாதிக்கப்பட்டிருக்கிறார்கள். கிராம மக்களிடையே முன்கூட்டியே நல்ல உடல்நலனுக்காக மருத்துவரை நாடும் பழக்கம் இல்லை. அதற்கு அவர்கள் பொருளாதாரமும் கைகொடுக்காது. உடல் சுகமில்லாத போதும் முதலில் கை மருந்துகள், ஆயுர்வேத மருந்துகளை நாடுகிறார்கள். முற்றிய நிலையிலேயே அலோபதி சிகிச்சைக்கு வருகிறார்கள். வரும்முன் காப்போம் என்ற பழக்கம் இல்லாததற்கும் மருத்துவச் செலவுகள் மற்றைய செலவினங்களைவிடப் பட்டியலில் முன்னுரிமை பெறாததே காரணம். இதனால் இளைய பாரதம் வலுவிழந்து இருக்கிறது.

அரசியல்: இந்தியா மிகப்பெரிய ஜனநாயக நாடாக இருந்தது. ஆனால் அவ்வாறு சொல்லிக்கொள்ள இயலாத வண்ணம் சமீபத்திய நடவடிக்கைகள் இருக்கின்றன. பத்திரிகையாளர்கள் கொலை, பத்திரிக்கைச் சந்திப்பே இல்லாத பிரதமர், எதிர்த்துப் பேசுவோரைக் கைது செய்து வழக்குகள் பதிவது போன்ற நடவடிக்கைகள் அதிகரித்திருக்கின்றன. குறிப்பாகத் தேர்தலில் பேசியதற்கான ராகுல் காந்தியின் கைது நடவடிக்கையை அமைதியாக மேற்குலக நாடுகள் கவனித்து வருகின்றன. வர்த்தகத்திற்கு மட்டும் இந்தியாவுடன் உறவு, மற்றபடி கொள்கைகளில் அல்ல என்ற நிலையிலேயே தொடர்ந்து வருகிறார்கள்.

சீனாவைப்போல ஒரு கட்சி ஆட்சியைப் பிரதமர் விரும்புகிறாரோ என்பதையும் சர்வ அதிகாரங்கள் (authoritatrian) கொண்டவராக ஆகிக்கொண்டு வருவதாகவும் கணிக்கின்றன. மோடியின் சீன விஜயம், இதை உறுதி செய்கிறது. இரண்டு நாடுகளுக்கிடையே காஷ்மீர எல்லைப்பகுதியில் வேற்றுமை இருந்த போதும், பிரதமர் மோடியை இந்த ஒரு கட்சி ஆட்சி கவர்ந்திருக்கும் போலத் தெரிகிறது. பல மாநிலங்கள் தேசியக் கட்சி இல்லாமல் ஆட்சி செய்வதால் அவர்கள் ஒருங்கே எதிர்க்கக்கூடும்.

பன்னாட்டுக் கொள்கை: அமெரிக்கா, ரஷ்யா இடையே இந்தியா நடுநிலையான கொள்கையைப் பின்பற்றி வருகிறது. ஆனாலும் பல இந்தியர்கள் அமெரிக்காவில் வேலை செய்வதால், அமெரிக்காவிடம் விசா எண்ணிக்கையை அதிகரிக்கக்

கேட்டுக்கொண்டிருக்கிறது. இந்தியா, அமெரிக்காவுடன் நட்புறவை மேற்கொள்கிறது

அண்டை நாடுகளுக்கு உதவுவது, உக்ரைனில் ரஷ்யாவிற்கு எதிராக வாக்களிக்காமல் விலகியது போன்ற முடிவுகள் இந்தியாவின் பரந்த மனப்பான்மையையும் அதே நேரம் சுயநலத்தையும் காட்டுகின்றன.

மதங்கள்: இந்தியா செக்யூலர் நாடாக இருந்ததில் / இருப்பதிலிருந்து விலகிக்கொண்டே இருக்கிறது. அண்மையில் ராமர் பிறந்த மண்ணில் நடந்த வன்முறை, பீஹாரில் நடந்த வன்முறைகள் இதையே பறைசாற்றுகின்றன. இஸ்லாமியர்கள் மக்கள் தொகை 200 மில்லியனை விட அதிகம் எனவும் இன்னும் வளர்ந்துகொண்டே இருக்கிறது எனவே ஹிந்துக்கள் அதிகம் குழந்தை பெற்றுக்கொள்ள வேண்டும் எனவும் தவறாகப் பிரசாரம் செய்யப்படுகிறது.

இந்தியாவில் தயாரித்த பொருட்களை வாங்க ஊக்குவிக்கும் வகையில் மோடி ஆரம்பித்த 'மேட் இன் இந்தியா' பிரசாரம், அதிக வேலைவாய்ப்புத் திண்டாட்டம், கடினமான தொழிற்சங்க விதிகள், போட்டி போடும் நிறுவனங்கள், ஊழல் ஆகியவை அந்நிய முதலீட்டிற்குத் தடைகள் விதிக்கின்றன.

குறைந்த ஊதியத்திற்கு வேலை செய்யத் தயாராக இருக்கும் பட்டதாரிகள் மட்டுமே ஆறுதலான விஷயம்.

மோடியின் அமெரிக்கப் பயணம் சாதித்தது என்ன?

இந்தியப் பிரதமர் மோடி, அமெரிக்க அதிபர் பைடனின் சந்திப்பு பல எதிர்ப்புக் குரல்களுக்கு இடையே ஒருவாறாக நடந்து முடிந்தது.

அமெரிக்காவிற்கு, அமெரிக்க அதிபர்களுடைய அழைப்பை ஏற்றுப் பல பாரதப் பிரதமர்கள் இதற்குமுன் வந்து காங்கிரசில் பேசிவிட்டு, வெள்ளை மாளிகையில் விருந்துண்டு சென்றிருக்கிறார்கள். அதிபர் கென்னடியின் அழைப்பின் பேரில் பிரதமர் நேரு, அதிபர் நிக்சன் மற்றும் அதிபர் ரேகன் அழைப்பின் பேரில் பிரதமர் இந்திரா காந்தி, அதிபர் ரேகனின் அழைப்பின் பேரில் பிரதமர் ராஜிவ்காந்தி, அதிபர் ஃபோர்டின் அழைப்பின் பேரில் பிரதமர் மொரார்ஜிதேசாய், அதிபர் பில் கிளிண்டன் அழைப்பின் பேரில் பிரதமர் வாஜ்பாய், அதிபர் புஷ் அழைப்பை ஏற்று அதிபர் மன்மோகன் சிங் , பிறகு அதிபர் ஒபாமாவின் அழைப்பை ஏற்று மன்மோஹன் சிங் எனப் பலரும் வந்திருக்கிறார்கள். காங்கிரஸ் செனேட் கூட்டத்திலும் வாஜ்பாய் போன்றோர் உரையாற்றியிருக்கிறார்கள். இந்திரா காந்தி போன்றோர் ஆணித்தரமாக இந்தியாவின் ரஷ்யா சார்பையும் இந்தியா போன்ற நாடு அமெரிக்காவையும் சார்ந்திருக்க வேண்டிய தேவையையும் சொல்லியே சென்றிருக்கிறார்கள்.

விருந்துக்குப் பிறகு இசைப்புயல் ஏஆர் ரஹ்மான் கூட அழைக்கப்பட்டு இசை விருந்து அளித்திருக்கிறார். ஏன்... மோடியின் அழைப்பு இந்த அளவு கவனத்தை ஈர்த்திருக்கிறதென்றால், அதிபர் புஷ் பதவியில் இருந்த போது, குஜராத்தில் அப்போது முதல்வராக இருந்த மோடி அமெரிக்க வர விரும்பித் தூதுவர் (dplomate) விசாவிற்கு விண்ணப்பித்தபோது அனுமதி மறுக்கப்பட்டது. அவருக்கு ஏற்கெனவே இருந்த வர்த்தக விசாவும் பறிக்கப்பட்டது. குஜராத்தில் நடந்த கொலைகளைக் காரணம் காட்டி மத சுதந்திரம் அடிப்படையிலும், குஜராத் மக்களின் மனித உரிமைகள், சமத்துவம், நீதியை நிலைநாட்டத் தவறிவிட்டமைக்காகவும் (violation of rights of life, liberty, equality, and dignity of the people of the state.) அரசாங்க தூதர் விசா வழங்க, அமெரிக்கா மறுத்தது. ஆனால் பிரதமரானபின், அதிபர் ஒபாமா ஆட்சிக் காலத்தில் அமெரிக்கா, இந்தியாவோடு நல்லுறவை வளர்க்க விரும்பி அவரை வரவேற்றது. பின் அதிபர் டிரம்ப், இப்போது அதிபர் பைடன் என அழைத்ததும், சபாநாயகர் மற்றும் செனேட் தலைவர் சேர்ந்து அழைத்து காங்கிரசில் உரையாற்றச் சொன்னதும் நிகழ்ந்தது.

வெள்ளை மாளிகை விருந்து, கருத்து வேறுபாடுகள் உள்ள நாட்டுத் தலைவர்கள் கூடிப்பேசி சமரசம் காண, அல்லது நல்லுறவு ஒப்பந்தத்தில் கையொப்பமிட, உறவை வலுப்படுத்த இன்னும் சில முக்கிய முடிவுகளை மேற்கொள்ள அடிகோலும். அதிபர் எய்சன்ஹோவர் குருஷேவை அழைத்து விருந்தளித்த போது, ஸ்புட்னிக் விண்வெளியில் அனுப்பிய பதற்றத்தைக் குறைப்பதில் கனமாக இருந்தது முதல் பல நிகழ்வுகளை அடுக்கிச் சொல்லலாம்.

இது வரை அளிக்கப்பட்ட 160 விருந்துகளில் 16 விருந்துகளே சப் சஹாரா ஆப்பிரிக்க நாடுகளுக்கு அளிக்கப்பட்டிருக்கின்றன. உலகின் மிகப் பெரிய இளைய சமுதாயத்தைக் கொண்டிருக்கக் கூடியதும் சீனாவை எல்லையாகக் கொண்டும், ஜனநாயக முறையில் தங்கள் நாட்டு அதிபரைத் தேர்ந்தெடுக்கவும் செய்யும் இந்தியாவின் நட்பு அமெரிக்காவிற்கு அவசியமாகிறது. இந்திய அமெரிக்கர்கள், அமெரிக்காவின் வர்த்தகத்திற்கு மிகவும் அவசியமாகவும் சக்தி படைத்தவர்களாகவும் இருக்கிறார்கள்.

சர்வதேசப் புவிசார் அரசியலில் இந்தியா அசைக்க முடியாத ஒரு சக்தியாக உருவாகிக்கொண்டிருக்கிறது.

ஜனநாயகத்திற்கும் சர்வாதிகாரத்துக்கும் சர்வதேச அளவில் இடையே இருக்கும் இடைவிடாத முரண்களில் தன் நிலையைத் தெளிவாக அதிபர் பைடன் சொன்ன பின்னும், கிட்டத்தட்ட அதிகாரப்போக்கை நாடும் திரு.மோடியை அழைத்தது பல முரண்களைச் சுட்டிக்காட்டுகிறது.

ஆனாலும், மிக அதிகமான மக்கள் தொகை உள்ள ஒரு ஜனநாயக நாட்டை, உக்ரைன் போரில் ரஷ்யாவிற்கு எதிராகத் தங்கள் கூட்டணியில் சேர்க்க வைக்க முயற்சி எடுக்கவும், பொருளாதாரப் போட்டியில் சீனாவுக்கு எதிராக இந்தியாவை நடக்க வைப்பதும் அமெரிக்காவுக்கு அவசியமாகிறது.

ஆண்டொன்றிற்கு 190 பில்லியன் டாலருக்கு அமெரிக்காவுடன் வர்த்தகப் பரிவர்த்தனை செய்கிறது இந்தியா. ஜனநாயகமா சர்வாதிகாரமா எனத் திட்டவட்டமாகச் சொல்ல முடியாத வண்ணம் ஒரு குழப்பமான தலைவராக மோடி செயல்படுகிறார். ஒரு வகையில் ரஷ்யாவிடம் இருந்து கச்சா எண்ணெய் வாங்கிக்கொண்டும் இன்னொரு பக்கம் அமெரிக்காவுடன் இந்தியாவின் நட்புறவை பறைசாற்றிக்கொண்டும் இந்தியா உலா வருகிறது.

புவிசார் அரசியலில், இத்தகைய விருந்தில் அழைக்கப்படும் விருந்தினர் முதல் அலங்காரங்கள் வரை கவனத்தில் கொள்ளப்படும். மோடியின் விருந்தில் சுந்தர் பிச்சை, இந்திரா நூயி, நதேலா சர்ஜன் ஜெனரல் விவேக் மூர்த்தி, அமெரிக்க இந்திய அரசியல் தலைவர்கள் மற்றும் சில கட்சி நன்கொடையாளர்கள், அம்பானி, வர்த்தகர்கள், ஹாலிவுட் புகழ் சியாமளன் போன்றோர் இருந்தது குறிப்பிடத்தக்கது. ஆப்பிள் நிறுவனத்தலைவர் டிம் இருந்ததும் கவனிக்கப்பட வேண்டிய பட்டியல். ஏனெனில் இவர்கள் இந்தியாவில் முதலீடு செய்ய முயற்சி செய்யலாம். சீனாவிலிருந்து செமி கண்டக்டர் நிறுவனங்கள், மைக்ரான் போன்ற நிறுவனங்கள் இந்தியாவில் முதலீடு செய்ய வலியுறுத்தப்பட்டதும் பாதுகாப்பு ஏவுகணைகளை இந்தியா வாங்க ஒப்புக்கொண்டதும் மிக முக்கிய நிகழ்வுகள்.

காங்கிரசில் உரையாற்றியது, ஐ நா சபைக் கூட்டம், நியூயார்க் யோகா, வெள்ளை மாளிகை விருந்து என எல்லா நடைமுறைகளும் பல எதிர்ப்புகளையும் மீறி நடந்தன. புதினுடன் நட்புறவு பாராட்டுவது மட்டும் அல்லாமல், ஹிந்து ஆதரவாளராகச் செயல்படுவதும் இஸ்லாமியருக்கு எதிராக ஒரு மதச் சார்பற்ற நாட்டின் தலைவர் இருப்பதும் கண்டிக்கத்தக்கது.

நிருபர்களின் இஸ்லாமிய வெறுப்பு குறித்தான கேள்விகளுக்குப் பிரதமர் மோடி பதிலளிக்கவில்லை. ஆனால், கடைசியில் மனித உரிமை குறித்த கேள்விக்குப் பதிலளிக்கையில் அமெரிக்காவைப்போல ஜனநாயகம் இந்தியாவின் மரபணுவில் கலந்திருப்பதாகவும் இரத்த நாளங்களில் ஓடுவதாகவும், சாதி இனம் மதம் அடிப்படையில் பேதம் என்ற பேச்சுக்கே இடம் இல்லை என்றும் பதிலளித்தார். அப்படி பேதம் இருக்குமானால் அங்கே ஜனநாயகமே இல்லை என்றும் சொன்னார்.

பெண்கள் முன்னேற்றத்துக்காக இந்தியா எதுவும் செய்யத்தேவையில்லை. ஏனெனில் இந்தியாவை வழி நடத்துவதே பெண்கள் தான் என்று சொன்ன மோடிதான் கல்வித்துறையில் அயராது உழைக்கும் முனைவர் திருமதி ஜில் பைடனுக்கு ஓர் அலங்காரப்பொருளை பரிசாகவும் அதிபர் பைடனுக்குப் புத்தகமும் கொண்டு வந்தார்!

ஜனநாயகமும் இன பாலினச் சமன்பாடும் முக்கியம் எனச் சொல்லும் பைடன் அரசாங்கம், மோடியின் நட்பைப் பாராட்டுவது நகை முரண். ஆனால், வெளியுறவுக் கொள்கையில் சில நடைமுறைக்கு ஒவ்வாத கொடுக்கல் வாங்கல்களும் விட்டுக்கொடுத்தல்களும் இருக்கத்தான் செய்கின்றன.

தூய்மையான ஜனநாயகம் கொண்ட நாடுகளை மட்டுமே அமெரிக்கா தழுவிக் கொண்டால், அது மிகவும் சக்திவாய்ந்த உலகளாவிய கூட்டணியை உருவாக்க முடியாது. அமெரிக்கா, கனடா, மேற்கு ஐரோப்பா, ஜப்பான் மற்றும் தென் கொரியா ஆகியவை ஒரு காலத்தில் இருந்தது போல இப்போது உலகம் முழுதும் ஆதிக்கம் செலுத்தும் அளவுக்கு வலுவாக இல்லை. சர்வதேச அளவில் தெற்கு மற்றும் மத்திய கிழக்கில் அவர்களுக்கு நட்பு நாடுகள் தேவை. இந்தியா இந்த நாடுகளில் பெரியது மட்டுமல்ல; ஜனநாயக நாடும் கூட.

மோடியின் செயல்பாடுகள் முழுதும் ஏற்றுக்கொள்ள முடியாதெனினும், நட்புறவு கொள்வது அமெரிக்காவிற்குப் பலவழிகளில் நல்லது. சந்தர்ப்பவாத ஜனநாயக நாடுகளால் மட்டுமே உருவாக்கப்பட்ட ஒரு கூட்டணி உலக ஜனநாயகத்தை பலவீனப்படுத்தும். இந்தியாவுடனான நட்பு, ஆசியா மற்றும் ஆப்பிரிக்காவில் உள்ள பல நாடுகளை அந்நியப்படுத்தி, சீனா மற்றும் ரஷ்யாவுடன் வலுவான உறவுகளை ஏற்படுத்த வழிவகுக்கும்.

"இந்தியாவுடனான ஒத்துழைப்பை முதன்மையாக நிராகரிப்பது மேற்கத்திய இலட்சியங்களுக்கு இலாபகரமானதாக இருக்காது" என்று தி எகனாமிஸ்ட் பத்திரிகையின் ஆசிரியர்கள் சமீபத்தில் எழுதினர். "அமெரிக்கா முன்னோக்கிச் செல்ல பலவழித்தன்மை உள்ள உலகத்திற்கு வழி அமைக்கவும் சர்வதேச அளவில் பொருளாதாரம் மற்றும் இணைய வழி வர்த்தகங்கள் பெருகிவிட்ட நாளில் அது இன்றியமையாதது என்பதையும் அனுமானிக்க முன்கூட்டியே தவறிவிட்டது என்பதையும் இது காண்பிக்கும்."

வெளியுறவுக் கொள்கையில் செயல்திறன் மற்றும் ஒழுக்கம் ஆகியவற்றுக்கு இடையேயான சமநிலையைக் கண்டறிவது எளிதானது அல்ல. மோடியை விமர்சிப்பவர்கள் அவருடைய வாஷிங்டன் பயணத்தை ஆபத்தான இந்து மேலாதிக்கத்தை முன்னிலைப்படுத்த ஒரு வாய்ப்பாகப் பயன்படுத்திக் கொள்கிறார்கள்.

நீண்டகால அடிப்படையில், ஜனநாயகம், இனவெறி மற்றும் மதவெறி இல்லாத அரசின் மூலம் இந்தியாவில் பயனடையும் அதே போல ஜனநாயகத்துக்கு முழுமையாக அர்ப்பணித்துக்கொண்ட குடியரசுக் கட்சியிடம் இருந்து அமெரிக்க ஜனநாயகமும் பயன் பெறக்கூடும்.

இந்தியாவின் இராணுவ உபகரணங்களில் பெரும்பாலானவை ரஷ்யாவிலிருந்து வருகின்றன. மேலும் அது அமெரிக்க-சீனா போட்டியில் நேரடி ஈடுபாட்டைத் தவிர்க்க விரும்புகிறது ஆனால், அமெரிக்க - இந்திய உறவில் சமீப காலமாகக் காணும் முன்னேற்றம் கீழ்க்காணும் காரணங்களால் வந்தது:

1. இந்தியப் புலம்பெயர்ந்தோரின் பணியின் மூலமாக - பிறந்த நாட்டிற்கு ஏதேனும் ஒரு வகையில் மூலதனங்கள் செய்வது, வளர்ந்த சமூகத்திற்குத் திருப்பிக்கொடுக்க நினைத்து இலாபம் சேரா நிறுவனங்களுக்கு உதவ எண்ணுவது.

2. அதிக திட்டமிட்ட ஐக்கிய அரசுத்திட்டங்கள் மூலமாக.

3 ஆசியாவில் தேவைப்பட்ட விரிவாக்கத்திற்காகச் சீனாவிற்கு ஒரு மாற்றாக இந்தியாவில் அமெரிக்க நிறுவனங்களின் வளர்ந்து வரும் ஆர்வம்.

4. இந்தோ-பசிபிக் பிராந்தியத்தில் சீனாவின் பெருகிய உறுதியான நிலையை எதிர்கொள்ள முற்படும் ஒரு முறைசாரா குழுவான 'குவாட்'-இல் இந்தியா, அமெரிக்கா, ஜப்பான் மற்றும் ஆஸ்திரேலியாவுடன் இணைந்தது. இது இந்தியாவிற்கும் பயன் தரும்.

இந்த விஜயத்தில் அமெரிக்க ஜெட் என்ஜின்களை இந்தியாவில் உருவாக்குவது மற்றும் அமெரிக்க ஆளில்லா விமானங்களை விற்பனை செய்வது , மின்கடத்திகள் உற்பத்தி நிறுவனங்கள் இந்தியாவில் முதலீடு செய்வது போன்றவற்றில் ஒப்பந்தங்கள் கையெழுத்தாகி இருக்கின்றன.

எனவே, வெள்ளை மாளிகையில் அரசு விருந்திலிருந்து கேபிடல் ஹில் முகவரி வரை இந்தியாவின் தலைவருக்கு வாஷிங்டனில் ஏன் 'ராக்-ஸ்டார்' சிகிச்சை அளிக்கப்படுகிறது என்பதை புரிந்துகொள்வது கடினம் அல்ல.

அதே நேரம், அதிபர் பைடன், கடந்த ஒன்பது ஆண்டுகளில் இந்தியாவில் ஏற்பட்ட மற்ற மாற்றங்களைப் புறக்கணிக்க முடியாது: திரு. மோடி மற்றும் அவரது வலதுசாரி, இந்து தேசியவாத பாரதீய ஜனதா கட்சியின் கீழ், இந்தியா சிவில் மற்றும் அரசியல் உரிமைகள் கடுமையான மாற்றங்களைக் கண்டுள்ளன. இந்திய அரசியலமைப்புச் சட்டம் உத்தரவாதம் அளித்துள்ள ஜனநாயகச் சுதந்திரம். திரு. மோடியும் அவரது கூட்டாளிகளும் மத சிறுபான்மையினரைக் குறிவைத்து பாகுபாடு காட்டும் கொள்கைகள், குறிப்பாக இந்தியாவின் 200 மில்லியன் முஸ்லிம்களைக் குறிவைத்து பாகுபாடு காட்டுவதாகவும், போட்டியாளர்களைத் தண்டிக்கவும்

விமர்சகர்களை மௌனப்படுத்தவும் அரசின் அதிகாரத்தைப் பயன்படுத்துவதாகவும் பல குற்றச்சாட்டுக்கள் எழுந்திருக்கின்றன. அரசியல் எதிரிகள் மீது விசாரணைகள் மற்றும் கருத்து வேறுபாடு குரல்கள் ஒரு தொடர் தொல்லைகளாகிவிட்டன. முக்கியச் செய்தி ஊடகங்கள் குறைந்துவிட்டன; நீதிமன்றங்கள் மற்றும் பிற ஜனநாயக நிறுவனங்களின் சுதந்திரம் பறிக்கப்பட்டுள்ளது.

மார்ச் மாதம், திரு. மோடியின் சொந்த மாநிலத்தில் உள்ள நீதிமன்றம், பிரதமரை அவதூறாகப் பேசியதற்காக எதிர்க்கட்சித் தலைவர் ராகுல் காந்திக்கு இரண்டு ஆண்டு சிறைத் தண்டனை விதித்தது; திரு. காந்தி சிறையில் அடைக்கப்படவில்லை என்றாலும், இந்தத் தண்டனை அவர் நாடாளுமன்றத்திலிருந்து வெளியேற்றப்படுவதற்கு வழிவகுத்தது. இந்தத் தீர்ப்பை எதிர்த்து அவர் மேல் முறையீடு செய்திருக்கையில் அவர் பதவியைப் பறித்ததன் நோக்கம் என்ன?

தற்போதைய பாராளுமன்றத்தில் பலர் மேல் நிரூபணம் ஆகாத குற்றச்சாட்டுக்களும் வழக்குகளும் நிலுவையில் இருக்கின்றன. அதற்குமுன், ஜனவரியில், மோடி அரசாங்கம் அவசரக்காலச் சட்டங்களைப் பயன்படுத்தி, பிபிசி ஆவணப்படத்தை அணுகுவதைக் கட்டுப்படுத்தியது, வல்லார்கள் வாழ்வதும் வறியோர்கள் சாவதும் வழக்கமான பொல்லாத அரசியலில் பூத்தது, இந்தியாவில் மட்டும் இல்லை, அமெரிக்கா மிகக் கவனமாக நட்புறவு கொண்டாடும் பல நாடுகளில் கூட ஜனநாயகம் என்பது பண நாயகமாகி விட்டது.

போலந்தின் சட்டம் மற்றும் நீதி அரசாங்கம் முதல் இஸ்ரேலில் பெஞ்சமின் நெதன்யாகுவின் தீவிர வலதுசாரிக் கூட்டணி வரை துருக்கியில் உள்ள ரெசெப் தையிப் எர்டோகனின் அரசாங்கம் வரை தேர்ந்தெடுக்கப்பட்ட எதேச்சாதிகாரங்களுடன் அமெரிக்கா தனது உறவுகளை எவ்வாறு நிர்வகிக்கிறது என்பது அமெரிக்க வெளியுறவுக் கொள்கையின் மிக முக்கியமான கேள்விகளில் ஒன்றாகும். அந்த வகையில் இந்தியாவுடனான உறவையும் இன்றியமையாத ஆனால் எதேச்சாதிகார ஆசிய ஜனநாயகத்தை பைடன் நிர்வாகம் எவ்வாறு கையாள்கிறது என்பதையும் இந்த நாடுகளின் தலைவர்களும் மற்றவர்களும் உன்னிப்பாகக் கவனித்துக் கொண்டிருப்பார்கள்.

அமெரிக்காவிலேயே கூட அதிபர் டிரம்ப்பின் ஆட்சிக்காலத்தில் எதேச்சாதிகாரப் போக்குக்கு மெல்ல அமெரிக்கா நகரத் தொடங்கியதும் முறையான தேர்தல் முடிவுகளைக் கூட ஒப்புக்கொள்ளாமல் பலரைத் தூண்டிவிட்டு காபிடல் ஹில்லில் நடந்த வன்முறையும் அதில் கலந்துகொண்ட பலர் சிறைத்தண்டனை பெற்றதும் உலகம் அறியும். அதிபர் ஒபாமா சொன்னதுபோல வெளியுறவுக் கொள்கையையும் நட்பையும் பேணுவது எளிதல்ல, சமரசங்கள் தேவைதான். ஆனால் அதே நேரம், தனித்த உரையாடல்களில் ஜனநாயகத்தின் தேவையை, மனித உரிமைகளின் அவசியத்தை அதிபர் பைடன் வலியுறுத்தியிருக்க வேண்டும்.

அரசியலின் நாடகங்கள் அரங்கேறிக்கொண்டிருக்கின்றன. ஆட்டுவிப்பவருக்கும் ஆடுகிறவருக்கும் தெரியாது ஆட்டத்தின் முடிவென்ன என்பது. தன்முறை நியாயங்கள் தர்மங்கள் எதனையும் வன்முறை வழங்காது. இந்தச் சந்திப்பும் விருந்தும் வரும் 2024 தேர்தலில் இந்திய அமெரிக்கர்களின் வாக்குகளை அதிபர் பைடனுக்கு பெற்றுத்தருமா, சீனாவிற்குத் தலைவலியாகுமா இல்லை இந்தியா வழக்கம் போல ரஷ்யாவின் நட்பே முக்கியம், வந்த வரை ஆதாயம் என அமெரிக்காவின் தோள்களிலும் ஏறிக்கொள்ளுமா என்பவையெல்லாம் போகப்போகத்தான் தெரியும்.

நேட்டோ: கூடி வாழும் குருவிகள்

இம்முறை எப்படியாவது உக்ரைன் நேட்டோவில் இணைக்கப் பட்டுவிடும் என்று உலகம் எதிர்பார்த்தது. நடக்கவில்லை.

அமைதியும் இனிமையுமான சூழல் இருக்கும் வீடுகளில் வசிக்கும் மனிதர்கள் உடல், மனநலத்துடன் இருப்பதைப்போல உலக அளவில் அமைதியான சூழலில் இருக்கும் நாடுகளில் வாழும் மக்கள் ஆரோக்கியமாக இருப்பார்கள். எனவே அட்லாண்டிக் வட அமெரிக்கா பிரதேசங்களைச் சேர்ந்த நாடுகள் ஒன்றிணைந்து தங்களது நாடுகளில் அமைதியும் ஆரோக்கியமும் என்றென்றும் நிலைநிறுத்தவும் அது சமரசப் பேச்சுவார்த்தைகளால் முடியாமற்போனால் இராணுவ உதவிகளால் ஒன்றிணைந்து நிலைத்து நிற்கச் செய்வதற்காகவும் உருவானதே நேட்டோ என்று அழைக்கப்படும் north altnatic treaty organizations அமைப்பு.

1949-இல் அமெரிக்கா, பிரிட்டன் ஆகிய நாடுகள் சேர்ந்து தொடங்கிய இந்த அமைப்பில் இப்போது சேர்ந்த ஸ்வீடனையும் சேர்த்து 31 நாடுகள் உள்ளன. இதன் முக்கியக் குறிக்கோள், இரண்டு வகைப்படும்.

அரசியல் ரீதியாகத் தங்கள் உறுப்பினர் நாடுகளிடையே மக்களாட்சிக் கொள்கைகளை நிலைநாட்டவும், அந்நாடுகளின் பாதுகாப்பை வலிமைப்படுத்தவும், பரஸ்பர நம்பிக்கையை

மேம்படுத்தவும், நாளடைவில் எந்தவகைச் சிக்கல்கள்/ இடையூறுகள் வந்தாலும் தீர்க்கவும் முயல்வது.

இராணுவ ரீதியாக அமைதி வழியில் எந்த வகையான சிக்கல்களையும் தீர்க்க வழி தேடுவதும், ஐக்கிய நாடுகள் சபை வழியில் செயல்பட்டுத் தீர்க்க முயல்வதும் முதலாய கடமையாகும். நேட்டோ நாடொன்றின் மீது ஏதேனும் ஒரு நாடு படை எடுத்து வந்தால், பேச்சு வார்த்தை மூலமாக சமாதானமாக அதைத் தீர்க்க முயல்வார்கள், அல்லது ஐக்கிய நாடு மூலமாக உடன்படிக்கை காண முயல்வார்கள். அதுவும் முடியாத போது, ஆர்ட்டிகிள் 5-இன் படி நேட்டோ நாடுகள் அனைத்தும் அணிதிரண்டு, நேட்டோ உறுப்பின நாட்டுக்கு ஆதரவாகப் போர் புரிந்து அங்கே மீண்டும் அமைதியை நிலைநாட்டச் செய்வது உண்டு.

நேட்டோவில் சமீபத்தில் நடந்து முடிந்த கூட்டத்திற்குச் சென்ற உக்ரைன் நாட்டுக்கு அங்கத்தினராக அனுமதி கிடைக்கவில்லை என்றாலும் கேட்டதைவிடவே கூடுதல் ஆதரவைப் பெற்ற கையோடு மகிழ்ச்சியாகத் திரும்பியிருக்கிறார் செலென்ஸ்கி.

அதேபோல ஸ்வீடனும் மகிழ்ச்சியாக அங்கத்தினராக ஒப்புக்கொள்ளப்பட்டிருக்கிறது. அதற்கு முட்டுக்கட்டை போட்டுக்கொண்டிருந்த துருக்கிக்கு ஐரோப்பிய யூனியனில் சேர்த்துக் கொள்ளச் சம்மதிக்கச் சொல்லி சமரசப் பேச்சுவார்த்தை முடித்து, ஸ்வீடனை அங்கத்தினராக்க உள்ள தடையை நீக்க உதவியிருக்கிறார் அமெரிக்க அதிபர் பைடன்.

லிதுவேனியாவில் உள்ள வில்னியஸில் கடந்த வாரம் கூடிய நேட்டோ தலைவர்கள் தங்கள் வெற்றியைக் கொண்டாடப் பல காரணங்கள் உள்ளன. நான்கு ஆண்டுகளுக்கு முன்பு நடந்த நேட்டோ அமைப்பு உற்சாகம் குறைந்த நிலையில் இருந்தது. ஒருவகையில் வறுமையே இல்லாத நாட்டில் தானத்திற்கு ஏது வழி, என்ன நிலை என்பது போல் செல்வந்தர்கள் வருந்தும் நிலை. உக்ரைன் மீதான ரஷ்யாவின் படையெடுப்புக்குப் பிறகு, நிலைமை மாறிவிட்டது.

வரிசையாகப் பல நிகழ்வுகள் ஒன்றின்பின் ஒன்றாக அரங்கேறின. அவையாவன:

- நேட்டோ அதன் வரிசையில் ஸ்வீடனை வரவேற்கத் திட்டமிட்டுள்ளது.
- பின்லாந்து ஏப்ரல் மாதம் முழு அளவிலான உறுப்பினராக ஆனது.
- மேலும் அதன் கிழக்குப் பகுதியை வலுப்படுத்தத் துருப்புக்களை அனுப்பியது,.
- ஐரோப்பிய ஒன்றிய நட்பு நாடுகள் இறுதியாக இராணுவச் செலவினங்களை அதிகரிப்பதற்கான நீண்டகாலமாக நிறுத்திவைத்திருந்த வாக்குறுதிகளை நிறைவேற்றியது.
- ரஷ்யா ஐரோப்பாவைப் பிளவுபடுத்த முயன்றால், ஜனாதிபதி பைடன் அதற்கு மாறாக, ரஷ்யா, ஐரோப்பியக் கண்டத்தை முழுமையாக "நேட்டோ-மயமாக்கியது" என்று பல காரணங்களைக் கூற முடியும்.

இந்த திருப்பம் கூட்டணி ஆதரவாளர்களை உற்சாகப்படுத்தியுள்ளது. நேட்டோவின் தலைவரான, ஜென்ஸ் ஸ்டோல்டன்பெர்க், “நேட்டோவின் பலமே அமைதி மற்றும் பாதுகாப்பைப் பேணுவதற்கான மிகச் சிறந்த கருவியாகும்” என்று கூறியிருக்கிறார் என்றாலும், நேட்டோவின் நோக்கம் முதன்மையாக ஐரோப்பாவின் பாதுகாப்பு என்பதுதான்.

ஆனால் நேட்டோ, அதன் ஆரம்பக்காலத்திலிருந்து, இராணுவ சக்தியைத் திரட்டுவதில் முதன்மையாக அக்கறை காட்டவில்லை. பனிப்போர் உச்சத்தில் இருந்தபோது கூட, வார்சா ஒப்பந்தத்தின் மனிதவளத்தின் ஒரு சிறிய பகுதி, சோவியத் படையெடுப்பை முறியடிப்பதற்கு இந்த அமைப்பை அனுப்ப முடியவில்லை. தவிரவும் ஐரோப்பாக் கண்டத்தின் அணு ஆயுதங்கள்கூட வாஷிங்டனின் கட்டுப்பாட்டில் இருந்தன. மாறாக, இது மேற்கு ஐரோப்பாவை அமெரிக்கா தலைமையிலான உலக ஒழுங்கின் மிகப் பெரிய திட்டத்துடன் பிணைக்கத் தொடங்கியது. இதில் அமெரிக்கப் பாதுகாப்பு வர்த்தகம் மற்றும் பணவியல் கொள்கை போன்ற பிற பிரச்சினைகளில் சலுகைகளைப் பெற ஒரு நெம்புகோலாகச் செயல்பட்டது. அந்தப் பணியில், அது குறிப்பிடத்தக்க வெற்றியை முன்பே நிரூபித்துள்ளது.

நேட்டோ அதன் பனிப்போர் போட்டியாளரின் சரிவுக்குப் பிறகு செயல்படாது என எதிர்பார்த்தனர். ஆனால் 1989 க்குப் பிறகு பத்தாண்டுகளில், இந்த அமைப்பு உண்மையிலேயே முழு வேகத்துடன் செயலாற்றத் தொடங்கியது. நேட்டோ கிழக்கு ஐரோப்பாவில், ஐரோப்பிய ஒன்றியத்திற்கான தரமதிப்பீட்டு நிறுவனமாகச் செயல்பட்டது. வளர்ச்சி மற்றும் முதலீட்டிற்குப் பாதுகாப்பான நாடுகளை அறிவித்தது. இந்த அமைப்பு சுதந்திரப் போக்குள்ள (liberal), சந்தை சார்பு நம்பிக்கையைக் கடைப்பிடிக்கப் பல நாடுகள் உறுப்பினர்களாக இருக்க வேண்டும், அதன் படி - ஜனாதிபதி பில் கிளிண்டனின் தேசியப் பாதுகாப்பு ஆலோசகர் கூறியது போல் - 'ஜனநாயக நிறுவனங்களின் பின்தொடர்தல், தடையற்ற சந்தைகளை விரிவுபடுத்துதல்' மற்றும் 'ஊக்குவித்தல்' என்ற முறையில் மற்ற நாடுகள் அணி சேர்ந்தன.

ஐரோப்பிய இராணுவ வல்லுநர்கள் மற்றும் சீர்திருத்த எண்ணம் கொண்ட மேல்தட்டு நாட்டு உறுப்பினர்கள் தங்களுக்கு விருப்பமுள்ள துறையை உருவாக்கினர். அவர்களின் பிரச்சாரங்கள் நேட்டோவின் தகவல் கருவியால் (communication wing) உயர்த்தப்பட்டன.

ஐரோப்பிய மக்கள் மிகவும் பிடிவாதமாக சோசலிச அல்லது தேசியவாத உணர்வுகளால் விரும்பத்தகாத வகையில் திசைதிருப்பப்பட்டபோது, அட்லாண்டிக் ஒருங்கிணைப்பு ஒரே மாதிரியாக இருந்து அவர்களை மீண்டும் நேட்டோவின் குறிக்கோள் பக்கம் இழுத்து வந்தது.

பயங்கரவாதத்தின் மீதான உலகளாவிய போருடன் இணைந்து, 2004 -இன் 'Bigbang' விரிவாக்கத்தைச் செயல்படுத்த ஏழு நாடுகள் இணைந்து கொண்டன. பயங்கரவாத எதிர்ப்பு ஜனநாயகம் மற்றும் மனித உரிமைகளைக் காப்பாற்றுவது, தாராளமயமாக்கல் மற்றும் பொதுத்துறை சீர்திருத்தங்களின் அவசியத்தை மீண்டும் வலியுறுத்துவது ஆகிய கொள்கைகள் நிறைவேற்றப்பட்டன.

பல தலைமுறைகளாக, அமெரிக்கா ஆயுதங்கள், தளவாடங்கள், விமானத் தளங்கள் மற்றும் போர்த் திட்டங்களின் முதன்மை வழங்குநராக இருந்து வருகிறது. உக்ரைனில் நடந்த, நடக்கின்ற

போர், ஐரோப்பாவை முடுக்கிவிடுவது என்ற பேச்சுக்கு, அந்தச் சமச்சீரற்ற தன்மையின் அடிப்படையில் மற்ற நாடுகள் தீண்டவில்லை. சொல்லப்போனால், அமெரிக்க இராணுவ உதவியின் நாற்பத்தேழு பில்லியன் டாலர் பெறுமானமுள்ள தளவாடங்கள், ஐரோப்பிய ஒன்றிய நாடுகளால் வழங்கப்பட்டதை விட இரண்டு மடங்கு அதிகமாகும்.

ஜெர்மன் அரசாங்கம் தனது ஆயுதப் படைகளுக்காக 110 பில்லியன் டாலர் சிறப்பு நிதியை உருவாக்குவதாக அறிவிக்கப்பட்ட ஒரு வருடத்திற்கும் மேலாக, வரவுகளில் பெரும்பகுதி இன்னமும் பயன்படுத்தப்படாமலேயே உள்ளது. உண்மையில் அதிக நிதிப் பெறுமானம் உள்ள இராணுவத் தளவாடங்கள் அமெரிக்காவில் இருந்தே வழங்கப்படுகின்றன.

உண்மையில், நேட்டோ, அமெரிக்கத் திட்டமிடுபவர்களால் வடிவமைக்கப்பட்டது போலவே செயல்படுகிறது. ஐரோப்பாவை அமெரிக்கச் சக்தியைச் சார்ந்திருக்கும் நிலைக்கு இது செயல்படுத்துகிறது. அது சூழ்ச்சிக்கான இடத்தைக் குறைக்கிறது. ஒரு விலையுயர்ந்த பாகுபாடில்லாத திட்டத்திற்கு மாறாக, நேட்டோ ஐரோப்பாவில் அமெரிக்கச் செல்வாக்கை மலிவான விலையில் பாதுகாக்கிறது.

நேட்டோ மற்றும் ஐரோப்பாவில் உள்ள பிற பாதுகாப்பு உதவித் திட்டங்களுக்கான அமெரிக்கப் பங்களிப்புகள் பென்டகனின் ஆண்டு வரவு செலவுத் திட்டத்தில் ஒரு சிறிய பகுதியே - சமீபத்திய மதிப்பீட்டின்படி ஆறு சதவீதத்திற்கும் குறைவானது. மேலும் போர் அமெரிக்காவின் கையை பலப்படுத்தியுள்ளது. உக்ரைன் மீதான ரஷ்யாவின் படையெடுப்பிற்கு முன், ஐரோப்பிய இராணுவச் செலவில் பாதி அமெரிக்க உற்பத்தியாளர்களுக்குச் சென்றது. ஐரோப்பா மீண்டும் இராணுவ மயமாக்கப்படலாம், ஆனால் அதற்கான இலாபம், பெரும்பாலும் அமெரிக்காவிற்கே செல்லும்.

உக்ரைன் போருக்காக அமெரிக்காவும் ஜெர்மனியும் ஆயுதங்களை வழங்குகின்றன. ஆனால் போருக்குப் பின்னான புனரமைக்கும் பணிக்கான செலவு அனைத்தையும் ஐரோப்பா ஏற்றுக்கொள்கிறது. ஜெர்மனி தனது இராணுவத்தைக் கட்டியெழுப்புவதை விடச் சிறப்பாகச் சாதிக்கத் தயாராக

உள்ளது. இந்தப் போர் சீனாவுடனான அமெரிக்க மோதலுக்கான ஒத்திகையாகவும் செயல்படுகிறது, இதில் ஐரோப்பிய ஆதரவை அவ்வளவு எளிதாகக் கணக்கிட முடியாது. சிறந்த தொழில்நுட்பங்களுக்கான பெய்ஜிங்கின் போராட்ட முன்னேற்றத்தைக் கட்டுப்படுத்துவது மற்றும் அமெரிக்கத் தொழில்துறையை ஊக்குவிப்பது ஆகியவை ஐரோப்பிய நலம் சார்ந்த, ஐரோப்பிய முன்னுரிமைகள் அல்ல, மேலும் ஐரோப்பிய மற்றும் சீன வர்த்தகத்தைத் துண்டிப்பதைக் கற்பனை செய்வதுகூட கடினம்.

நேட்டோ உச்சிமாநாட்டில் துருக்கியின் மனநிலையை மாற்றி, ஸ்வீடன் அங்கத்தினராக அது போட்ட முட்டுக்கட்டையை அகற்றப் பல பேச்சுவார்த்தைகளை அமெரிக்கா முன்னரே செய்திருந்தது.

அதிபர் பைடன் அமெரிக்காவை விட்டு வெளியேறுவதற்கு முன் உக்ரைன் நேட்டோவில் உறுப்பினராக அங்கீகரிக்கப்பட இன்னும் தயாராக இல்லை என்று கூறியது பல உறுப்பின நாடுகளை நிம்மதியடைய வைத்தது. புதிய உறுப்பு நாடுகள் சேருவதற்கும் அதன் கூட்டுப் பாதுகாப்பு உத்தரவாதத்திலிருந்து பயனடைவதற்கும் முன் அனைத்து நேட்டோ உறுப்பினர்களின் ஒருமனதான ஒப்புதல் தேவை. ஏனெனில் யாரும் ரஷ்யாவுடனான நேரடித் தாக்குதலுக்குத் தயாராக இல்லை.

எர்டோகனின், ஸ்வீடனின் ஆதரவு நடவடிக்கை ரஷ்ய அதிபர் விளாடிமிர் புடினுக்கும் கடும் அடியாக அமைந்தது. முதலாவதாக, இது நேட்டோ பிரதேசத்தை விரிவுபடுத்தும் மற்றும் உக்ரைனின் தூண்டுதலற்ற ஆக்கிரமிப்பிற்குப் பிறகு கூட்டணியை வலுப்படுத்தும்.

எர்டோகனின் கிரெம்ளினுடன் மிக நல்ல முறையில் நட்புறவைப் பாவித்த ஒருவர், நேட்டோ நாடுகளின் கூட்டணியை ஆதரித்து, ஸ்வீடனுக்கு ஆதரவாக இருந்ததும், அதற்கு மாறாக அமெரிக்காவிலிருந்து தி 16 ஏவுகணைகளைப் பெற ஒப்புதல் கொண்டதும், ஐரோப்பிய யூனியனில் துருக்கிக்கு இருந்த தடைகளை நீக்க ஒப்புக்கொண்டதும் அமெரிக்கா பல மாதங்களாக நடத்திய பேச்சுவார்த்தைகளுக்குக் கிடைத்த வெற்றி. இது கூட்டணியைப் பலவீனப்படுத்துவதற்காக

நேட்டோ உறுப்பினர்களிடையே பிளவுகளை விதைக்கும் ரஷ்யாவின் முயற்சிகளை முறியடிக்கும்.

வரலாற்றுரீதியாக இராணுவ வாதம் மற்றும் அமெரிக்கச் சக்தியை விமரிசிக்கும் ஐரோப்பாவில் உள்ள இடது கட்சிகள், மேற்கு நாடுகளின் பாதுகாப்பில் பெருமளவில் இணைந்துள்ளன. இது அமெரிக்காவை மேலும் பலப்படுத்தும். உக்ரைனுக்கும் ரஷ்யாவிற்கும் இடையே உள்ள போர் நிற்காதவரை உக்ரைன் நேட்டோவில் இணைய முடியாது. ஆனாலும் எல்லா உறுப்பு நாடுகளும் அதற்கு அளப்பரிய ஆதரவை அளித்திருக்கின்றன.

பாகம் 2
உள்நாட்டு அரசியல் நிகழ்வுகள்

புத்தகம், நோட்டு, பேனா, பென்சில் மற்றும் துப்பாக்கி

மாதம் ஒரு முறையாவது நாளிதழ்களில் பார்க்கிறோம். அமெரிக்கப் பள்ளியில் துப்பாக்கிச் சூடு. இந்த அபாயகரமான அபத்தம் உலகில் வேறெங்கும் நடப்பதில்லை. அமெரிக்காவில் மட்டும்தான் அடிக்கடி நடக்கிறது.

மாணவர்கள் பள்ளிக்கூடம் சென்றால் படித்து, கல்வியறிவு பெறுவார்கள். ஆனால் துப்பாக்கியால் சுட்டுக் கொண்டு சாவார்களா? அதைப் பார்த்து, 'துப்பாக்கிகள் கொல்வதில்லை; மனிதர்கள்தான் கொல்கிறார்கள். எனவே மாணவர்களுக்கு புத்தி சொல்ல வேண்டுமே தவிர துப்பாக்கிகளைப் பறிக்கக் கூடாது' என்று ஆட்சியாளர்கள் சொல்லிக் கொண்டிருக்க முடியுமா? அமெரிக்காவில் தற்போது நடப்பது அதுதான். ரைஃபிள் கிளப்புகளின் கைப்பாவையாகவே ஆட்சியாளர்கள் மாறியிருப்பதுதான் இதற்கு மூலக் காரணம் என்ற குற்றச்சாட்டு நாலாபுறம் இருந்தும் பெருகியபடி உள்ளது.

அமெரிக்காவைப் பொறுத்தவரை ஒவ்வொருவரும் துப்பாக்கி வைத்துக் கொள்வது ஜனநாயக உரிமை. விவரம் தெரியத் தொடங்கும் வயதிலேயே குழந்தைகளுக்குத் துப்பாக்கி சுடும் பயிற்சியைத் தந்து விடுகிறார்கள். இதற்காகவே

இங்கே பயிற்சி மையங்கள் நிறைய உள்ளன. துப்பாக்கிச் சுடுவதில் பிரிட்டனுடன் போட்டிபோட பல ஆண்டுகளுக்கு முன் ஆரம்பிக்கப்பட்ட ஒரு சங்கம், இன்று அமெரிக்கத் தேர்தல்களையே புரட்டிப்போட வல்லதாக, அரசின் கொள்கைகளை மாற்றி அமைக்கக்கூடிய சக்தி மிக்கதாக வளர்ந்திருக்கிறது. பல குடியரசு வேட்பாளர்களும், சில ஜனநாயக வேட்பாளர்களும் தேர்தலுக்குத் தேர்தல் அவர்களது ஆதரவையும் நன்கொடையையும் பெற்றே வெல்கிறார்கள். பதவியேற்றதும், துப்பாக்கிச் சங்கங்களுக்கு சாதகமாகச் சட்டதிட்டங்களை அமைத்துக் கொடுத்துவிடுகிறார்கள்...

1999-ஆம் ஆண்டு ஏப்ரல் மாதம் கொலம்பைன் கொலராடோவின் லிட்டில்டனில் உள்ள உயர்நிலைப் பள்ளியில், இரண்டு மாணவர்கள் தங்களுடன் பயின்ற பன்னிரண்டு பேரைக் கொன்றனர்.

ரெட் லேக் நகரில் 2005 ஆம் ஆண்டு மார்ச் மாதத்தில் பதினாறு வயது மாணவன் ஒருவன், தனது தாத்தாவையும் அவரது துணையையும் கொன்றுவிட்டு, அருகிலுள்ள உயர்நிலைப் பள்ளிக்குச் சென்று அங்கு ஐந்து மாணவர்கள், ஓர் ஆசிரியர் மற்றும் ஒரு காவலாளியைக் கொன்றான்.

2007 ஏப்ரல் மாதம் வர்ஜீனியாவில் இருபத்து மூன்று வயது மாணவன் ஒருவன் நடத்திய துப்பாக்கிச் சூட்டில் முப்பத்து இரண்டு பேர் கொல்லப்பட்டனர். பிறகு அந்த இளைஞன் தன்னைத் தானே துப்பாக்கியால் சுட்டுக் கொண்டு உயிரிழந்தான்.

2012 டிசம்பரில் சாண்டி ஹூக் நகரில் ஓர் இளைஞன் தனது தாயைத் துப்பாக்கியால் சுட்டுக் கொன்றான். அதே வேகத்தில் அருகிலுள்ள சாண்டி ஹூக் தொடக்கப் பள்ளிக்குச் சென்று துப்பாக்கிச் சூடு நடத்தினான். அதில் இருபதுக்கும் மேற்பட்ட மாணவர்கள் கொல்லப்பட்டனர். இறுதியில் துப்பாக்கிச் சூடு நடத்திய இளைஞன் தன்னைத் தானே சுட்டுக் கொண்டு உயிரிழந்தான்.

ஹூஸ்டன் நகரில் உள்ள ஓர் உயர்நிலைப் பள்ளியில் மே 2018 அன்று பதினேழு வயது இளைஞன் துப்பாக்கிச் சூடு நடத்தியதில் பத்துப் பேர் கொல்லப்பட்டனர். டெக்சாஸில்

உவால்டேயில் ராப் எலிமெண்டரி பள்ளியில், கடந்த மே மாதம் பதினெட்டு வயது இளைஞன் நடத்திய துப்பாக்கி சூட்டில் பத்தொன்பது குழந்தைகள் உட்பட இருபத்தொரு பேர் இறந்தனர்.

ஒரு தோராயக் கணக்கெடுப்பில் அமெரிக்காவில் ஒரு லட்சம் பேருக்குப் பத்துப் பேர் இத்தகைய துப்பாக்கிச் சூடு சம்பவத்தால் மட்டுமே உயிரிழக்கிறார்கள் என்று தெரிய வந்திருக்கிறது.

ஜான் ஹாப்கின்ஸ் பல்கலைக் கழக ஆய்வின்படி 2020 ஆண்டில் மட்டும் துப்பாக்கி வன்முறையால் 45,220 பேர் உயிரிழந்திருக்கிறார்கள். அமெரிக்க வரலாற்றில், ஓர் ஆண்டில் இத்தனைப் பேர் துப்பாக்கிச் சூட்டு வன்முறையால் இதற்கு முன் உயிரிழந்ததில்லை.

அரசியல்வாதிகளால் தூண்டப்பட்ட இனப் பிரிவுச் சண்டைகள், தொற்று நோய்க் காலத்தில் வீட்டிலேயே அடைபட்டு இருந்த நேரத்தில் உண்டான மிக அதிகமான குடும்ப வன்முறை, சரியும் பொருளாதாரம் ஆகியவை இதற்குக் காரணம் என்று சொல்லப்படுகிறது. என்ன சொன்னாலும் அரசாங்கம் இதைக் கண்டுகொள்வதே இல்லை.

ஒவ்வொரு முறையும் இப்படிக் குழந்தைகள் இறக்கும் போது பள்ளியில் பாதுகாப்பை அதிகரிக்கிறார்கள். அதனால் என்ன பலன்? துப்பாக்கிக் கலாசாரம் கூடாது என்றால் அதை அடியோடு ஒழிக்க வேண்டும். குறைந்த பட்சம் சிறுவர்கள் துப்பாக்கி வைத்துக்கொள்வதையாவது சட்டபூர்வமாகத் தடுக்க வேண்டும். அரசு இரண்டையுமே செய்வதில்லை.ரைஃபிள் க்ளப்களின் ஆதரவு இங்கே அந்தளவு அரசுக்கு முக்கியம்.

'குரூர மனம் கொண்டவர்கள், மன நலம் சரியில்லாதவர்கள் மூலம் நடக்கும் அசம்பாவிதங்களை வைத்துத் துப்பாக்கிகளைத் தடை செய்யச் சொல்லக்கூடாது' என்கிறது அமெரிக்க தேசிய ரஃபிள் சங்கம். பதிலுக்கு அரசு ஏதாவது சொல்லியிருக்கிறதா என்றால் பேச்சு மூச்சே கிடையாது.

அமெரிக்க சட்ட அமைப்பின் படி, இது தனி மனித உரிமை என்னும் பிரிவின் கீழ் வரும். ஒவ்வொருவருக்கும் அவரவர்

உயிரைப் பாதுகாத்துக்கொள்ளும் உரிமை உண்டு. அதற்குத் துப்பாக்கி வைத்துக்கொள்ளலாம்.

சட்டம் கிடக்கட்டும். இவ்வளவு அசம்பாவிதங்கள் நடக்கும்போதும் அதை எடுத்து வைத்துக்கொண்டு திருத்தமாவது செய்யலாம் என்று யாரும் நினைப்பதில்லை.

பார்க்லண்ட் ஃப்ளோரிடாவில் பதினான்கு குழந்தைகள் துப்பாக்கிச் சூட்டில் இறந்தபோது, 'ஆயுதம் ஏந்திய காவலர்கள் பள்ளியில் இருக்கலாம்!' என்ற ஒரு தீர்மானத்தை ஃப்ளோரிடா மாகாண நிர்வாகம் கொண்டு வந்தது. பிறகு அத்திட்டம் கைவிடப்பட்டது என்றாலும் அவர்களால் அதிகபட்சம் சிந்திக்கக் கூடிய எல்லை இதுதான். படிக்கும் பிள்ளைகள் துப்பாக்கி வைத்திருக்க அனுமதியில்லை என்று சொல்ல யாருமே இல்லாத தேசம் அமெரிக்கா.

வளர்ந்த நாடுதான். பெரிய நாடுதான். ஆனால் இப்படிப்பட்ட அபத்தங்கள் அமெரிக்காவில் அதிகம் உண்டு. இதைத் தவிர்க்க அல்லது குறைக்க என்ன வழி? 'துப்பாக்கி வன்முறைகளைக் குறைக்கும் குழு' என்றொரு அமைப்பு இங்கே உள்ளது. அவர்களுடன் பேசினோம். சில திட்டங்களை அவர்கள் சொல்கிறார்கள்.

அதில் முக்கியமான சில:

வன்முறையைத் தவிர்க்கத் தேவையான உபாயங்களைக் கற்றுத் தருவது. வன்முறை தோன்றும் தருணத்தை முன்கூட்டியே ஊகிக்கக் கற்றுத் தருவது. ஒருவரது மனநிலையைப் புரிந்துகொள்ளப் பயிற்றுவிப்பது. தேவைப்பட்டால் மனநல ஆலோசனை வழங்குவது. அரசாங்கத்துடன் பேசி சட்டத்திருத்தம் செய்ய வலியுறுத்துவது. தொழில்நுட்பங்களைப் பயன்படுத்தி, வன்முறையைத் தடுப்பது. பள்ளிகளில் பாதுகாப்பை அதிகப்படுத்துவது. துப்பாக்கிகளைக் குறித்துச் சிந்திக்காமல், படிக்கும் பிள்ளைகளின் எதிர்காலத்தைச் சிந்திக்க அனைத்துத் தரப்பினரையும் வலியுறுத்துவது.

சிரிப்பு வருகிறதா?

மூட்டைப்பூச்சியைப் பிடித்து உரலில் போட்டு, 'நங், நங்'கென்று உலக்கையால் குத்தும் வடிவேலு காமெடி போல இருக்கிறதா?

துப்பாக்கி வியாபாரத்தைக் கட்டிக் காக்க எப்படியெல்லாம் ரூம் போட்டு யோசிக்கிறார்கள் என்று தோன்றுகிறதா?

மனித குலத்தை அழிக்கும் ஆயுதங்களைக் காலகாலமாக உற்பத்தி செய்துதான் அமெரிக்கா தன் வர்த்தகத்தைத் தக்க வைத்துக் கொண்டிருக்கிறது என்பது உலக நாடுகளின் பொதுவான விமர்சனம். ஆனால் அதிலொன்று அத்தேசத்தின் இளைய தலைமுறையையே இன்று சர்வ நாசம் செய்துகொண்டிருக்கிறது. பள்ளிகளில் இன்னும் துப்பாக்கி சுடும் வகுப்பு ஏதும் தொடங்கவில்லை என்பது உண்மையே. ஆனால் மாணவர்களும் வன்முறையில் இறங்குவதற்கு அது பெரிய தடையாக இருப்பதில்லை. இவ்விஷயத்தில் கண்டும் காணாமல் இருக்கும் கலையைப் பயிற்சி செய்துகொண்டிருக்கிறது அரசாங்கம்.

இது எங்கு போய் முடியும் என்று தெரியவில்லை. ஏனெனில், பிள்ளைகளைப் பள்ளிக்கு அனுப்பும் பெற்றோர்கூட இந்த ஆயுதக் கலாசாரத்துக்கு எதிராகப் பேசுவதில்லை என்பதுதான் வருத்தம் தரும் உண்மை.

தயாராகு தாய்க்குலமே, தங்கம் விலை குறையும்

விலைவாசி ஏற்றம் உலகம் முழுதும் கனஜோராக நடந்துகொண்டிருக்கிறது. அது ஒரு பக்கம் கிடக்கட்டும். அமெரிக்காவில் இப்போது வரலாறு காணாத வட்டி விகித ஏற்றம் நடைமுறைக்கு வருகிறது. மொத்த உலகையும் திரும்பிப் பார்க்க வைத்திருக்கும் இதன் பின்னணி மிகவும் நுட்பமானது.

கடந்த வாரம், அமெரிக்க மத்திய வங்கி நான்காவது முறையாக வட்டி விகிதத்தை ஏற்றி இருக்கிறது. அதுவும் 0.75%. 1980க்கு பிறகு, இதுதான் அமெரிக்க மக்கள் சந்தித்த மிக அதிகபட்ச வட்டி விகித ஏற்றம்.

மிக அதிகமாக ஏறும் விலைவாசியைக் கட்டுப்படுத்தவும் மக்களின் நம்பகத்தன்மையை (consumer confidence) நிலை நிறுத்தவும் இந்த நடவடிக்கை அவசியம் என கட்சி பேதமின்றி பொருளாதார நிபுணர்கள் ஒப்புக் கொண்டிருக்கிறார்கள்.

நுகர்வுப் பொருள் மற்றும் அத்தியாவசியப் பொருட்களின் விலைவாசி ஏன் விண்வெளியைத் தொடும் வண்ணம் ஏறுகிறது? உக்ரெயின் போரினால் ஏறிய எரிபொருள் விலை மட்டும்தான் காரணமா என்றால், இல்லை.

1. தொற்று நோய் காரணமாகப் பொருட்களை உற்பத்தி செய்யும் தொழிலகங்கள் மூடிக் கிடந்தன. அவை முழு அளவில் பொருட்களை உற்பத்தி செய்யவோ பணியாளர்கள் பணிக்குத் திரும்பவோ இல்லை.

2. மூலப் பொருட்களை நிறுவனங்களுக்கு கொண்டு செல்லும் விநியோகச் சங்கிலி முழு அளவில் செயல்படவில்லை. இன்னமுமே போதிய பணியாளர்கள் இல்லாமல் திண்டாடுகிறது.

3. ஆனால், நுகர்வோர்கள் வழக்கமான பணிக்கும் கல்லூரிகள், பள்ளிகள் எனவும் திரும்பத் தொடங்கி விட்டார்கள். விழாக்கள், திருமணங்கள் என வாடிக்கையாளர் சந்தை களைகட்டத் தொடங்கிவிட்டது. திடீரெனத் தேவை (demand) அதிகமாக, உற்பத்தி பொருட்கள் (supply) குறைவாக இருப்பதும் முக்கிய காரணம்.

4. மக்கள் இதுகாறும் அடைந்து கிடந்து, வழக்கமான செயல்களுக்கும், வாழ்க்கைக்கும் திரும்பியபின் என்றும் இல்லாத உற்சாகத்தோடு மிக அதிகமாகச் செலவு செய்யத் தொடங்கினார்கள்.

5. மனித வளத் துறை மிகத் திடமாக இருக்கிறது. சென்ற மாதம் மட்டும் 3,74,000 பணி இடங்கள் நிரப்பப்பட்டு இருக்கின்றன. இது ஆண்டின் முதல் பாதியில் சேர்க்கப்பட்ட மொத்த வேலைகளின் எண்ணிக்கையை 2.7 மில்லியனாகக் கொண்டு வந்தது. மிகக் குறைந்த வேலையில்லாத் திண்டாட்டம். 60-65 வயதுக்கு மேலானவர்கள் தொற்றுநோய்க் காலத்தில் ஓய்வு பெற்றுக்கொண்டார்கள். பலர் தொழில் முனைவோர்களானார்கள். ஏற்கெனவே நல்ல நிலையில் இருக்கும் வேலை வாய்ப்புகள், பணிக் காலியிடங்கள் பெருகி இருக்கும் நிலையில், அதைப் பூர்த்தி செய்ய திறன் உள்ள பணியாளர்கள் இல்லாத நிலையில், ஊதியம் அதிகரித்திருக்கிறது.

மேலும், வீட்டில் இருந்தே வேலை செய்வதால் வாடகை, மின்சாரம் போன்ற செலவினங்களைக் கட்டுப்படுத்த நிறுவனங்கள், ஊதியம் அதிகம் கொடுக்க முன்வந்தன.

நிகர வருமானம் (disposable income) அதிகமானதால், மக்கள் செலவழிக்க விரும்பி, பொருட்கள் மேலான விருப்பம் அதிகமாகி, உற்பத்தி அதை ஈடு செய்ய முடியாமல் போக, விலை ஏற ஆரம்பித்தது. அதையும் விட, பணியாளர்கள் கூடுதலான நேரம் பணிபுரிய, அல்லது இரண்டாம் வேலைக்கும் செல்ல முனையலாம். இது உற்பத்தியைப் பெருக்கும் அதே நேரம், இதனால் மேலும் தனிநபர் ஊதியம் கூடலாம். இதனால், ஒரு பாதக விளைவும் ஏற்படலாம் (என்னவென்று பிறகு பார்ப்போம்.)

ஆனால் இவை தவிர, பண வீக்கத்தைத் தவிர்க்கவும், மக்களிடையே ஒருவித நம்பகத்தன்மை அதிகரிக்கவும் வீழும் பொருளாதாரத்தை நிலை நிறுத்தவும் வட்டிவிகித ஏற்றம் உதவும். இது பொருளாதாரம் அறிந்தவர்களுக்குப் புரியும். ஆனால், இது மிக கவனமாகக் கத்தியின் மீது நடக்க வேண்டியது போலக் கையாள வேண்டிய சாதுர்யமான ஒன்று.

நுகர்வு அல்லது கொள்முதல் (consumption) மீதான வட்டி விகித மாற்றங்களின் விளைவுகளின் பகுப்பாய்வுகளில் பெரும்பாலானவை இரண்டு பெரிய கொள்கை அடிப்படையில் நிகழ்கிறது. *(1)* வருமானத்தின் முக்கியத்துவத்தையும் குடும்பங்கள் தங்களின் செல்வம், நேரம் மற்றும் இதர திறன்களை எதற்காகச் செலவிடுகிறார்கள் (resource allocation) என்பது 2. நிகர வருமானம், சேமிப்புகளை அழியும் அல்லது அழியாப் பொருட்களில் (நகை, வீடு, வாகனம் போன்றவை, ஆடை, செல்ஃபோன் போன்றவற்றோடு ஒப்புநோக்கும் போது நிலையான சொத்துகள்) எதில் அதிகம் செலவிடுகிறார்கள் என்பது.

வட்டி விகிதங்களை ஏற்றுவதை அல்லது குறைப்பதைப் பற்றிப் பேசும்போது நாம் உண்மையான வட்டி மற்றும் வெளியே சொல்லப்படுகின்ற வட்டி இரண்டிற்குமுள்ள நூலிழை வித்தியாசத்தையும் புரிந்துகொள்ள வேண்டும். இது, நாம் எந்த அளவு கொள்முதல் பொருளை (consumer goods) வாங்கித் தேக்கி வைத்திருக்கிறோம் என்பதைப் பொறுத்தது.

நீண்டகாலம் இருக்கக்கூடிய பொருட்கள் மதிப்பு இழந்துகொண்டே வரும் (depreciation). வாகனம் கணினி

போன்ற பலவற்றிற்கும் மதிப்புக் குறைவதை நாம் கணக்கில் எடுத்துக்கொள்ள வேண்டும். கடைகளில் தேக்கிவைத்திருப்பது, வீடுகளில் வாங்கிக்கொண்டு பயன்படுத்துவது, பயன்படுத்தாமலே வைத்திருக்கும் பொருட்கள் இவற்றிற்கும் மதிப்புத் தேய்மானம் உண்டு. சேமித்து வைத்திருக்கும் பணத்திற்கும் மதிப்புத் தேய்மானம் உண்டு என்பதைப் புரிந்து கொள்ள வேண்டும்.

கொள்முதல் பொருட்களின் விலைகள் மிக வேகமாக அதிகரித்து வருவதால், பெடரல் ரிசர்வ், பணவீக்கத்திற்கு எதிரான அதன் போராட்டத்தை தீவிரப்படுத்துகிறது.

மத்திய வங்கி அதன் பெஞ்ச் மார்க் வட்டி விகிதத்தை முக்கால் சதவிகிதம் கூடுதலாக உயர்த்தியது. 2023 ஆம் ஆண்டில் மத்திய வங்கி வட்டி விகிதங்களை உயர்த்துவது இது நான்காவது முறையாகும். 1980க்கு பிறகு, இந்த வேகத்திலும் இந்த அளவிற்கும் விகித அளவு உயர்வு ஏற்படுத்தப்படவில்லை.

முன்பே சொன்னபடி பொருளாதாரத்தில் மந்த நிலையை ஏற்படுவதைத் தடுப்பதும் விலைவாசியைக் கட்டுப்படுத்துவதுமே இதன் குறிக்கோள். இதனால், வங்கியில் கடன் வாங்கி வீடு அல்லது கார் முதலிய வாகனங்கள் வாங்குவது குறையும். ஆக, அந்த பொருளுக்கான தேவை குறையும் போது, வானுயர ஏறி இருக்கும் அதன் விலை குறையத் தொடங்கும். விலை என்பது தேவை (demand), சந்தையில் இருக்கும் பொருள் இருக்கும் அளவை (supply) பொறுத்தே இருக்கும்.

உற்பத்தி பெருகி சந்தைக்கு வரும் போது, தேவை குறைவாக இருந்தால், பொருளின் விலை சரியத் தொடங்கும். இதனைக் கீழே பல நிலைகளில் விரிவாக காணலாம்:

பொருளாதாரம்: மத்திய வங்கி வட்டி விகிதங்களை உயர்த்தும்போது யார் வெற்றி பெறுகிறார்கள், யார் தோல்வி அடைகிறார்கள்?

தொழிலாளர் / மனிதவள சந்தை (workforce) நல்ல முறையில் உள்ளது. ஆனால் பணவீக்கம் மிக அதிகமாக உள்ளது என்று மத்திய வங்கித் தலைவர் ஜெரோம் பவல் ஒரு ஊடகச் செய்தி மாநாட்டில் கூறினார். அங்கு அவர் ‘வழக்கத்திற்கு மாறாக பெரிய’ விகிதங்களில் வட்டி சதவிகிதத்தை ஏற்றுவதன்

தேவையை விளக்கினார். அவரும் அவரது சகாக்களும் தேவையைச் சமாளிப்பதன் மூலம் பணவீக்கத்தை எதிர்த்துப் போராட முயற்சிக்கின்றனர். அவர்கள் கடன் விலையை உயர்த்துகிறார்கள்.

மனிதவளம்: மனிதவளத் துறை எப்படி விலை ஏற்றத்துக்கு ஒரு காரணமாக அமையலாம் என முன்பு கவனித்தோம். மனிதவளப் பற்றாக்குறை ஒரு புறம் உற்பத்தியைக் குறைத்தால், ஊதிய உயர்வு நுகர்வோர்களின் தேவையை அதிகரிக்கவும் வழி வகுக்கும். தொற்றுநோய்க்குப் பிறகு பலரும் குறிப்பாக முதியவர்கள் பணியிடங்களுக்குச் செல்ல விருப்பம் இன்றி ஓய்வு பெற்றுவிடுவதாலும் தேவைக்கும் அதிகமாகவே பணியிடங்கள் காலியாக இருக்கின்றன. மேலும் வெளிநாடுகளில் இருந்து பணியாளர்கள் வருவதற்கும் விசா போன்றவை வழங்குவதில் தாமதமும் ஏற்படுகிறது. இந்நிலையில் இருக்கும் ஊழியர்களைத் தக்கவைக்க ஊதியம் அதிகரித்திருக்கிறது. மேலும் வேலையின்மை விகிதம் குறைவாகவே உள்ளது" என்று குறிப்பிட்டது.

பண வீக்கத்தை எதிர்த்துப் போராடுவதுதான் முக்கியக் குறிக்கோள். அதில் சந்தேகமில்லை. ஆனால், அமெரிக்காவின் பணவீக்கம் இப்போது மிக அதிகபட்சமாக 9.1% ஆக உயர்ந்துள்ளது. தொற்றுநோயின் விநியோகச் சங்கிலிச் சிக்கல்கள் தொடர்ந்து விலைகளைத் தள்ளுவதாகவும், ரஷ்யா-உக்ரைன் போர் உணவு மற்றும் எரிசக்தி விலைகளில் கூடுதல் அழுத்தத்தைச் சேர்ப்பதாகவும் மத்திய வங்கி குறிப்பிட்டது.

வணிகம்: விநியோகச் சங்கிலிப் பிரச்சினையால் இன்னும் ஆட்டோமொபைல் சந்தையில் விற்பனை, உற்பத்தி பெருக வில்லை. அதனால் விலை அதிகரித்துள்ளது. பெரும்பாலான கார் போன்ற வாகனக் கடனில் மாதாந்திரத் தவணை $700 ஐ கடந்துள்ளது. அதையும் சரி செய்ய வேண்டும் என்று மத்திய வங்கி விரும்புகிறது. வங்கிக் கடனின் வட்டிவிகிதம் அதிகரிப்பதன் மூலம், கடன் வாங்கும் சக்தியைக் குறைக்க முடியும். இதனால், சந்தையின் தேவையைக் குறைக்க முடியும்.

தொற்றுநோயின் இருண்ட நாட்களில் இருந்து அமெரிக்கா வெளிவந்ததால், தேவையைச் சமாளிக்க மத்திய வங்கி

தயாராக உள்ளது. ஆனால் விநியோகச் சங்கிலிச் சிக்கல்களை சரிசெய்யவோ அல்லது உக்ரைனில் போரை முடிவுக்குக் கொண்டுவரவோ அமெரிக்காவால் தனியொரு நாடாக ஒன்றும் செய்ய முடியாது. இவை இரண்டும் அதிக விலைக்கு வழிவகுத்தன. குறிப்பாக பெட்ரோல் மற்றும் உணவு.

வீடுகளின் மதிப்பு மிக அதிகமாக உயர்ந்தது. வீடுகள், விற்பவர்களின் சந்தையாக (sellers market) மாறியது. இது உண்மையான மதிப்பாக இல்லை. இது ஆபத்தான நிலைக்குக் கொண்டுவிடும். எனவே கடன் விகிதத்தை ஏற்றி கடன் வாங்குவதைத் தற்காலிகமாக நிறுத்த வேண்டியதும் அவசியமாகிறது. வீட்டுக் கடன், கிட்டதட்ட 1 முதல் 2 சதவிகித வட்டிக்கெல்லாம் கிடைத்தது. இப்போது கடன் விகிதம் ஏறியபோதும், வங்கிகள், மக்களை கடன் வட்டிவிகிதம் ஏறுவதற்கு முன் உங்கள் கடனை பத்திரப்படுத்திக் கொள்ளுங்கள் என்று கூவி அழைக்கிறார்கள். இது ஒரு நிலையான பொருளாதாரத்திற்கு நல்லதில்லை.

சமீபத்திய மார்னிங் கன்சல்ட்/பொலிடிகோ கருத்துக்கணிப்பின்படி, 65% பதிவு செய்யப்பட்ட வாக்காளர்கள் அமெரிக்கப் பொருளாதாரம் தற்போது மந்த நிலையில் இருப்பதாக நம்புகின்றனர். தேசியப் பொருளாதார ஆராய்ச்சிப் பணியகத்தால் மந்த நிலை அறிவிக்கப்படவில்லை என்ற உண்மை இருந்தபோதிலும், மக்கள் அதை நம்ப மறுக்கின்றனர். "இந்த கட்டத்தில் எதுவும் செய்யாமல் இருப்பது - பணவீக்கப் பிரச்சனையைக் கண்டுகொள்ளாமல் விடுவது - பின்னர் நிச்சயமாக சரிசெய்வது இன்னும் கடினமாக இருக்கும்" என்று கேபன் கூறுகிறார்.

ஃபெடரல் ரிசர்வ் தலைவர் ஜெரோம் பவல் அமெரிக்க விலைவாசி ஒரு மென்மையான தரையிறக்க நிலையை (soft-landing) அடைய முயல்கிறார்- மந்தநிலை அல்லது தாழ்வுநிலைக்கு தள்ளாமல், பணவீக்கத்தை கட்டுக்குள் கொண்டு வருகிறார்.

இதன் விளைவுகள் ஏற்கெனவே தெரிய ஆரம்பிக்கின்றன. Mastercard Economics Instituteஇல் அமெரிக்காவின் தலைமைப் பொருளாதார நிபுணராக இருக்கும் Michelle Meyer, சில நம்பிக்கைக்குரிய அறிகுறிகளைக் காண்கிறார்.

எண்ணெய் விலை குறைந்துள்ளது, எரிவாயு விலை குறைந்துள்ளது. AAAஇன் படி, ஒரு கேலன் வழக்கமான எரிவாயுவின் சராசரி விலை $4.33 ஆகும், இது ஜூன் மாதத்தில் நிர்ணயிக்கப்பட்ட அதன் விலை உயர்வை விட $0.69 குறைவு. "சில எரிவாயு வகைகளுக்கான சரக்கு நிலைகள் அதிகரிக்கத் தொடங்குகின்றன. விநியோகச் சங்கிலிகள் திறக்கத் தொடங்குகின்றன, அதனால் உற்பத்திச் செலவு குறைகிறது."

நன்மை என்னவென்றால், தேவை குறைய ஆரம்பித்து, விலை குறையலாம், பணவீக்கம் கட்டுக்குள் வரும். மக்களின் சேமிப்பு அதிகரிக்கும். மக்களின் பொருளாதாரத்தின் மீதான நம்பகத்தன்மை அதிகரிக்கும். அதனால் பங்குகளின் விலை கூடும்.

டாலரின் மதிப்பு: அதிக வட்டி என்பதால் குறைவான பணமே புழக்கத்தில் இருக்கும். அதிக வட்டி விகிதங்கள் பண விநியோகத்தை கட்டுப்படுத்துகின்றன. ஏனெனில் குறைவான நிறுவனங்கள் கடன் வாங்குகின்றன. பண விநியோகத்தின் இந்தச் சுருக்கம் டாலர் வலுவாக வளரக் காரணமாகிறது. குறைவான பணம் புழக்கத்தில் இருக்கும்போது, டாலரின் தட்டுப்பாடு அதிக மதிப்புமிக்கதாக மாறுகிறது. இதையொட்டி, தங்கத்தை வாங்குவதற்குக் குறைவான டாலர்கள் போதுமானதாக இருக்கின்றன. இதனால், அதிக வட்டி விகிதங்கள் தங்கத்தின் விலை குறையக் காரணமாகிறது.

பாதக விளைவுகள் என்ன ஏற்படலாம்..?

முன்பே சொன்னபடி, அதிக ஊதியம் பெறும்வண்ணம் உழைப்பவர்கள் இன்னும் ஊதிய ஏற்றத்தைக் கோராமல் இருக்க வேண்டும். அப்படிக் கோரினால், அந்த ஊதிய ஏற்றத்தைச் சமாளிக்க உணவகங்கள், உற்பத்தி மையங்கள், தொழிற்சாலைகள் விலை ஏற்றத்தைத் தொடங்குவார்கள்.

இரண்டாவதாக, விலை ஏறப்போகிறதோ என்று அச்சம் கொண்டு இப்போதே மக்கள் அத்தியாவசிய பொருட்களை வாங்கிப் பதுக்க எண்ணாமல் இருக்க வேண்டும். அப்படிச் செய்தால், ஏற்கெனவே இருக்கிற தேவை இன்னும் அதிகமாகி, விலை இன்னும் அதிகரிக்கக் கூடும்.

அமெரிக்க விவகாரத்தை இத்தனை நுணுக்கமாக விவரிக்கக் காரணம், அங்கே நடக்கிற எது ஒன்றும் நமது இந்தியா போன்ற தேசங்களைப் பெருமளவு பாதிக்கும் என்பதே. ரஷ்ய-உக்ரைன் யுத்தம் காரணமாக ஏற்கெனவே விலைவாசி உயர்ந்து வரும் சூழலில் அமெரிக்கப் பொருளாதாரம் ஆட்டம் கண்டு வருவதாக வெறும் வதந்தி வந்தால்கூடப் போதும். இதர தேசச் சந்தைகளும் ஆட ஆரம்பித்துவிடும் அபாயம் உள்ளது.

கூகுள் மருத்துவர் ஆகிவிடாதீர்கள்!

அமெரிக்காவில் மாற்று மருத்துவத்துறை எப்படிச் செயல்படுகிறது? விவரிக்கிறது இக்கட்டுரை.

மேற்கத்திய (அலோபதி) மருத்துவத்திற்குத் துணையாகவும் மாற்றாகவும் வளர்ந்துவரும் மாற்று மருத்துவத்தின் சந்தை சர்வதேச அளவில் இரண்டாயிரத்து இருபத்தொன்றில் கிட்டத்தட்ட $102 பில்லியனை எட்டியது. வரும் பத்தாண்டுகளில், இந்தச் சந்தையின் வருவாய் $439 பில்லியனை எட்டிவிடும் எனப் பொருளாதார வல்லுநர்கள் கணிக்கிறார்கள். அமெரிக்காவில் மட்டும் இதன் மூலமான கடந்த ஆண்டு வருவாய் $42 பில்லியன். பாதிக்கும் மேலான மக்கள் மருத்துவர்கள் பரிந்துரை செய்த மருந்தோடு, மாற்று மருந்தையும் எடுத்துக்கொள்கிறார்கள்.

மாற்று மருத்துவச் சிகிச்சைகளைப் பயன்படுத்துவதில் ஆண்களைவிடப் பெண்கள் அதிகம். கல்வி நிலை அதிகரிக்கும் போது பயன்பாடு அதிகரிக்கிறது. யோகா, அக்யுபஞ்சர் போன்றவை சில மருத்துவமனைகளின் சிகிச்சைப்பிரிவுகளில் உள்ளன.

இந்த சிகிச்சையின் வகையைப் பொறுத்து, இனத்தின் அடிப்படையில் பயன்பாட்டு முறைகள் மாறுபடும்; மற்றும்

சிஏஎம்ஐப் பயன்படுத்துபவர்கள் பொதுவாக ஒன்றுக்கு மேற்பட்ட சிஏஎம் முறைகளைப் பயன்படுத்துகின்றனர் மற்றும் வழக்கமான மருத்துவப் பராமரிப்புடன் இணைந்து அவ்வாறு செய்கிறார்கள்.

சரியாகத் தீராத நீண்டகால கோவிட் விளைவுகள், தொடரும் உயர் இரத்த அழுத்தம் நீரிழிவு போன்ற நீண்ட அல்லது ஆயுட்கால நோய்கள் போன்றவையும், தொற்று நோய்க்காலத்தில் மருத்துவமனைகள் தொற்றுநோயாளிகளைக் கவனிக்கவே நேரம் போதாமல், மற்ற நோயாளிகளின் சின்னச் சின்ன பிரச்சினைகளைச் செவிமடுக்க முடியாமல் போனதும் மக்களை மாற்று மருத்துவ உலகிற்கு இட்டுச்சென்றிருக்கிறது.

ஆங்கில அல்லது மேற்கத்திய மருத்துவம், ஆராய்ச்சிகளின் அடிப்படையில் உருவாக்கப்படுபவை. இதனால், ஆராய்ச்சிகளில் புதுப் புது விளைவுகள் கண்டுபிடிக்கப்படுமானால், அவை மாறுபட்ட கருத்தானாலும், வெளியிடப்படுகின்றன. இது பற்றிய புரிதல் இல்லாதவர்களும், மருந்து நிறுவனங்கள் தங்களைக் காத்துக்கொள்ளப் பட்டியிலிடுகின்ற பக்கவிளைவுகள் வந்தாலும் வரலாம் போன்ற அறிவிப்புகளாலும் கவலைசூழ மாற்றுமருந்து குணமாக்கலாம் எனத் தேடிப்போகிறார்கள்.

உடற்பயிற்சியகங்கள் மற்றும் நீச்சல் குளங்கள் போன்றவை மூடிவிட்ட நிலையில் இணைய வழி யோகா, தியான வகுப்புகள் பெருகின. மனநலனுக்கும் உடல்நலனுக்கும் வழியாக வந்த அற்புதவழியென மக்களால் நம்பப்பட்டு பெருவாரியான மக்கள் பயன்படுத்த தொடங்கினர்.

கடந்த வருடம், அதாவது 2022இல், மக்லெகா தேஹன் நியு இங்கிலாந்து மெடிசன் என்ற மருத்துவ சஞ்சிகையில் பிரசுரித்த ஆய்வுக்கட்டுரைப்படி சர்வதேச அளவில் எண்பத்தி நாலு சதவீத மக்கள் ஒரு முறையேனும் மாற்றுமருந்தை நாடிச்செல்கிறார்கள்.

மாற்று மருத்துவம் என்பது பல்வேறு மருத்துவ முறைகளை உள்ளடக்கிய ஒரு பரந்த சொல். இவை பொதுவாக பாரம்பரியத்தால் ஆதரிக்கப்படுகின்றன. மேற்கத்திய மருத்துவ அமைப்பில் அரிதாகவே கற்பிக்கப்படுகின்றன. இத்தகைய முறைகளில் குறிப்பிட்டுச் சொல்லக்கூடியன அக்யுபங்சர்

மருத்துவம் மற்றும் டாய்ச்சியின் பண்டைய கிழக்கு நடைமுறைகள் முதல் மூலிகை மருத்துவம், ரெய்கி, உடலியக்க கையாளுதல் மற்றும் பல. இந்த சேவைகள் பெரும்பாலும் 'மாற்று மருத்துவம்' என்ற வார்த்தையுடன் ஒன்றுக்கொன்று மாற்றாகப் பயன்படுத்தப்படுகின்றன.

அலோபதி மருத்துவம் பொதுவாக மேற்கத்திய மருத்துவம், சான்று அடிப்படையிலான மருத்துவம், வழக்கமான அல்லது முக்கிய மருத்துவம் என்றும் குறிப்பிடப்படுகிறது. பத்தொன்பதாம் நூற்றாண்டில், அலோபதி மருத்துவம் எதிரெதிர் சிகிச்சையை அடிப்படையாகக் கொண்டது, அதே சமயம் மாற்றுக் கிளையானது 'குணப்படுத்தப்பட்டது போல்' என்று பரிந்துரைத்தது. ஆனால் இன்றுவரை, பெரும்பான்மை மருத்துவம், நோயை அறிகுறிகளை மையமாகக் கொண்ட (அலோபதி) மற்றும் முழு உடல் (மாற்று) அறுவை சிகிச்சை அணுகுமுறையைச் சுற்றியே உள்ளன.

மாற்று நடைமுறைகள் ஆற்றல் சீரமைப்பு, மூலிகைச் சேர்க்கை மற்றும் பிற சமநிலை நுட்பங்கள் மூலம் உடல் தன்னைத்தானே குணப்படுத்திக் கொள்ளும் திறனைத் தூண்டுவதில் கவனம் செலுத்துகின்றன. மாறாக, அலோபதி மருத்துவமானது அறிகுறி-குறிப்பிட்ட சிகிச்சையில் கவனம் செலுத்துகிறது,

பொதுவாக மருந்தியல் அல்லது ஆக்கிரமிப்பு முறைகள் புண்படுத்தும் காரணியை அகற்றும். மாற்று முறைகளை ஆதரிக்கும் பண்டையப் பதிவுகள் மற்றும் அலோபதி முறைகளை ஆதரிக்கும் கடுமையான மருத்துவப் பரிசோதனைகள் ஆகிய இரண்டில், எந்த முறை பயனுள்ளதாகவும் பாதுகாப்பாகவும் நிரூபிக்கப்பட்டுள்ளது என்பதில் தொடர்ந்து கருத்து வேறுபாடுகள் உள்ளன. இன்று, பல மருத்துவர்கள் நோயாளி, அறிகுறிகள் மற்றும் சூழ்நிலைகளுக்கு ஏற்பப் பொருத்தமான மாற்று மற்றும் அலோபதி நுட்பங்களை இணைக்கும் ஒருங்கிணைந்த மருத்துவத்தின் மூலம் இரண்டு வகையான மருந்துகளின் நன்மையான அம்சங்களை ஏற்றுக்கொள்கிறார்கள். கூடுதலாக, சமீபகாலமாக, மாற்று மருத்துவத்தின் நன்மைகளுக்கான ஆதாரங்களை உறுதிப்படுத்த முயற்சிக்கும் பெரிய சோதனைகள் பிரபலமடைந்து வருகின்றன.

இவை இன்னமும் பரவலான அறிவியல் சஞ்சிகைகளில் பிரசுரமாகாவிடினும் அத்தகைய ஆராய்ச்சிகள் நடைபெற்று வருவது கண்கூடு.

மாற்று மருத்துவத்தின் பொதுவான வடிவங்கள் கீழ்க்காணும் வகைகளில் அடங்கும்.

மாற்று மருத்துவ முறைகள்

மனம்-உடல் தலையீடுகள்,
உயிரியல் அடிப்படையிலான சிகிச்சைகள்,
கையாளுதல் மற்றும் உடல் சார்ந்த முறைகள்,
ஆற்றல் சிகிச்சைகள். (ஆற்றலடிப்படையான ஹீலிங்)

முதலாவதான, மாற்று மருத்துவமுறை, பெயர் குறிப்பிடுவது போல, மாற்று மருத்துவ முறைகள் என்பது ஒரு முறைக்கு அப்பாற்பட்ட ஒரு வகையாகும். மேலும் இது பாரம்பரிய மருத்துவத்திலிருந்து தனித்தனியாக உருவாக்கப்பட்ட கோட்பாடு மற்றும் நடைமுறையின் முழு அமைப்பையும் குறிக்கிறது. பாரம்பரிய சீன மருத்துவம், ஆயுர்வேத மருத்துவம், ஹோமியோபதி மற்றும் இயற்கை மருத்துவம் ஆகியவை இந்த அமைப்புகளின் எடுத்துக்காட்டுகளாகும்.

NCCAM (National Center for Complementary and Alternative method) வகைப்பாடு திட்டத்தில் உள்ள இரண்டாவது வகை மனம்-உடல் தலையீடுகள் ஆகும். இதில் மனித மனத்தை அடிப்படையாகக் கொண்ட நடைமுறைகள் அடங்கும். ஆனால் அவை மனித உடல் மற்றும் உடல் ஆரோக்கியத்தில் தாக்கத்தை ஏற்படுத்துகின்றன. அதாவது தியானம், பிரார்த்தனை மற்றும் மனநலம்.

மூன்றாவது வகை, உயிரியல் அடிப்படையிலான சிகிச்சைகள், சிறப்பு உணவுகள், மூலிகைப் பொருட்கள் மற்றும் தாதுக்கள், ஹார்மோன்கள் மற்றும் உயிரியல் போன்ற பிற இயற்கைத் தயாரிப்புகளை உள்ளடக்கியது. சிறப்பு உணவுகளில் மருத்துவர்கள் முன்மொழிந்தவை அடங்கும்.

நான்காவது வகை, கையாளுதல் மற்றும் உடல் சார்ந்த முறைகள். உடலின் இயக்கம் அல்லது கையாளுதல் ஆகியவற்றை

உள்ளடக்கிய சிகிச்சைகள் அடங்கும். கைரோப்ராக்டிக் இந்த பிரிவில் மிகவும் பிரபலமானது. மேலும் கைரோப்ராக்டர்ஸ் ஒவ்வொரு அமெரிக்க மாநிலத்திலும் பயிற்சி செய்ய உரிமம் பெற்றுள்ளனர். இந்தச் சிகிச்சையின் வரையறுக்கும் முக்கிய புள்ளி/அம்சம் முதுகெலும்பு கையாளுதல் ஆகும். இது முதுகெலும்பு சரிசெய்தல் என்றும் அழைக்கப்படுகிறது. இது முதுகெலும்பு மூட்டு அசாதாரணங்களைச் சரிசெய்வதாகும். உடல் சார்ந்த சிகிச்சையின் மற்றொரு உதாரணம் மசாஜ் சிகிச்சை. சில கைரோப்ராகடர்ஸ் சரியாக சிகிச்சை செய்யாமல், உடல் முழு செயலாக்கத்திறன் இழந்து மருத்துவமனைக்கு வந்தவர்கள் பலர் உண்டு.

NCCAM (சுருக்கமாக CAM.)ஆல் விவரிக்கப்பட்டுள்ள இறுதி வகை, ஆற்றல் சிகிச்சைகள். இதில் ஆற்றல் புலங்களை உடலில் கையாளுதல் மற்றும் பயன்படுத்துதல் ஆகியவை அடங்கும். உடலுக்கு வெளியே உள்ள மின்காந்தப் புலங்கள் தவிர, உடலுக்குள் ஆற்றல்/சக்திப் புலங்கள் இருப்பதாக அனுமானிக்கப்படுகிறது. இந்த பயோஃபீல்டுகளின் இருப்பு சோதனைரீதியாக நிரூபிக்கப்படவில்லை; இருப்பினும், ரெய்கி மற்றும் சிகிச்சை முறைத் தொடுதல் போன்ற பல சிகிச்சை முறைகளில் இவற்றைச் சார்ந்தே இயங்குகின்றன.

மாற்று முறைகள் ஆயிரக்கணக்கான ஆண்டு பாரம்பரியத்தில் வேரூன்றியிருந்தாலும், முறையான அறிவியல் ஆராய்ச்சி இல்லாததும், தகுந்த பயிற்சியாளர் இல்லாமல் செயல்படுவதும் தீவிரமான நோயில் முடிந்து அவர்கள் பிறகு மேற்கத்திய மருத்துவமுறைக்கு சிகிச்சைக்கு வரும் போது, நிலைமை சிக்கலாகி விடுகிறது.

எந்தவொரு மாற்று சிகிச்சையையும் செயல்படுத்துவது, பல மருந்துகள் நுகர்வோரின் செயல்திறன் மற்றும் வீரியத்தை பாதிக்கலாம். எனவே தற்போதைய மருத்துவ சிகிச்சைகள் அனைத்தைப் பற்றிய அறிவும் பாதுகாப்பான சிகிச்சைமுறைக்கு அவசியம். தற்போதைய பயிற்சியாளர்கள் பெரும்பாலும் மாற்று நுட்பங்களைப் பற்றி திறந்த மனதுடன் இருக்கிறார்கள். மாற்றுமருந்துகளைப் பயன்படுத்தும் நுகர்வோர், மருத்துவரிடம் தாம் பயன்படுத்தும் மருந்துகள், சிகிச்சை முறைகள் போன்ற விவரங்களைச் சொல்லுதல் மிக முக்கியம்.

கவலைக்குரிய குறிப்பிட்ட சிக்கல்கள்

அக்யுபஞ்சர் மருத்துவம் மூலம் ஏற்படும் சிக்கல்கள் ஒப்பீட்டளவில் அரிதானவை; எவ்வாறாயினும், நோயாளிகள் ஒரு புகழ்பெற்ற, நன்கு பயிற்சி பெற்ற பயிற்சியாளரிடம் இருந்து கவனிப்புப் பெறுவதை எப்போதும் உறுதிப்படுத்திக் கொள்ள வேண்டும். நோயாளிகளுக்கு இரத்தப்போக்குக் கோளாறு இருந்தால் அல்லது blood thinner மருந்துகளை எடுத்துக் கொண்டால், அவர்கள் சிராய்ப்பு மற்றும்/அல்லது இரத்த இழப்பின் அபாயத்தை அதிகரிக்கலாம் என்பதால், அவர்கள் அதிக ஆபத்தில் இருக்கலாம். கூடுதலாக, இதயநோய் உள்ள நோயாளிகளுக்கு எலக்ட்ரோபங்க்சர் தவிர்க்கப்பட வேண்டும். கர்ப்பிணி நோயாளிகள் தங்கள் பயிற்சியாளரை எச்சரிக்க வேண்டும், ஏனெனில் சில துளையிடும் இடங்கள் பிரசவத்தைத் தூண்டும்.

மூலிகை மருந்து

அமெரிக்காவில், அரசு நிர்வாகம் (FDA) மூலிகை மருந்துகளை கட்டுப்படுத்துவதில்லை. இதன் காரணமாக, ஆற்றல் மற்றும் சேர்க்கை அளவு தொடர்பான தொகுதிகளுக்கு இடையே குறிப்பிடத்தக்க வேறுபாடு உள்ளது. குறிப்பிட்ட மருத்துவ சிகிச்சைக்காக பயன்படுத்தப்படும் மூலிகைப்பொருட்கள், நுகர்வோர் மத்தியில் அவர்களின் நோக்கம் பற்றிய குழப்பத்தை ஏற்படுத்தும். இறுதியாக, பல சப்ளிமெண்ட்ஸ் உடலில் உள்ள என்சைம்களுடன் தொடர்பு கொண்டு மற்ற மருந்துகளின் உறிஞ்சுதல் மற்றும் செயல்திறனில் மாறுபாட்டை ஏற்படுத்துகிறது.

எடுத்துக்காட்டாக, செயின்ட் ஜான்ஸ் வோர்ட் ஒரு சைட்டோக்ரோம் பி நானூற்றைம்பதைத் தூண்டி, வளர்சிதை மாற்றத்தை அதிகரிக்கிறது. தவிர பிற மருந்துகளின் செயல்திறனைக் குறைக்கலாம். குறிப்பாக, கல்லீரலில் முக்கியமாக வளர்சிதைமாற்றம் செய்யப்படும் ஆன்டிபயாடிக்குகள், வைரஸ் எதிர்ப்பு மருந்துகள்.

உடல் கையாளுதல்

ஒட்டுமொத்தமாக, யோகா மற்றும் டாய்ச்சி (Tai chi) ஆகியவை குறைந்த தாக்கம் மற்றும் பாதுகாப்பான

உடற்பயிற்சி முறைகளாகக் கருதப்படுகின்றன. எந்தவொரு உடல் செயல்பாடுகளையும் போலவே, காயம் ஏற்படும் அபாயமும் உள்ளது. இந்த அபாயத்தைத் தணிக்க, ஒரு சான்றளிக்கப்பட்ட பயிற்றுவிப்பாளரால் முறையான நுட்பம் உறுதி செய்யப்பட வேண்டும். ஒவ்வொரு நோயாளிக்கும் வரம்புகள் கோடிட்டுக் காட்டப்பட வேண்டும். மேலும் உடலில் ஏதேனும் மாற்றங்களுக்கு இடமளிக்கும் வகையில் நடைமுறை மெதுவாக செயல்படுத்தப்பட வேண்டும்.

மருத்துவ முக்கியத்துவம்

மாற்று மருத்துவ சிகிச்சைகள் தொடர்பான ஆராய்ச்சியின் அதிகரிப்புடன், அதிகமான மருத்துவர்கள் ஒருங்கிணைந்த மருத்துவ அணுகுமுறையை ஏற்றுக்கொள்கிறார்கள். குறிப்பிட்ட நோய்களுக்கு கிழக்கத்திய மற்றும் மேற்கத்திய நடைமுறைகளின் நன்மைகளைப் பயன்படுத்துவது சிறந்தது.

எடுத்துக்காட்டாக, சோர்வு, சளி அல்லது காய்ச்சல் அறிகுறிகள், பொதுவான இரைப்பை குடல் பிரச்சினைகள் போன்றவற்றுக்கு மேற்கத்திய மருத்துவத்தில் உறுதியான சிகிச்சை விருப்பங்கள் இல்லாத தெளிவற்ற அறிகுறிகளின் (no clear symptoms) சிகிச்சைக்கு மாற்று அணுகுமுறைகள் உதவுகின்றன. பிற நோய்களுக்கு நுண்ணுயிர் எதிர்ப்பிகள் மற்றும்/அல்லது அறுவை சிகிச்சையின் ஈடுபாடு தேவைப்படுகிறது. குடல் அழற்சி மற்றும் சில பாக்டீரியா தொற்றுகள். திறந்த மனதுடன், தனிப்பட்ட நோயாளிகள், அவர்களின் நலன்கள் மற்றும் நம்பிக்கை அமைப்புகளுக்குத் தையல் சிகிச்சைகள் மிகவும் பயனுள்ள சிகிச்சை முறையை நிரூபிக்கிறது.

மன அழுத்தத்தையும் மனச்சோர்வையும் ஓரளவுக்கு வேண்டுமானால் தியானம் சரி செய்யலாம், ஆனால் காரணம் அறியாமல், அது வேதியியல் சமன்பாடு இல்லாமல் விளைந்த மன நோயானால் (ஸ்கிஸோபெர்னியா, சைக்கோசிஸ், பைபோலர்) கட்டாயம், மேற்கத்திய மருந்துகளும் சிகிச்சை முறைகளும் அவசியம். ஆட்டிச நிலையாளர்களுக்கும் அவர்கள் நிலை பொறுத்து, சில பயிற்சிகளுடன், தேவைப்படும் சிகிச்சைகளும் அவசியம்.

ஆயுர்வேதம், சித்தா, யுனானி மற்றும் ஹோமியோபதி ஆகியவை இந்தியாவில் அலோபதி அல்லாத முறைகளாக நடைமுறையில் உள்ளன. இந்த அமைப்புகள் உணவு, மூலிகைகள், உலோகங்கள், தாதுக்கள், விலையுயர்ந்த கற்கள் மற்றும் அவற்றின் சேர்க்கைகள் மற்றும் மருந்து அல்லாத சிகிச்சைகள் ஆகியவற்றை உள்ளடக்கிய பரந்த அளவிலான சிகிச்சை அணுகுமுறைகளை உள்ளடக்கியது.

மாற்று மருத்துவச் சிகிச்சைகளைப் பயன்படுத்திய மூன்றில் இரண்டு பங்கு மக்கள் அதைப் பற்றி தங்கள் மருத்துவர்களிடம் தெரிவிப்பதில்லை. இப்போது மூன்றாம் தரப்புப் பிரமுகர்கள் மாற்று மருத்துவ முறைகளுக்கு (குறிப்பாக இயற்கை மருத்துவம், உடலியக்க மருத்துவம் மற்றும் அக்யுபங்சர் மருத்துவ சேவைகள்) பணம் செலுத்துவதில் ஆர்வம் காட்டி வருவதால், அலோபதி மருத்துவர்கள், மாற்று வழங்குநர்களிடம் மக்களைப் பரிந்துரைக்கும் நிலையில் அதிகரித்து வருகின்றனர். மேலும் காப்பீட்டாளர்கள் அந்தச் சேவைகளுக்கு பணம் திரும்பத்தர வேண்டிவரும். எனவே, மருத்துவர்களுக்கு மாற்றுச் சிகிச்சைகள் (செயல்திறன் மற்றும் அபாயங்கள் உட்பட) பற்றிய பரிச்சயம் இருப்பது மிகவும் முக்கியமானதாக மாறும்.

இன்றுவரை, மாற்று மருத்துவ சிகிச்சைகளைப் பயன்படுத்துவதற்கான ஆலோசனைகளை வழங்குவதற்கான முறைகேடு வழக்குகள் அதிகமாக இல்லை. ஆனால் பாதகமான விளைவு ஏற்பட்டால், அக்யுபங்சர் மருத்துவம் அல்லது முதுகெலும்பு கையாளுதல் போன்ற சிகிச்சைகளை வழங்கும் எவருக்கும் பொறுப்பு நிச்சயமாக இருக்கும்.

மாற்று மருத்துவமுறை அத்தியாவசியமான ஒன்றாகவும், மக்கள் பயன்படுத்தும் ஒன்றாகவும் ஆனபடியால், அதை முறையாக மக்களுக்கு எப்படிக் கொண்டு சேர்ப்பது?

மேற்கத்திய மருத்துவமும் மாற்று மருத்துவமும் எப்படி இணைந்து ஒன்றோடொன்று நோயாளிகளுக்கு உயர்தரச் சிகிச்சை அளிக்க முடியும்? மருத்துவ உலகின் செலவை எப்படிக் கட்டுக்குள் வைக்க முடியும் என அரசின் சார்பாகவும் ஆய்வாளர்கள், மருந்தாளர்கள், மாற்று மருத்துவச் செயல்பாட்டாளர்கள் எனப்பலரும் கூடி பல ஆயிரம் பக்கங்களுக்கான ஒரு அறிக்கையை சமர்ப்பித்தனர். அதன்படி...

CAM உட்பட சுகாதாரப் பாதுகாப்புத் தலையீடுகளைப் பயன்படுத்துவது குறித்து நல்ல முடிவுகளை எடுக்க நோயாளிகளும் சுகாதார நிபுணர்களும் என்ன தெரிந்து கொள்ள வேண்டும்? அவை பாதுகாப்பானவை மற்றும் பயனுள்ளவை என்பதே முக்கியத்துவம் வாய்ந்தது. செலவு-பயன் (cost-benefit) மற்றும் செலவு-செயல்திறன் (cost-efficiency) ஆகியவை தனிநபருக்கும் சமூகத்திற்கும் முக்கியமானதாக இருக்கலாம்.

இந்த அறிக்கையில், சில CAMகளின் சில குணாதிசயங்கள் மற்றும் சில வழக்கமான மருத்துவத் தலையீடுகளில் (intervention) நிலையான கட்டுப்பாட்டு சோதனைகளை (control experiments) நடத்துவது கடினம் அல்லது சாத்தியமற்றது என்பதைப் புரிந்துகொண்டு, சிகிச்சையின் செயல்திறன் பற்றிய அதே கொள்கைகள் மற்றும் தரநிலைகள் அனைத்துச் சிகிச்சைகளுக்கும் பொருந்தும் என்று குழு பரிந்துரைத்துள்ளது.

1. பாரம்பரிய முறையைப் பயன்படுத்துவோருக்கு, ஆராய்ச்சியின் அடிப்படையைக் கற்றுக்கொடுத்து, முறையாக அறிவியல் ஆராய்ச்சி செய்து, பக்க விளைவுகளைப் பதிவு செய்ய வேண்டும்.

2. மேற்கத்திய மருத்துவ முறையின் பாடத்திட்டத்தில், மாற்றுமுறை பற்றிய விழிப்புணர்வையும், விவரங்களையும் சேர்க்க வேண்டும். இதனால், மருத்துவர்கள் பரவலான புரிதலும் ஞானமும் பெறமுடியும்

3. மாற்றுமருந்துகள், அதை செயல்படுத்தும் மருத்துவர்களுக்கும் ஆய்வு மையங்கள், சட்ட அமைப்புகள், தவறு நேர்ந்தால் மக்கள் புகாரிட வசதி, கொள்கை அமைப்புகள் உருவாக்கப் பட வேண்டும்

4. உணவு சப்ளிமெண்ட்ஸ் என்பதையும் பலத்த கட்டுப்பாட்டு விதிகளுக்குக் கீழ் கொண்டுவர வேண்டும்.

5. மாற்று மருந்துகள் பயன்பாட்டை அதிகரிக்கும் முன், கட்டுப்பாட்டுடன் (control) கூடிய அறிவியல் ஆராய்ச்சி இனி அவசியம் என்ற விதியைக் கொண்டுவர வேண்டும். மாற்று மருத்துவர்களும் தகுந்த பயிற்சியும், தீவிரக் கண்காணிப்பையும் பெற வேண்டும்.

6. Institue of Medicine வெளியிடும் பத்து விதிகளின் (Quality of Chasm) கீழ் மாற்றுமருத்துவமும் செயல்படவேண்டும்.

7. ஒவ்வொரு மாற்று மருத்துவமும் தனித்தனிக் குணங்களை செயல்முறைகளைக் கொண்டதால், அவற்றை ஒரே அளவுகோல் கொண்டு ஒப்பிடக் கூடாது, அவற்றை மேற்கத்திய மருத்துவக் குணாதிசயங்களைக் கொண்டு அளக்கவும் கூடாது. அதன்படி விலக்கவும் கூடாது.

இறுதியாக, நோயாளிகளுக்குப் பயனுள்ள மற்றும் பொருத்தமான கவனிப்பை வழங்குவதற்கு அனைத்து வகையான மருத்துவ சிகிச்சைகளையும் ஆதரிக்கும் அல்லது மறுக்கும் ஆராய்ச்சியில், மருத்துவர்கள், அப்டேட்டடாக இருப்பது இன்றியமையாதது.

நோயாளிகள்/பயனர்களும் தலைவலிக்கோர் மாத்திரை தடுமனுக்கோர் மாத்திரை தவறிப்போய் தின்னுவிட்டா தர்மலோக யாத்திரை எனப்புரிந்து கூகிள் மருத்துவராகாமல், முறையாக பயிற்சி பெற்ற மருத்துவரை அணுகி உடல் நலம் பேணுவது அதைவிட முக்கியம்.

வெள்ளை மாளிகை வாழ்க்கை: சொகுசும் சொ.செ. சூனியமும்

உலகிலேயே அதிக அதிகாரம் கொண்ட அமெரிக்க அதிபர் வாழும் வெள்ளை மாளிகையில், சுக சௌகரியங்களுக்குக் குறைவே இருக்காது. ஆனால் அதிபராக இருப்பவருக்கு அவையெல்லாம் உண்மையிலேயே சுகம்தானா? சொகுசுதானா? பார்க்கலாம்.

விலை உயர்ந்த விரிப்புகளும் அழகிய ஓவியங்களுமாய், கண்ணைப் பறிக்கும் சாண்டிலியர்களுடன் வெள்ளை மாளிகை! ஒவ்வொரு அதிபருக்கும் பதவி ஏற்கும் போது பத்தாயிரம் டாலர் வரை உதவித்தொகை வழங்கப்படுகிறது. தங்களின் விருப்பம், ரசனைக்கேற்றாற்போல விரிப்புகள் முதல் ஓவியங்கள் வரை மாற்றிக் கொள்வதற்காக. ஒபாமா அதை நிராகரித்துத் தன் செலவிலேயே செய்து கொண்டார். இங்கே சாதாரணமாய்ப் பணிக்கு செல்வோர்கூட தங்கள் அலுவலக அறையை 'பர்சனல் ஸ்பேஸ்' ஆக மாற்றிக் கொள்கிறேன் என்று செடி, படங்கள் என அமர்க்களப்படுத்துவதுண்டு! அதிபர் என்றால் கேட்கவா வேண்டும்?

மிகச்சிறந்த ஓவியர்களைக் கொண்டு அவ்வப்போது நடக்கும் நிகழ்வுகளை, ஓவியங்களைத் தீட்டிய காலமும் உண்டு.

இப்போது புகைப்படங்கள். இதையும் தவிர வரலாற்றுக் குறிப்புகள். மிகவும் அற்புதமான ஓவியங்களும் புத்தகங்களுமாக வரலாற்றுப் பொக்கிஷங்களைத் தேட, சேமிக்க காங்கிரசில் இதற்காக நிதி ஒதுக்கப்பட்டு அதன் கீழ் ஒரு துறையே இயங்குகிறது!

சமையல்: தன்னிடம் கொடுக்கப்பட்ட சமையல் பொருட்களுக்கான விலைப்பட்டியலை முன்னும் பின்னும் பார்த்து அதிர்ச்சியடைந்தார், மிஷல். அதிபரானவுடன் உறவினர்கள் வந்து வாழ்த்தினார்கள்தான். அம்மா கூடவே இருக்கிறார்தான். ஆனால், இவ்வளவு பெரிய கட்டணத்தொகையா? வாஷிங்டன் டிசி விலைவாசி இவ்வளவு என்றால் எப்படிச் சமாளிப்பது என்று ஒரு குடும்பத் தலைவியாய்க் கவலைப்பட்டவர் மீண்டும் பட்டியலைப் பார்க்க, அதிக விலையுடன் 'பீச்' இருந்தது. ஒரு 'பீச்' 500 டாலர். அதிபர் ஆசைப்பட்டால், உலகின் எக்கோடியில் இருந்தாலும் அந்தப் பொருள் வந்துவிடும். 'எது வேண்டுமானாலும், சமையற்காரரிடம் சொல்லும்முன் என்ன விலை என்று தெரிந்து கொள்' என்று சொல்லிப் பின், சமையற்காரரை அழைத்து, பொருட்களை வாங்கும் முன்னே விலை பற்றிய விவரங்களைச் சொல்லி அனுமதி பெற்று, பின் சமைக்கச் சொன்னார். அதை யார் விரும்பிக் கேட்டிருந்தாலும்... குறிப்பாக, அவரது கணவர். ஆமாம், அதிபர் என்ன பொருளைக் கேட்டாலும் உலகின் எந்தக் கோடியில் இருந்தாலும் கொண்டுவந்து விடுவார்கள். ஆனால் அதற்கான விலையை அவர் ஊதியத்தில் இருந்தே கொடுக்க வேண்டும்.

தினசரிச் செலவு, மளிகைச் செலவு, தங்குமிடத்திற்கான வாடகை எல்லாம். இதுவே மற்ற நாடுகளின் தலைவர்கள், ஆளுநர்கள் சந்திப்பு, விருந்து என்றால் அது வெள்ளை மாளிகையைச் சேர்ந்தது. அப்படிப்பட்ட விருந்திற்கான மெனுவை அதிபரின் மனைவி, தலைமை சமையற்காரர் மற்றும் தன் பணியாளர்களுடன் சேர்ந்து தயாரிப்பார். அலங்காரங்கள் முதற்கொண்டு அவர் மேற்பார்வையில் நடைபெறும்.

வெள்ளை மாளிகையில் மூன்று சமையலறைகள் உண்டு. அதிபரின் குடும்பத்திற்குத் தினமும் சமைக்க ஒன்று, விருந்தினர்

உணவைத் தயாரிக்க ஒன்று, மற்றொன்று கேக், பேஸ்ட்ரி, ஐஸ்க்ரீம் போன்ற இனிப்பு வகைகளைச் செய்ய. தினமும் சமைக்கும் சமையலறையில் சில நேரம், முதல் பெண்மணியே சென்று தன் குடும்பத்திற்கான காலையுணவைச் செய்து கொள்வதும் உண்டு. ஹிலரி கிளிண்டன், மிஷல் ஒபாமா இருவருமே அப்படிச் செய்ததுண்டு.

இரண்டாவது பெரிய சமையலறையில் சாதாரண நாளில் நூற்று நாற்பது முதல் ஆயிரத்து நானூறு பேருக்கான விருந்து எப்போதுமே தயாராகும். ஏதாவது விவாதக்கூட்டங்கள் நடந்து கொண்டே இருக்கும். அதில் சில நேரம் அதிபர் கலந்து கொள்வார். சில நேரம் உதவி அதிபர் அல்லது செக்ரட்டரி போன்றோர் கலந்து கொள்வார்கள். சமையலறை நிபுணர்கள் இருபது, முப்பது ஆண்டுகளாக பரம்பரையாக அங்கே வேலை பார்த்தவர்கள், அவர்கள் குடும்பத்தைச் சேர்ந்தவர்கள் என்றே நியமிக்கப்படுகிறார்கள்.

ஹென்றி ஹேலர் இருபத்தைந்தாண்டுகள் தலைமைப் பொறுப்பில் இருந்தார். ஐந்து அதிபர்களுக்கு உணவு பரிமாறிய அனுபவம் உண்டு. இப்போது கிறிஸ்டெட்டா கோமர்ஃபோர்ட் தலைமைச் சமையல் பொறுப்பில் உள்ளார். இவர், பிலிப்பைன்ஸில் இருந்து தன்னுடைய இருபத்து மூன்றாம் வயதில் இங்கே வந்து அமெரிக்கக் குடிமகளானவர். முதலில், உதவிச் சமையற்காரராக இருந்து, பத்து வருடங்களுக்குப் பிறகு தலைமைச் சமையற்காரராக லாரா புஷ் அவர்களால் பணி உயர்வு பெற்றார். இவர் தன் திறமையை பாபி ஃப்ளே, எம்ரில், போன்ற தலைசிறந்த சமையற்காரர்களுடன் போட்டியிட்டு நிரூபித்திருக்கிறார்.

வெள்ளை மாளிகையில், அடித்தளத்தில் ஒரு தேன் கூடு இருக்கிறது. அங்கிருந்தே, மாளிகையின் உபயோகத்திற்கான தேன் எடுக்கப்படுகிறது. ஒபாமா அதிபரான பின், வளாகத்துள்ளேயே, அமெரிக்க பியரும் செய்யப்படுகிறது. சமையலுக்குத் தேவையான காய்கறிகள் பயிரிட திருமதி ஒபாமா தென்பகுதியில் ஒரு நல்ல தோட்டம் அமைத்தார். அங்கிருந்தே காய்கறிகள் வருகின்றன.

வெளியுலகில் இருந்து எந்த பொருள் வந்தாலும் இரகசியத் துறையால் பரிசோதிக்கப்பட்டே சமையலறைக்குள்

அனுமதிக்கப்படும். வெளிநாட்டில் இருந்து தருவிக்கப்படும் எதுவும், வெள்ளை மாளிகை அலுவலர் முகவரிக்கு அனுப்பப்பட்டு, அங்கிருந்து இன்னொருவர் முகவரிக்கு அனுப்பி, பெறுநர் யாரென்று தெரியாத வண்ணம் மாளிகைக்குள் கொண்டு வரப்படும். கடைசிவரை அந்த பொருளைப் பயன்படுத்தியது யாரென்றே தெரியாது.

அதிபர் அதிக நேரம் ஓவல் அறையில் இருந்தால், தன் அழுத்தம் தீர என்ன உண்பார் என்பதை சமையலறையில் இருப்பவர்கள் அறிந்தே இருக்கிறார்கள். டிரம்பிற்கு இரண்டு ஸ்கூப் ஐஸ்க்ரீம், ஒபாமாவிற்கு க்ரீன் டீ என சில பிடித்தமான உணவு, பானங்களும் இருந்தன.

இரண்டு முறை மாளிகையில் தோட்டத்து விருந்தில் பங்குகொண்டிருக்கிறேன். நிறையத் திண்பண்டங்களும் கண் கவர் இனிப்புகளும் சாக்லேட்டுகளுமாய்... ஆனால், அங்கேயே வசிப்பவர்களுக்குப் பெரும்பாலான நாட்களில், இது சாதாரண தினப்படி சமையல் எல்லாரையும் போலவே! அமெரிக்கச் செல்வந்தர்களுக்கே இந்த சொகுசெல்லாம் அத்துப்படி என்பதால் இதெல்லாம் சாதாரணம்.

பீஸ்ட்: அதிபரானதும் முதலில் இழப்பது வாகனம் ஓட்டும் சுதந்திரத்தை. அதிக விரைவாகக் கார் ஓட்டும் பழக்கமுள்ள ஒபாமா, வெள்ளை மாளிகை வளாகத்துள்ளேயே சைன்ஃபில்ட் என்ற நடிகர் கொண்டுவந்த கார்வெட் காரில் சில அடி தூரம் சென்றதே செய்தியாகிவிட்டது.

ஜனாதிபதியின் அரசுக் கார் சாதாரண வாகனம் அல்ல. காடிலாக் கார். பீஸ்ட் என்றழைக்கப்படும் மாடலில், தாக்குதல் மற்றும் தற்காப்பு அம்சங்கள் மற்றும் உயிர் காக்கும் கருவிகள் உள்ளன. 1. தற்போதைய மாடலில் டியூரோமாக்ஸ் 6.6 லிட்டர், V-8, சூப்பர் சார்ஜ் செய்யப்பட்ட டீசல் எஞ்சின் உள்ளன. இப்போதிருக்கும் காரின் முதல் நாள் சேவை 2009 ஜனவரி இருபது அன்று. அது ஜனாதிபதி ஒபாமாவை பென்சில்வேனியா அவென்யூவிலிருந்து அவரது பதவியேற்பு விழாவிற்கு அழைத்துச் சென்றது. 2. மிகக் கனமானது, பதிநான்காயிரம் பவுண்டுகள் எடை கொண்டது. ஒப்பிடுகையில், 2014 டொயோட்டா கேம்ரி செடான் தோராயமாக மூவாயிரத்திருநூறு பவுண்டுகள் எடை

கொண்டது. எஃகு, அலுமினியம், டைட்டானியம் மற்றும் செராமிக் ஆகியவற்றால் செய்யப்பட்ட காரின் கவசத்திலிருந்து அதிக எடை வருகிறது. 3. வாகனத்தின் கதவுகளில் சாவித் துளைகள் இல்லை. ரகசிய சேவை அதிகாரிகள் மட்டுமே லிமோவின் பயணிகள் கதவுகளைத் திறக்கத் தெரிந்தவர்கள். 4. முதல் காரில் அதன் முன்னோடியை விட ஐந்து அங்குல குண்டு துளைக்காத கண்ணாடி உள்ளது. இரசாயனத் தாக்குதலின் போது உள்ளிருப்பவரைப் பாதுகாப்பதற்காகத் தன்னைத்தானே சீல் வைத்துக்கொள்ளக்கூடிய ஒரு உட்புறத்தையும் அது கொண்டுள்ளது. 5. நெருப்பு சக்தி என்று சொன்னோமா? அரச காரில் ராக்கெட் மூலம் செலுத்தப்படும் கையெறி குண்டுகள், கண்ணீர்ப் புகைக் குண்டுகள், பம்ப்-ஆக்ஷன் ஷாட்கன்கள் மற்றும் கவச எரிபொருள் தொட்டி ஆகியவை உள்ளன. 6. முதல் கார் ஜனாதிபதியின் இரத்த வகை மற்றும் அதன் சொந்த ஆக்ஸிஜன் விநியோகத்தில் இரண்டு பைண்ட் இரத்தத்துடன் வருகிறது. 7. ஒரு மறைகுறியாக்கப்பட்ட தொலைபேசி மற்றும் ஊடாடும் வீடியோ அமைப்பு உள்ளது, எனவே ஜனாதிபதி சவாரி செய்யும் போது மாநாடுகளை நடத்த முடியும். 8. அடிப்பகுதி வெடிகுண்டுகளிலிருந்து பாதுகாக்க கெவ்லர் பாய் மூலம் பாதுகாக்கப்படுகிறது. 9. காரின் டயர்களும் கெவ்லருடன் வலுவூட்டப்பட்டு, தட்டையாக இருக்கும்போதுகூட வேலை செய்யும். ஒரு டயர் கீழே விழுந்தால், லிமோ அதன் எஃகு விளிம்புகளில் ஓட்ட முடியும். இரவு நேர விஷனுடன் கூடிய காமிராவும் உண்டு 10. அமெரிக்க ரகசிய சேவையானது அரசு காரை செயலிழந்த பிறகு, அழிக்கிறது - இது செப்டம்பர் பதினொன்று தாக்குதலுக்குப் பிறகு தொடங்கிய வழக்கம்.

ஒரே நேரத்தில் இதே போல இரண்டு மூன்று பீஸ்ட் பயணிப்பதால் அதிபர் எதில் பயணிக்கிறார் என்பது தெரியாது. வெளிநாட்டிற்கும் இந்தக் கார் எடுத்துச் செல்லப்படும். அங்கே அமெரிக்க கொடியும், எந்த நாட்டிற்குச் செல்கிறோரோ அந்த நாட்டுக் கொடியும் பறக்கும்.

ஏர்ஃபோர்ஸ் 1: அமெரிக்க அதிபர் பயணிக்கும் ஏர்ஃபோர்ஸ் விமானம் இரண்டு பில்லியன் டாலர் மதிப்புள்ளது. ஒரு மணி நேரம் பறக்க கிட்டதட்ட இரண்டு லட்சம் டாலர் செலவாகிறது. இது ஏர்ஃபோர்ஸ் ஒன் என்றாலும்,

இராணுவத்திடம் இரண்டு விமானங்கள் உள்ளன. அவை ஏர்ஃபோர்ஸ் ஒன் என்ற அழைப்பு அடையாளத்தின் கீழ் ஜனாதிபதி பயணத்திற்கான அதிகாரப்பூர்வ விமானங்களாக நியமிக்கப்பட்டுள்ளன. ஏர்ஃபோர்ஸ் ஒன் கடற்படையில் இன்று பணியாற்றும் இரண்டு விமானங்கள் 1990 ஆம் ஆண்டு முதல் சேவையில் உள்ளன. அவற்றில் ஒன்று எப்போதும் பறக்கத் தயாராக உள்ளது. ஏர்ஃபோர்ஸ் ஒன் விமானத்தில் ஜனாதிபதிகள் வசம் ஒரு மொபைல் கட்டளை மையம் (command center) உள்ளது. விமானத்தை மின்காந்த துடிப்பில் இருந்து பாதுகாக்க உள்புறம் எலக்ட்ரானிக்ஸ் கடினப்படுத்தப்பட்டுள்ளது. மேலும் விமானத்தில் மேம்பட்ட பாதுகாப்பான தகவல் தொடர்புச் சாதனங்கள் பொருத்தப்பட்டுள்ளன

விமானத்தில் மருத்துவ அவசரநிலை இருந்தால் என்ன நடக்கும்? ஏர்ஃபோர்ஸ் ஒன் விமானங்களில் ஒரு அறுவை சிகிச்சை அறையாகச் செயல்படக்கூடிய மருத்துவத் தொகுப்பு இருப்பதால், அதில் எப்போதும் ஒரு மருத்துவர் இருப்பார். ஜனாதிபதி தனியாகப் பறப்பதைப் பற்றிக் கவலைப்படத் தேவையில்லை. ஏர்ஃபோர்ஸ் ஒன்னில் எழுபது பேர் வரை அமர முடியும். இதில் பொதுவாக ஜனாதிபதியின் மூத்த ஆலோசகர்கள், ரகசிய சேவை அதிகாரிகள், பல்வேறு ஊடக நிறுவனங்களின் நிருபர்கள் மற்றும் ஜனாதிபதியுடன் வரக்கூடிய பிற விருந்தினர்கள் உள்ளனர்.

'ஏர் ஃபோர்ஸ் ஒன்' திரைப்படத்தில் வியத்தகு எரிபொருள் நிரப்பும் காட்சி பார்த்த நினைவிருக்கலாம், ஆனால் இது உண்மையிலும் உண்மை: இந்த விமானங்களுக்கு நடுவானில் எரிபொருள் நிரப்பலாம்.

ஒரு எரிபொருள் விமானம் வந்து, விமானத்தின் மூக்கில் எரிபொருள் நிரப்பும் ஆய்வுக் கருவியைக் கொண்ட ஏர் ஃபோர்ஸ் ஒன்னுக்கு எரிபொருள் நிரப்புவதற்காக மேலே பறக்கும். தரையில் பாதுகாப்பற்ற சூழ்நிலை இருந்தால், நடுவானில் எரிபொருள் நிரப்புவது ஜனாதிபதியைக் காலவரையின்றிக் காற்றில் வைத்திருக்கும்.

ஏர் ஃபோர்ஸ் ஒன்னில் குறைந்தபட்சம் எண்பத்தைந்து தொலைபேசிகள் (வகைப்படுத்தப்பட்ட மற்றும் வகைப்படுத்தப்

படாத பயன்பாட்டிற்காக) இருப்பது மட்டுமல்லாமல், அதில் பல அதிர்வெண் ரேடியோக்களும் உள்ளன, நிச்சயமாக, வைஃபை.

விமானப்படை பொதுவாக ஜனாதிபதியின் குண்டு துளைக்காத மோட்டார் வண்டியை C-141 ஸ்டார்லிஃப்டர் சரக்கு விமானத்தில் ஏர் ஃபோர்ஸ் ஒன்னுக்கு முன்னால் அனுப்புகிறது. இந்த வழியில், ஜனாதிபதிகள் காற்றில் பாதுகாப்பான போக்குவரத்தை கொண்டுள்ளனர்., மேலும் ஏர்ஃபோர்ஸ் ஒன் மணிக்கு அறுநூறு மைல் வேகத்தில் செல்லும். இது ஒலியின் வேகத்திற்கு அருகில் உள்ளது. உண்மையில், விமானம் மிகவும் வேகமானது, 9/11 அன்று ஏர்ஃபோர்ஸ் ஒன் விமானத்தை வாஷிங்டனுக்கு அழைத்துச் சென்ற F-16 விமானிகளில் ஒருவர் அதைப் பிடிக்க வேகமெடுக்க வேண்டியிருந்தது என்பதை நினைவுகூர்ந்தார். ஏர்ஃபோர்ஸ் ஒன் விமானமும் உயரமாகப் பறக்கிறது - இது அதிகபட்சமாக 45,100 அடி உயரத்தை எட்டும். இது வணிக விமானங்களுக்கான வழக்கமான பயண உயரத்தை விட மிக அதிகமாக உள்ளது. இதனாலேயே, ஜனாதிபதி, படிகளில் இறங்கி உடனே தன் பீஸ்ட்டில் ஏறிச் சென்றுவிடுகிறார்.

இரண்டு சமையலறைகள் உண்டு. ஆனால் அத்தனை உயரத்திலும் எந்தவித உணவையும் பொறிக்க முடியாது. மூன்று தளங்கள் கொண்ட ஏர்போஃர்ஸ் விமானத்தில் அதிபருக்குத் தனியே கான்ஃப்ரன்ஸ் அறை, குளியலறை உடற்பயிற்சிக் கூடம் என அனைத்தும் உண்டு.

ஆடை: மிகச்சிறந்த ஆடை வடிவமைப்பாளர்கள் நெய்த ஆடைகள் அணிந்தாலும்கூட அதிபரோ முதல் பெண்மணியோ அவற்றிற்கான விலையைக் கொடுத்துவிட வேண்டும். ஒருமுறை அணிந்த பின், தானமாகத் தரும் நிபந்தனையின் பேரில், முதன்முறை அதிபராக பதவியேற்கும் போது அணியும் ஆடை மட்டுமே இலவசம். மற்ற அனைத்திற்கும் அதிபர், அவர் மனைவி பொறுப்பு.

2. அவரவர் ஆடைகளை டிரை க்ளினீங் செய்யவேண்டிய செலவிற்கும் அவரே பொறுப்பு. இதனாலேயே

பெரும்பாலும் தினசரி அணியும் ஆடைகளை வெள்ளை மாளிகையில் அவர்களே துவைத்துக்கொள்வார்கள்.

3. ஏதேனும் தனியாக பார்ட்டி, கேளிக்கை செலவு, வெள்ளை மாளிகை அல்லாமல் வெளியே நடக்கும் பார்ட்டி செலவுக்கும் அவரே பொறுப்பு.

4. அப்படி நடக்கும் பார்ட்டிகளில் உதவி செய்யும் பணியாளர்களுடைய ஊதியம், தரப்படும் டிப்ஸ் எல்லாவற்றிற்கும் அவரே பொறுப்பு.

5. அயல் நாடுகளில் இருந்து வரும் அயலகத் தூதுவர்கள், அமைச்சர்கள் வந்தால் என்ன பரிசு தருவது என்ற பட்டியல்படி வாங்கித்தரும் பரிசுப்பொருளுக்கான விலையைக்கூட அதிபர் தன் ஊதியத்தில் இருந்துதான் கொடுக்க வேண்டும்.

6. காம்ப் டேவிட் தவிர்த்து வேறெங்கேனும் விடுமுறைக்காகச் சென்றால், அங்கே தங்குமிடம் முதல் ஆகும் எல்லா செலவுகளுக்கும் அதிபரே தன் ஊதியத்தில் இருந்து கொடுக்க வேண்டும்.

7. முடி வெட்டிக்கொள்ளத் தனக்காக தனியாக முடிநிபுணர் வைத்துக்கொள்ளலாம். புகழ்பெற்ற கலைஞர்கள் வரக்கூடும், ஆனால், செலவு, அதிபருடையது.

8. ஏதேனும் சட்டப்பிரச்சினை வந்தால், வழக்கறிஞர்களுக்காக ஆகும் செலவு அதிபருடையது.

9. தங்கள் பகுதியைச் சுத்தம் செய்ய ஆகும் பொருட்கள், மற்ற வீட்டுத்தேவைகளுக்கான செலவு எல்லாமே சாதாரண மக்களுக்கானதைப் போலவே அதிபரும் செலவு செய்ய வேண்டும். வெள்ளை மாளிகையில் இருப்பதால் இதெல்லாம் இலவசம் இல்லை.

10. அதிபர் பதவி தற்காலிகமானது, எனவே சொந்த வீட்டின் கடன், மற்ற பழைய படிப்புக்கான கடன் மற்ற செலவுகளையும் பார்த்துக்கொள்ள வேண்டும். உதாரணமாக ஒபாமா, தன் சிகாகோ வீட்டின் கடனை செலுத்திக்கொண்டுதான் இருந்தார்.

ஒபாமா போன்றவர்கள் அதிபராவதன் முன் செனெட்டராக இருந்தவர் என்றாலும் அவர் மனைவி வழக்கறிஞராக, பேச்சாளராக ஆலோசகராக பொருள் ஈட்டியிருக்க முடியும். ஆனால் முதல் பெண்மணியான பின் அவற்றைச் செய்ய முடியாது.

வரும் நாற்பது லட்சம் டாலர் ஆண்டு வருமானத்தில் இந்த செலவுகளையும் செய்து கொண்டு வாழ்வதென்பது அந்த வாழ்க்கைத்தரத்திலும் அந்த அழுத்தத்திலும் அவ்வளவு இனிமையானது இல்லை. ஆனால் அது ஒரு அதிகாரம், உலகிலேயே சர்வ அதிகாரம் உள்ள ஒரு பதவி! சொகுசுக்காக அவர்கள் யாரும் அதை எதிர்பார்த்து அங்கே செல்வது இல்லை!

க்ரீன் கார்ட்

*அ*மெரிக்க நிரந்தரக் குடியுரிமை ஏன் வேண்டும்?

ஆரம்பக் காலங்களில் குடியேற வந்த பலர் எண்ணியதுபோல அமெரிக்கச் சாலை வீதிகளில் தங்கம் கொட்டிக்கிடக்கவில்லை. மற்ற நாடுகள் போலவே இங்கேயும் வறுமையும் ஏற்றத்தாழ்வும் ஆங்காங்காங்கே நடக்கும் வன்முறைகளும் உண்டு. ஆனாலும் இங்கே பல குடிபெயர்ந்தவர்கள், தற்காலிகப் பணியிட விசாவில் வந்தவர்கள் கூட அனுபவிக்கும் சலுகைகளும் உரிமைகளும் அதிகம்.

1. தற்காலிகப் பணியிட விசாக்களுக்கு இளங்கலை அல்லது முதுநிலைப் படிப்பு உள்ள பணியாளர்கள் தேவை என்று சொல்லி மனிதவளத்துறைச் சான்றிதழும் பெற்று விண்ணப்பிக்கிறார்கள். அதுபோன்ற திறன் கொண்டவர் உள்ளூரில் இல்லை என்றெல்லாம் சொல்லி அந்நிய நாட்டவரைப் பணிக்கு அமர்த்துகிறார்கள். எனவே ஊதியம் சமமாகவே கொடுக்கப்படுகிறது. குறைந்த பட்சம், ஒரு ஒப்பந்ததாரரின் நிறுவனத்துக்கு ஒரு மணி நேரத்துக்குக் கொடுக்கப்படும் ஊதியம் அமெரிக்க குடிமகனுக்குக் கொடுக்கப்படும் ஊதியத்துக்கு சந்தை அளவில் ஒப்பானதே. ஒவ்வொரு பி1 விசாவும் குறைந்தது 3 வருட காலம் செல்லுபடியாகும். அதன் பின் இன்னொரு

3 வருடம் நீட்டிக்கலாம். ஆகையால் ஆறு வருடங்கள் நிச்சயம் அமெரிக்காவில் இருக்கலாம், அதன் பின் நிரந்தரக்குடியுரிமைக்கு விண்ணப்பிக்கலாம்.

2. ஒரு நிறுவனம் வேலைக்கான விசாவிற்கு விண்ணப்பத்திருந்தால் அங்கேயே இருக்கவேண்டும் என்பதில்லை, மற்ற நிறுவனங்களிலும் வேலைக்கு முயலலாம் (portable). ஆனால் பின்னர், அந்த நிறுவனங்கள், தொடர்ந்து பணியிடை விசாவை ஆதரிக்க வேண்டும். பல வருடங்களுக்கு முன் இதுபோல் நிறுவனங்கள் மாறுவது சாத்தியம் இல்லை.

3. விசா வைத்திருப்பவரின் மனைவி / கணவன் பி4 இல் வந்திருந்தாலும், பணி செய்ய அனுமதி கேட்டுப் பெறலாம். அதற்கான சான்றிதழான EAD (Employment authorization வந்தவுடன் தகுதிக்கேற்ற வேலை செய்யலாம்

4. எந்த காலத்தில் வந்தாலும் அவர்கள் குடியிருக்கும் நகரில் உள்ள பள்ளியில் அவர்கள் குழந்தைகளுக்கு அனுமதி உண்டு. படிப்பு இலவசம். படிப்பு மட்டும் அல்லாமல், அவர்கள் இசையில் ஆர்வம் கொண்டு பள்ளியில் உள்ள இசைக்குழுவிற்குத் தேர்வானால், பயிற்சி செய்வதற்கான வாத்திய இசைக்கருவிகளும் பள்ளியிலேயே அவர்களுக்கு வழங்கப்படும்

5. தகுதிக்கேற்பக் காலை உணவு, மதிய உணவுத் திட்டங்கள் உண்டு. மாலையில் பெற்றோர் தாமதமாக வந்து அழைத்துச் செல்வார்களானால் இலவசமான மாலை நேர வகுப்பும் உண்டு. காலையில் சீக்கிரமாகவே விட்டுச் செல்ல வேண்டிய குழந்தைகளுக்கான திட்டங்களும் உண்டு.

6. குழந்தைகளுக்குக் கற்றல் குறைபாடு இருக்குமேயானால், பள்ளியிலேயே அதைப் பரிசோதித்து தனிச் சிறப்பு வகுப்புக்கு அனுப்பவும் செய்வார்கள். ஆட்டிச நிலையாளர்கள் இருக்கும் பெற்றோர், கவுண்டி(நகராட்சி அலுவலகம் போன்ற அமைப்பு) பொதுநலத்துறையிடம் இருந்து கூடுதல் உதவி கூடப் பெற முடியும்

7. பெற்றோர் தங்கள் குழந்தைகளின் பாடத்திட்டத்தில் மாற்றம் வேண்டும் எனில், தங்கள் நகராட்சியின் கல்விக்குழுவில்

தன்னார்வலராகச் சேர்ந்து மாற்றியமைக்க ஆலோசனை கூறலாம்.

8. பணியாளர்கள், தங்கள் நிறுவனம் மூலம் காப்பீடு, பென்ஷன் போன்ற எல்லாவகைச் சலுகைகளையும் மற்ற எல்லோரையும் போலவே பெற முடியும். இந்தச் சலுகை, அவரது நிறுவனத்தின் மனிதவளக் கொள்கைகளையும் அவரது பணி ஒப்பந்தத்தையும் பொறுத்தது. அவரது குடும்ப உறுப்பினர்கள் கூட அதன் மூலம் பயன் பெற முடியும்.

9. பொதுவாகவே நூலக வசதிகள், குழந்தைகளுக்கான லிட்டில் லீக் விளையாட்டுகள் எல்லாம் இலவசம்.

10. நல்ல திறமையுள்ள குழந்தைகள் அவர்கள் திறமைக்கேற்றவாறு மேல்நிலைக்குரிய (வகுப்பைவிட உயர்நிலைக்கான) கணிதம், வரலாறு போன்றவற்றைத் தேர்ந்தெடுத்துப் படிக்க முடியும்.

11. தினசரி வாழ்க்கையை அல்லது சராசரி வாழ்க்கையைப் பாதிக்கும் அளவுக்கு ஊழல் இல்லை. சான்றிதழ்கள் பெற, அரசாங்கக் காரியங்களைச் செய்துகொள்ள எல்லாம் நடையாய் நடக்கவோ கையூட்டு தரவோ தேவையில்லை. இலகுவாக இருந்த இடத்தில் இருந்தே முடிக்கும் வண்ணம் வாழ்க்கை எளிது.

12. படிக்கும் மாணவர்கள் கல்லூரியானாலும் பள்ளியானாலும் விருப்பம் இன்றி அதில் சேர்ந்து படிப்பதில்லை. தனிமனித நியாய உணர்வுகள் இன்னும் இருக்கின்றன. கல்லூரி மாணவர்கள் சில சமயம் நிறைய வகுப்புக்களை முடித்தபின்னும் கூட அந்தத் துறை பிடிக்கவில்லை என்றால் சட்டென்று வேறு துறைக்கு மாறிவிடுவார்கள். “பணம் வீண் தான். ஆனால் இப்போதாவது புரிந்துகொண்டேன். இனி என் வாழ்க்கை வீணாகாது அல்லவா” என்று பிடித்த துறையில் ஆர்வமாகப் படிப்பதால் ஆசிரியர்களும் எவ்வளவு காலதாமதமானாலும் சந்தேகங்களுக்குப் பதில் அளிப்பார்கள். அற்புதமான பாடத்திட்டமும் கல்வி முறையும்!

13. எவ்வளவு கடினமாக உழைக்கிறீர்களோ அவ்வளவு ஊதிய உயர்வோ ஊக்க போனசோ கேட்க முடியும். எல்லாமே உங்கள் உழைப்பின் அடிப்படையில்தான்.

14. இங்கேயும் குடும்ப அமைப்பும் ஒழுக்கமும் நம் ஊரைப்போல்தான். இரவு ஒருவேளை உணவாவது குடும்பத்தோடு உண்பதைத்தான் பெரும்பாலும் எல்லாரும் விரும்புகிறார்கள். ஏதேனும் ஒரு பிரச்சினை என்றால் ஊரே திரண்டு உதவும். நியுயார்க் நகரமே கான் எடிசன் பிரச்சினையால் இருளில் மூழ்கியபோது இலவசமாக உணவு தந்த உணவகங்களும் தங்கள் வீட்டுக் கதவுகளைத் திறந்துவிட்டவர்களும் அனேகம்.

15. இங்கே அதிகாரிகள் என்றால் கைகட்டி நிற்கத் தேவையில்லை. தவறைத் தவறென்று சொல்லலாம். விசா பேதமில்லாமல் உழைப்புக்கு உண்மையான மரியாதை உள்ள நாடு. உங்களுக்கு ஆதாயம் என்றால் நீங்களும் நிறுவனத்தை விட்டு விலகி, இன்னொரு நிறுவனம் நாடிச்செல்லலாம்

நிரந்தரக் குடியுரிமை இருந்தால், அரசு அலுவலகங்களிலும் வேலை செய்யலாம். அரசு சம்பந்தமான வேலைகள், ஒப்பந்தங்களைப் பெற்றுக்கொள்ளலாம். உங்கள் குழந்தைகள் சுதந்திரமான காற்றைச் சுவாசிக்கவும், சிறகடிக்கச் செய்யவும், உலகிலேயே சிறந்த ஆய்வகங்களில் பணிசெய்யவும், பல்கலைக்கழகங்களில் படிக்கவும் அமெரிக்கா ஒரு வரப்பிரசாதம்!

கல்வி கற்க வயது ஒரு தடை இல்லை என இன்னும் படிக்க கல்லூரிக்குச் செல்லும் முதியவர்களை ஆதரிக்கும் நாடு இது! உடல் ஊனமுற்றவர்களுக்கான வசதிகளும் அவர்கள் படிக்கவும் பணி செய்யவும் ஏதுவாகச் சாலைகளும் பேருந்துகளும் வடிவமைக்கப்பட்டிருக்க வேண்டும் என்பது இங்கே சட்டம். நிறுவனங்கள் கூட உடல் ஊனமுற்றவர்கள் அவர்களிடம் பணி செய்தால் எந்த விசாவில் இருந்தாலும், அவர்களின் தேவைகளைப் பூர்த்தி செய்ய வேண்டும்.

சட்டத்தில் திருத்தம்கூடக் கொண்டுவரலாம். சமீபத்தில் என் 88 வயது அம்மா மெதுவாக விமானத்தை விட்டு இறங்கி நடக்கையில், நான் மற்ற பயணிகளிடம் மன்னிப்புக் கோரி அவர்களை அம்மாவைத் தாண்டிச் செல்ல கோரினேன். அவர்கள் என்னிடம், “She earned that privilege, it’s her right, we will wait” என்று சொல்லிக் காத்திருந்தனர். அதுதான் அமெரிக்கா!

வாழ்தல் எளிது!

அமெரிக்கா: மீண்டும் போலியோ

அமெரிக்காவில் 2021 கடைசியில் தொற்று நோய்த் தாக்கங்கள் குறைந்த வேகத்தில், ஒரு கொண்டாட்டம் தேவையாக இருந்தது. வழக்கத்தைவிடப் புது உற்சாகத்தோடும், 32 ஆயிரத்து 256 எல்இடி விளக்குகளோடும், 16 மில்லியனுக்கும் மேலான நிறப்பரிமாணங்களும், பில்லியன் கணக்கில் வடிவங்களும் ஜொலிக்க, 12 அடி விட்டமும் 11 ஆயிரத்து 726பவுண்ட் எடையும் கொண்ட கிறிஸ்டல் பந்து விழும்போது ஆர்ப்பரித்துத்தான் 2022-ஐ வரவேற்றது.

ஆனாலும் பரமபதம் ஆடிய எரிபொருள் விலையும் உக்ரைன் போருடன், சில முக்கிய உச்ச நீதிமன்ற முடிவுகளும் சேர்ந்து கொண்டு அமெரிக்காவைக் கொஞ்சம் பாடாய்ப்படுத்தியது.

நூற்றுப் பதினேழு மில்லியன் வாக்குகள்

அதிபர் தேர்தல் நான்காண்டுகளுக்கு ஒரு முறைதான் வரும். ஆனால், காங்கிரஸ், செனெட்உறுப்பினர்கள், சில மாநில ஆளுநர்கள் இவர்களின் பதவிக்காலம் முடிகிறபோது (2 வருடம், ஆளுநர் 4 வருடம்) தேர்தல் வரும். சமீபத்தில் நடந்த தேர்தலில், செனெட், காங்கிரஸ் இரண்டிலும் தங்கள் கட்சி அதிக இடங்களைப் பெற்று, அதிகப் பெரும்பான்மை பெற வேண்டும் என குடியரசுக் கட்சியும், இருக்கிற பெரும்பான்மையைத் தக்கவைத்துக் கொள்ள ஜனநாயகக்

கட்சியும் அதிக உழைப்பைக் கொட்டின. ஆக நடந்துமுடிந்த தேர்தலில், வரலாறு காணாத விதமாக நூற்றுப் பதினேழு மில்லியன் மக்கள் வாக்களித்தனர்.

செனெட்டில் ஜனநாயகக் கட்சியும் காங்கிரசில் குடியரசுக் கட்சியும் பெரும்பான்மை பெற்றன. ஜியார்ஜியா மாநிலத் தேர்தல் சட்டவிதிகளின் படி, வெற்றி பெற்றவர் குறைந்த பட்சம் 50 சதவீத வாக்குகள் பெற்றிருக்க வேண்டும் என்பதால், ஜனநாயகக் கட்சி வென்றபோதும் மீண்டும் அங்கே தேர்தல் நடந்தது. மறுபடியும் 50 சதவீதம் அதிகமாக வாக்குகள் பெற்று ஜனநாயகக் கட்சி வென்றது!

கடந்த ஓராண்டாகவே, ஜனவரி 6ல் வாஷிங்டனில் நடந்த தாக்குதல் குறித்து விசாரணைக் குழு விசாரித்து வந்தது. இந்தக் கட்டுரை எழுதப்படும் சமயத்தில், முன்னாள் அதிபர் டிரம்ப் மீது, காபிடல் ஹில் மீதான ஜனவரி 6ல் நடந்த தாக்குதலைச் செய்ய மக்களைத் தூண்டி விட்டதற்காகவும், விசாரணை நடத்தத் தடையாக இருந்ததற்காகவும் குற்றவியல் பிரிவில் அமெரிக்க நீதித்துறைக்குப் பரிந்துரை செய்து அனுப்பியிருக்கிறார்கள். இன்னொரு குழுவோ, டிரம்ப் இதுவரை மறைத்து வைத்திருந்த அவருடைய வருமான வரிக் கணக்குகளை மக்களுக்கு வெளியிட்டிருக்கிறது! இவை அரசியலில் நடக்கிற சில முக்கிய விவாதங்கள்.

'பெட்ரோல் விலை ஏறிப் போச்சு பாக்கெட்டையே மீறிப் போச்சு ரோட்டு பக்கம் காரைப் பாத்து நாளாச்சு' என்கிற கணக்காய் காலன் ஒன்றுக்கு ஐந்து டாலர் வரைக்கும் எரிபொருள் விலை சென்றது. கிட்டத்தட்ட ஒரு பாரல் கச்சா எண்ணெய் நூற்றுப் பதிமூன்று டாலர் வரை சென்றது. இதன் ஒரு காரணம் உக்ரைன்-ரஷ்யா போர்.

கட்டுக்கடங்காத விலைவாசி, உற்பத்தி மற்றும் விநியோகச் சங்கிலிக் குறைபாடென பாதிப்பைத் தடுக்க, பைடன்வட்டி விகிதத்தை முதலில் 0.75% குறைத்து, சமீபத்தில் இன்னும் ஒரு அரை சதவிகிதம் குறைத்தார். காசோலீன் இப்போது காலன் ஒன்றிற்கு 3.13டாலருக்குக் கிடைக்கிறது. மக்கள் உல்லாசமாகப் பண்டிகைகளைக் கொண்டாட உறவினரைக் காணச் செல்லலாம்.

உக்ரைனுக்கும் ரஷ்யாவிற்கும் இடையிலான போர், அமெரிக்காவிற்கும் ரஷ்யாவிற்கும் இடையே என்பது போல, பக்க விளைவுகள் இங்கே ஏராளம்.விண்ணிரண்டுபட்டதென்று வீறுகொண்டு எழலாம். ஆனால் விளைவுகள் நீண்ட காலத்திற்கானதல்லவா?அகதிகள், அவர்கள் மறுவாழ்வுத் திட்டங்கள் எனச் செலவாகிறதென்றால், போர்க்கால நிதியாகக் கொடுத்தது 18.6 பில்லியன்டாலர்கள்.

அமெரிக்காவின் சாலைகள், மேற்பாலங்கள், விமான நிலையங்கள் இவை யாவும் தொழில்நுட்பம் வளரும் முன்னேயே போடப்பட்டவை / கட்டப்பட்டவை. முதல்முறை நான், அப்போது உதவி அதிபராக இருந்த பைடனைச் சந்தித்தபோதே, அமெரிக்காவின் அடிப்படைச் சாலை வசதிகள், உள்நாட்டுப் போக்குவரத்து, கட்டிடக்கலை நுட்பங்களை மேம்படுத்த வேண்டும் எனக் கூறியிருக்கிறார். இப்போது இரு கட்சி ஒப்புதலோடு 559பில்லியன் டாலர் நிதித் திட்டத்தில் கையொப்பமிட்டு சட்டப்பூர்வமாக்கியிருக்கிறார். இதன் மூலம், சாலைகள் சீரமைப்பு, மேற்பாலங்கள்கட்டுதல் போன்ற வேலைகள் நடக்கும். மேலும் சுற்றுச்சூழல், மாற்று எரிபொருள், மாற்று சக்தி, எரிவாயு உற்பத்தி போன்ற துறைகளில் வேலைவாய்ப்புகளும் பயிற்சிகளும் பெருக உள்ளன.

நாளொன்றுக்கு 2.2 மில்லியன் பயணிகள் வான் வழியே பயணம் செய்கிறார்கள். விமானங்கள், ஊழியர்கள் பற்றாக்குறையாலும் போக்குவரத்தாலும் தாமதமாக வருகின்றன. இவை சரிசெய்யப்பட வேண்டும். பண்டிகை தினத்தில், 102 மில்லியன் மக்கள் சாலை வழியே கடும் இயற்கைச் சூழ்நிலைமீறி பயணம் செய்வார்கள் என எதிர்பார்க்கப்படுகிறது.

அமெரிக்க வரலாற்றிலேயே மிக முக்கியமான இரு கட்சி ஆதரவுடன் பைடன் கையெழுத்திட்ட சட்டம், பணவீக்கத்தைக் குறைக்கும் திட்டம் Inflation Reduction Act. இதன் மூலம் சக்தி, உற்பத்தித் துறையில் வேலைவாய்ப்புகள் உருவாக்கவும், கல்வித்துறையில் பயிற்சி தரவும் நிதி ஒதுக்கப்பட்டிருக்கிறது. வருமான வரியைக் கட்டுப்படுத்தவும், சுத்தமான சக்தி சுற்றுப்புறச் சூழல் மற்றும் பாதுகாப்புத்துறையில் புதுப்புது ஆய்வுகள் செய்யவும், மேம்பாடுகள் செய்யவும் நிதி ஒதுக்கப்பட்டிருக்கிறது.

50 பில்லியன் டாலர் நிதியில் கையொப்பமிடப்பட்ட CHIPS and Science Act 2022-ன் CHIPS மற்றும் அறிவியல் சட்டமும் கட்சி பேதமில்லாமல் ஆதரவு பெற்றது. இதன் மூலம், உள்நாட்டிலேயே, செமி கண்டக்டர் உற்பத்தி செய்ய முடியும். 80 சதவீதத்துக்கும் அதிகமான செமி கண்டக்டர்கள் தற்போது வெளிநாட்டில் தயாரிக்கப்படுகின்றன. மேலும் சமீபத்திய விநியோகச் சங்கிலிச் சீர்குலைவுகள் பெரும் தேக்கத்தை ஏற்படுத்தின. எதிர்காலத்தில் இந்நிலை வராதிருக்க, உள்நாட்டிலேயே லைட் சுவிட்சுகள் முதல் செல்போன்கள், கார்கள், ராணுவ உபகரணங்கள் வரையிலான பொருட்களை உற்பத்தி செய்யவும் திறன்களைக் கொண்ட வல்லுநர்களை உருவாக்குவதும் இதன் நோக்கம். இந்தத் திட்டத்திலும் இதற்கு முன்னால் உள்ள சுற்றுப்புறச் சூழல் பாதுகாக்கும் திட்டத்திலும் சிறிதளவு என் அறிவுரைகளும் உள்ளன.

நாட்டையே புரட்டிப்போட்டு ஒட்டுமொத்த உலக நாடுகளையே அமெரிக்காவை நோக்கித் திரும்பிப் பார்க்க வைத்த சட்டம் ஒன்று உண்டென்றால், அது பெண்களுக்கான உரிமை மறுக்கப்பட்ட சட்டம்! Joe vs Wade என்ற வழக்கில், அமெரிக்க அரசியலமைப்புச் சட்ட உரிமை, அபார்ஷனுக்கானஆதரவை அளிப்பதில்லை என்ற உச்ச நீதிமன்றத்தின் தீர்ப்பு பல்லாயிரக்கணக்கானோரின் வாழ்க்கையைச் சீர்குலைய வைத்தது.

வன்புணர்வினால் ஏற்பட்ட கரு, அல்லது உடல்நிலை காரண மாகக் கருவைச் சுமக்க இயலாமல் கலைக்க நினைத்தாலும் ஒரு பெண்ணுக்கு உரிமையில்லை. இதனைத் தொடர்ந்து 8 மாநிலங்கள், கருச்சிதைவைத் தடை செய்தன. இதில் டெக்ஸாஸ் விஸ்கான்சின் உள்ளிட்ட மாநிலங்கள் அடக்கம்.

மத்தியதரக் குடும்பத்துப் பெண்களுக்கு அல்லது, மேட்டுக்குடிப் பெண்களுக்குப் பிரச்சினை இல்லை. எந்த மாநிலத்தில் கருச்சிதைவு சட்டபூர்வமாக உள்ளதோ அங்கே சென்று சிகிச்சை பெறமுடியும். ஆனால், வறுமைக்கோட்டின் கீழே உள்ள பெண்கள்? இவர்களுக்கு, தான் பெற்ற குழந்தையையும் நன்றாக வளர்க்கபொருளாதாரம் இடம் கொடுக்காது. இந்நிலையில் இந்த சட்டம் எரிகிற நெருப்பில் எண்ணெய்

ஊற்றுவது போல மேலும் சிக்கல்களைத் தந்தது. இதனால் பாதிக்கப்பட்ட பெரும்பாலோர் நிறத்தவர்.

கூகிள் உள்ளிட்ட நிறுவனங்கள், கருச்சிதைவுக்குத் தங்கள் பெண் ஊழியர்களுக்குப் பயணப்படியும், மருத்துவச் செலவுக்கு நிதியும் அளிக்க முன்வந்தன. பல மாநிலங்கள் கருச்சிதைவை சட்ட ரீதியாக்கின. பைடன், பெண்கள் விரும்பினால், கருச்சிதைவு செய்து கொள்ள சட்ட பூர்வமாக அனுமதி தரக்கூடிய ஒரு அதிகார மசோதாவில் கையொப்பமிட்டார்.

மாற்றுப் பாலினத்தைச் சேர்ந்தவர்கள் திருமணம் செய்து கொள்ளலாம் என்ற சட்ட மசோதாவும் கையொப்பமானது. முன்பே அதிபர் ஒபாமா மாற்றுப் பாலினத்தவர் திருமணம் செய்துகொள்ளலாம் எனக்கொண்டு வந்த அதிபர் மசோதாவை, பின்னால் வந்த அதிபர் டிரம்ப் நிராகரித்தார். ஆனால் தற்போது பைடன் இதைச் சட்டமாக்கியதோடு அதற்கான அங்கீகாரங்களையும் பெற்றுத் தந்திருக்கிறார். இந்தச் சட்டம் Respect to marriage என அழைக்கப்படும்.

சமூகத்தில் கணவன் மனைவி போல வாழ்ந்தாலும்,உரிமைகளைக் கோர முடியாமல்,பிள்ளைகளைத் தத்து எடுக்க முடியாமல், ஒருவர் மற்றொருவரின் சலுகைகளைப் பெற முடியாமல் தவித்தனர். இதில் கணவனாகவோ அல்லது மனைவியாகவோ வாழ்கிற இணையர் இறந்துவிட்டால், மற்றவருக்கு அவருடைய காப்பீடு உரிமைத் தொகையோ, ஓய்வூதியத் தொகையோ கிடைக்காது. ஆனால், இந்தச் சட்டம் அதை மீண்டும் பெற்றுத் தந்து பாலினச் சமன்பாட்டிற்கு வித்திட்டிருக்கிறது.

வீட்டு, குடும்ப, தனிமனித வன்முறைக்கு எதிராக அமெரிக்காவில் கடுமையான சட்டங்கள் உண்டு. என்னதான் துப்பாக்கிச்சூடு வன்முறை பற்றி அதிகம் ஊடகங்களில் படிக்க நேர்ந்தாலும், 2022-ல் ஒட்டுமொத்தமாக 60 சதவீதத்துக்குக் குறைவான வன்முறை வழக்குகளும் சம்பவங்களுமே பதிவாகியிருக்கின்றன.

ஆனால் இந்தச் சட்டங்களை எள்ளி நகையாடுவது போலப் பலர் முன்னிலையில் நடந்ததுதான், வில்ஸ்மித் ஆஸ்கர்விருது நிகழ்வில் கிறிஸ்ராக்கின் கன்னத்தில் அறைந்தது. தன் மனைவியின் அலோபீசியா நோயால் ஏற்பட்ட பாதிப்பைக்

கிறிஸ்ராக் கேலி செய்தார் என வீறு கொண்டு எழுந்து பொது மேடையில் கிறிஸ்ராக்கின் கன்னத்தில் ஓங்கி அறைய, விதிர்விதிர்த்துப்போனது அமெரிக்க ஊடகத்துறை.

இன்னமும் பெண்களைக் காக்க ஆண்மகன் தான் வரவேண்டுமா அவர்களாலேயே பேச முடியாதா எனச் சிலரும், வில் தன் கடமையைச் செய்த ஆண்மகன் எனச் சிலரும், சினம் அடக்கத் தெரிய வேண்டும் எனப் பலருமாய் கட்சி கட்டிக்கொண்டு விவாதித்தனர். நிறைய பணிக்கான ஒப்பந்தங்களை இழந்ததோடு சில காலம் ஆஸ்கரில்இருந்து வில் விலக்கி வைக்கப்பட்டார்.

குழப்பம் மிகுந்த பெருந்தனக்கார அமெரிக்கர்களின் வழக்கம் போலவே, வில்ஸ்மித்தும் இந்தியா வந்து யோகாவும் தியானமும் கற்றுக்கொண்டு சாந்த ஸ்வரூபியானது ஒருபுறம் என்றால் இதுதான் நேரம் என பல அல்லோபீசியா நிவாரண மருந்துகள், செயற்கை உபாயங்களை விற்றுத் தீர்ந்து இலாபம் பார்த்தது மறுபுறம்..

ஓர் ஆண், நல்ல நிலையில் இருக்கும் இன்னொரு ஆணையே கூட பகிரங்கமாக அடிக்கும் நிலையில் ஒரு சமூகம், அதற்குக் காரணம் பெண்ணை ஏளனப்படுத்துவது என்ற மனநிலை இன்னும் ஒரு வகையில் மாறவே இல்லை!

விஞ்ஞானம்

மாற்று எரிபொருள் சக்தியைக் கண்டறிய நடத்திய ஆராய்ச்சியின விளைவாக, அமெரிக்கா, அணுசக்தியின் ஃபியுஷன் தொழில்நுட்பம் மூலமாக,முடிவே இல்லாத என்றைக்குமே கிடைக்கக் கூடிய சக்தியைக் கொணர முடியும் என நிரூபித்திருக்கிறது!

நாசாவில் இருந்து 10 பில்லியன் டாலர் வரை செலவழித்து நடத்திய ஜேம்ஸ் வெப் டெலெஸ்கோப் மூலம் அற்புதமான படங்களைத் தரவிறக்கிக் காட்டியது. நட்சத்திரம் உருவாகிற படங்கள் கண்ணைப் பறித்தன.

உடல் நலம்

அமெரிக்காவை விட்டே ஒழித்து விட்டோம் என்று இறுமாந்திருந்த போலியோ நோய், உலக பொருளாதார

வளர்ச்சியால் நிகழும் குடியேற்றங்களால் மீண்டும் பரவ ஆரம்பித்திருக்கிறது. மதரீதியாகத் தடுப்பூசி போட அனுமதி இல்லைஎன்று தடுப்பூசி போடாத காரணத்தால் நியூயார்க்கில் ஆயிரம் பேருக்கும் அதிகமானோருக்குப் போலியோ வந்தது வருந்தத்தக்க ஒரு நிகழ்வு.

மற்றபடி, கட்சி சார்பில்லா அல்லது இரு கட்சி ஆதரவு உள்ள நான்கு மிகப்பெரிய சட்டங்களைக் கொண்டு வந்திருக்கிறார் அதிபர் பைடன். ஒபாமா அதிபராக இருந்தபோதும் அவருடைய ஒபாமா கேர் திட்டம் செயல்பட, பைடனின் அணுகுமுறையும் பேரமும் மிக முக்கியமானது. தானொரு சிறந்த நிர்வாகி என்பதை மீண்டும் நிரூபித்திருக்கிறார். ஒரு சுறுசுறுப்பான, அனைவரையும் கவரக்கூடிய தலைவராக இல்லாமல் இருக்கலாம். ஆனால் நிச்சயமாக ஒரு நல்ல நிர்வாகி!

ஆஃப்கானிஸ்தான் என்ற ஏழரையில் இருந்து தப்பித்து, உக்ரெயின் என்ற அர்த்தாஷ்டமச் சனியின் பிடியில் அமெரிக்கா ஆட்பட்டிருக்கிறது. இறங்கிய விலைவாசியும், தடுப்பூசிகள் மற்றும் மருந்துகள் இருக்கும் சூழலில் தொற்றையும் குணப்படுத்திவிடலாம் என்ற நம்பிக்கையும் இருப்பதால் மக்கள் மகிழ்ச்சியோடு இருக்க ஆரம்பித்திருக்கிறார்கள்.

ஒதுங்க ஓர் இடம் வேண்டும்

உறைநிலைக்குக் கீழான வெப்பநிலையில், பண்டிகைக்காக எல்லாரும் கூடி இருக்கும் போது, பல பேருந்துகள் நிரம்பிவழிய எதிர்பாராத விருந்தினர்கள் வந்தால் நாம் அடையும் அதிர்ச்சிக்கே அளவில்லை. அதே வருபவர்கள் விருந்தினர்களாக அல்லாமல், வீடும் நாடும் இல்லாமல் பசியும் பஞ்சமும் நிறைந்த மனிதர்களாக இருந்தால் எப்படி இருக்கும் என்று எண்ணிப்பாருங்கள். இதுதான் கிறிஸ்துமஸுக்கு முந்தைய நாள் இரவு, அமெரிக்கத் துணை அதிபர் கமலா ஹாரிஸ் வீட்டின் முன் நடந்தது.

நடுக்கும் குளிரில் ஒரு மாதக் குழந்தை முதல் வயதானவர்கள் வரை போதிய ஆடைகள் கூட இல்லாமல் பேருந்துகளில் வந்து இறங்கினார்கள். இவர்கள் அனைவரும் உடனடியாகக் காப்பகங்களுக்கு அனுப்பி வைக்கப்பட்டனர் என்றாலும், இவர்கள் யார், எங்கே இருந்து சாரி சாரியாக வருகிறார்கள், இதனால் அமெரிக்க மக்களுக்கும் மத்திய, மாநில அரசுக்கும் என்ன பிரச்சினைகள்?

அதிபர் ஒபாமா ஆட்சிக் காலத்தில் தென் எல்லை வழியாகச் சட்ட விரோதமாக அமெரிக்க மாநிலங்களான டெக்ஸாஸ், அரிசோனாவிற்கு மக்கள் குடியேறுவது அறவே இல்லை என்று

சொல்லுமளவிற்கு மிகவும் குறைந்திருந்தது. ஆனால் அதிபர் டிரம்ப் காலத்தில், தொற்றுநோயும், பஞ்சமும், போதைப் பொருட்கள் கள்ளக்கடத்தல் காரணமாகவும் எல்லைக் கட்டுப்பாட்டை மீறி வருபவர்களின் எண்ணிக்கை அதிகரிக்க ஆரம்பித்தது.

டைட்டில் 42 சட்டப்பகுதி : அமெரிக்காவில் டைட்டில் 42 என்றொரு சட்ட விதி இருக்கிறது. இது அமெரிக்க மக்களின் பொதுநலம், சமூகத்தின் நலம் மற்றும் அவர்கள் உரிமைகளைப் பாதுகாக்கிறது. இதை அதிபர் டிரம்ப், தொற்றுநோயைக் காரணமாக்கி மீண்டும் அமலுக்குக் கொண்டுவந்தார். இதன் மூலம், சட்டப்பூர்வமான விசா இல்லாமல் அமெரிக்காவில் இருந்தாலும், கடின உழைப்பைச் செய்த பலரும் திருப்பி அவரவர் நாட்டிற்கே அனுப்பப் பட்டார்கள்.

பெற்றோர்களும் உறவினர்களும் சட்டப்பூர்வமாக விசா இல்லாததால், திரும்ப அவர்கள் நாட்டுக்கே அனுப்பப்பட்ட போது, அல்லது அனுப்புவதற்காகக் குடியுரிமைச் சிறைகளில், முகாம்களில் அல்லது தங்குமிடங்களில் வைக்கப்பட்டபோது பல மனித உரிமை மீறல்கள் நடந்தன. சரியான உணவும் குடிநீரும் இல்லை, மனநலனுக்கும் உடல்நலனுக்கும் மருத்துவ வசதிகள் இல்லை. ஆங்காங்கே பாலியல் கொடுமைகள் கூட அரங்கேறின.

சட்டப்பூர்வமான விசா இல்லாத பெற்றோரும், அமெரிக்காவில் பிறந்ததால் இயல்புக் குடியுரிமை பெற்ற குழந்தைகளும் பிரிக்கப் பட்டார்கள்.

இந்தச் சட்டத்தை பைடன் அரசும் நீக்கவில்லை. மனித உரிமைக் கழகங்கள் தொடர்ந்து வலியுறுத்திக்கொண்டே இருந்தன. ஆனால், இந்த வருடத்தோடு முடிந்துவிடும் என்பதாலும், பழையபடி டைட்டில் 8 பயன்பெறத் தொடங்கும், என்பதாலும் இந்தப் பரபரப்பு!

அது என்ன டைட்டில் 8? சட்டப்பூர்வமான படிவங்கள், விசா இல்லாமல் நுழையும் மக்கள், எல்லைக்கட்டுப்பாட்டு மற்றும் இயல்புக் குடியுரிமை வழக்காடு மன்றத்தில் விசாரிக்கப்பட்டு, திருப்பி அனுப்பப்படுவார்கள். சிலருக்கு அடைக்கலமும்

குடியுரிமையும் கிடைக்கும். அல்லாதவர், எத்தனை முறை வேண்டுமானாலும், டைட்டில் 42இல் திரும்பத் திரும்ப வர இயலும்.

ஆனால், டைட்டில் 8இல் அப்படி நிராகரிப்பதோடு திரும்ப நுழைபவர்களுக்கு இரண்டு வருடச் சிறைத்தண்டனையும், மீண்டும் அமெரிக்காவிற்குள் நுழையமுடியாத தடைகளும் உண்டு.

டைட்டில் 42 முடிவதற்குள் நுழைந்துவிடவேண்டும் என்ற தாகம், அவசரம் ஒரு நாளைக்கு 2500 முதல் 5000 நபர்களை இப்படி எல்லை தாண்டி வரச் செய்கிறது.

மத்திய உச்சநீதிமன்றம், அமெரிக்க அரசு டைட்டில் 42 தவறாகப் பயன்படுத்திப் புகலிடம் தேடி வருபவர்களை மோசமாக வெளியேற்றுவது சட்டத்திற்குப் புறம்பானது என்று தீர்ப்பளித்தமையால், 42 முடிவுக்கு வருகிறது.

திரைகடலோடித் திரவியம் தேடு என்பது யாருக்குப் பொருந்துமோ இல்லையோ, தங்கள் நாட்டைவிட்டு வறுமையிலும் அரசின் கொடுமையிலிருந்தும், தப்பித்துவரும் நிக்கோரகுவா நாட்டு மக்களுக்குப் பொருந்தும். கடும் பயணம், குளிர் இவற்றைத் தங்கள் பெற்றோரால், வயதான முதியோரால் தாங்க முடியாது என அவர்களை விட்டுவிட்டு ஓடி வருபவர்கள் பலர். பயணத்திலேயே கூட இறந்து போயிருக்கிறார்கள்.

நிக்கோரகுவாவில் இருந்து செல்லும் அகதிகள் கோஸ்டாரிக்கா சென்று அங்கே இருந்து அமெரிக்கா வருகிறார்கள். அண்டை நாடானா கோஸ்டாரிக்கா அடைக்கலம் தரும் முறையும் அவர்கள் பொருளாதாரம் இன்னும் மோசம் என்பதாலும், அமெரிக்காவிற்கு வருகிறார்கள். 2018இல் ஆட்சி மாறி, நிக்கோராகுவாவில் அதிபர் டேனியல் ஆர்ட்டேகா பதவியேற்றதும் நடந்த உள்நாட்டுக் கலவரங்களில், கிட்டத்தட்ட இரண்டு லட்சம் நபர்கள் நாட்டை விட்டு, வயதான பெற்றோர் உறவினரை விட்டு வெளியேறி இருக்கின்றனர். நதியில் நீந்தியும், பெரிய டிரக்குகளில் அடைக்கப்பட்டும் பலவித சங்கடங்களுக்கும் மத்தியில் இவர்கள் அமெரிக்கா வருவதற்கு ஒரே காரணம், ஜீவித்திருப்பதும் நல்ல வாழ்க்கையைத் தங்கள் குழந்தைகளுக்குக் கொடுக்க வேண்டும் என்பதே!

அமெரிக்காவில் சட்டென்று யாரையும் வெளியேற்ற முடியாது. அதிலும் வெனிசுலா, நிக்கோரகுவா க்யுபா மற்றும் பெரு போன்ற நாடுகளிலிருந்து வருபவர்களைத் திருப்பி அனுப்ப அந்த நாடுகளோடு நல்ல உறவு முறையும் இல்லை.

க்யூபாவும் மெக்சிகோவும் நூற்றுக் கணக்கானோருக்கு அடைக்கலம் தர ஒப்புக்கொண்டிருக்கின்றன. ஆனால் வருபவர்கள், பல்லாயிரக் கணக்கானோர்.

அமெரிக்க அரசு அடைக்கலம் வேண்டி வருவோரை வழக்காடு மன்றத்தில் விசாரித்துத் தீர்ப்பளிக்கப் பல காலம் ஆகும். அவ்வாறு விசாரிக்காமல், திருப்பி அனுப்பவும் முடியாது. அதுவரை, இந்நபர்களின் வாழ்வாதாரத்திற்கு மாநில மத்திய அரசே பொறுப்பு!!

எல்லைக் கட்டுப்பாட்டு அலுவலக அதிகாரி, ஒரு நாளைக்குச் சராசரியாக எட்டுப் பேருந்துகளில் இவ்வாறு நுழைவோரை மத்திய அரசு நடத்தும் புகலிடங்களுக்கும், 15 பேருந்துகளை மாநில அரசு நடத்தும் புகலிடங்களுக்கும் அனுப்புவதைக் காண்பதாகக் கூறியுள்ளார்.

மாநில அரசுகள் தங்களுடைய மாநிலம் இவ்வாறு எல்லை மீறி வருபவர்களால், பொருளாதாரச் சுமை, குற்றங்கள் அதிகரிக்கும் நிலை, வீட்டு விலைகள் ஏறுவது, எனப் பல கஷ்டங்கள் இருப்பதை பைடன் அரசுக்குத் தெரிவித்துக் கொண்டே இருந்தது.

ஆனால், இதற்குப் பொறுப்பான, துணை அதிபர் கமலா ஹாரிஸ், "எல்லைப் பந்தோபஸ்து சரியாகவே இருக்கிறது. அதிகமாக யாரும் அடைக்கலம் தேடி வருவதில்லை" என்கிற ரீதியில் சொல்லப்போக, அரிசோனா, டெக்ஸாஸ் மாநில முதல்வர்கள் தங்கள் மாநிலங்களுக்குள் வரும் சட்டப்பூர்வமான படிவங்களோ விசாவோ இல்லாதவர்களை இலவசமாக விமானங்கள் பேருந்துகள் மூலம் வாஷிங்க்டன் டிசியில் உள்ள துணை அதிபர் இல்லத்திற்கே அனுப்பி வைக்கிறார்கள்!!

எல்லைமீறி வருபவர்களை விசாரிக்கும் போது அவர்கள் எங்கே செல்லவேண்டும் என்று சொல்கிறார்களோ (அருகில் இருக்கும் இடங்களில் ஒரு வாய்ப்பு) அங்கே அனுப்பி வைப்பார்கள்.

டெக்ஸாசில் நல்ல வரவேற்பும் வேலை வாய்ப்பும் இல்லாத நிலையில் பெரிய நகரங்களுக்குச் செல்ல அடைக்கலம் தேடி வருபவர்களால் பொருளாதாரம் கைகொடுக்காத சூழல். ஆனால், பழம் நழுவிப் பாலில் விழுந்தது போல, மத்திய அரசு மாநில அரசு போட்டியில் இலவசமாகவே தலைநகர், நியூயார்க், சிகாகோவிற்கு அவர்கள் அனுப்பி வைக்கப்படுகிறார்கள்.

The Busing Kerfuffle பேருந்து மூலம் அனுப்பும் பேரிடர்: மார்ச் மாதத்தில், தென்மேற்கு எல்லையில் சட்டவிரோதமாக நுழைந்த புலம் பெயர்ந்தோரை, எல்லைக் கட்டுப்பாடு அதிகாரிகள், உவால்டே உட்படச் சிறிய டெக்ஸாஸ் நகரங்களுக்கு (ரியோ கிராண்டேவிலிருந்து சுமார் 60 மைல் தொலைவில்) அனுப்பி வைத்தனர்.

திடீரென புற்றீசல் போல வரும் மக்களால், அந்த நகரங்களின் மட்டுப்படுத்தப்பட்ட உள்ளூர் வளங்கள் வீணாகத் தொடங்கின,

இதனைச் சமாளிக்கவும், துணை அதிபருக்குச் சவால் விடுப்பது போலவும், ஏப்ரல் 6 ஆம் தேதி டெக்ஸாஸ் ஆளுநர் கிரெக் அபோட், எல்லைப் பாதுகாப்புத் துறை விடுவித்த புலம் பெயர்ந்தோரை, இலவச பேருந்து மூலம் வாஷிங்டன் நகருக்கு அனுப்பிவைக்கப் போவதாக அறிவித்தார்.

அதன்பிறகு, அரிசோனா ஆளுநர் டக் டுசியும் புலம்பெயர்ந்த அடைக்கலம் நாடி வந்த மக்களை இலவசமாக டி.சி.க்கு அனுப்பத் தொடங்கினார். ஜூலை பிற்பகுதியில், அந்த மாநிலங்களால் சுமார் 3,500 புலம் பெயர்ந்தோர் பொட்டோமேக் கரைக்கு கொண்டு செல்லப்பட்டனர்.

அந்த பேருந்து திட்டம் D.C. மாநகரத்தந்தை முரியல் பவுசர் (D) 150 தேசிய காவலர் துருப்புக்கள் மற்றும் வீட்டுவசதி மற்றும் பாதுகாப்புக்காக, பாதுகாப்புத்துறையிடம் (DoD) உதவி கேட்க DoD விரைவில் மறுத்துவிட்டது.

தன் மாநிலத்தைவிடக் குறைவான மக்களைப் பெற்ற டிசியே உதவி கேட்பதைப் பார்த்த, நியூயார்க் நகர மேயர் எரிக் ஆடம்ஸ் (டி) தனது நகரத்தில் குடியேறியவர்களைச் சமாளிக்க அரசாங்கப் பணத்தையும் நாடத் தொடங்கினார்.

ஆகஸ்ட் பிற்பகுதியில், டெக்ஸாஸ் மாநில ஆளுநர் அபோட் லோன் ஸ்டார் மாநிலத்திலிருந்து சிகாகோவிற்குக் குடிபெயர்ந்தோரை அனுப்பத் தொடங்கினார். மேலும் செப்டம்பர் 22 வரை தென்மேற்கு எல்லையிலிருந்து மூன்று நகரங்களுக்கு சுமார் 11,000 புலம்பெயர்ந்தோர் அனுப்பப்பட்டனர்.

முரண்பாடாக, இது பல புலம்பெயர்ந்தோருக்குப் பயனளிக்கவே செய்தது.

உதாரணமாக: லீவர் அலெஜோஸ் என்ற வெனிசுலாவில் இருந்து அடைக்கலம் நாடி வந்திருப்பவர் மகிழ்ச்சியாகவே இருக்கிறார். வெனிசுலாவிலிருந்து அமெரிக்காவிற்கு வர அவர் சேமித்த பணத்தை எல்லாம் செலவழித்துவிட்டார். அவர் இலவசப் பேருந்து மூலம், வாஷிங்டன் டிஸி வந்துவிட்டார். சில வாரங்களில், அவருக்கு வேலை கிடைத்தது மட்டுமல்ல; அவர் தனது 7 வயது மகனுக்கு ஆதரவாக வெனிசுலாவுக்கு பணத்தைத் திருப்பி அனுப்பவும் தொடங்கிவிட்டார். தனது மகனின் வாழ்க்கை 100 சதவீதம் சிறப்பாக உள்ளது என்றும் மகிழ்ச்சியோடு தெரிவிக்கிறார். அலைப்பேசி வாங்கச் சேமித்து வைத்துள்ள அவர், பயன்படுத்திய 2012 ஹோண்டா சிவிக் காரையும் விரைவில் வாங்கவும் திட்டம் தீட்டியிருக்கிறார். இது போல நிறையப் பேர் சொல்வதைக் காண முடியும்.

எனவே நிச்சயமாக ஆளுநரின் வடக்குப் போக்குவரத்துச் சலுகை ஒரு நன்மையைத் தரவே செய்தது. வெனிசுலா ஒரு உடைந்த நாடு, அங்கு அரசியல் கருத்து வேறுபாடுகள் ஒடுக்கப்பட்டு பொருளாதாரம் சரிந்துள்ளது. உணவு, மருந்து மற்றும் பிற உணவுப்பொருட்களுக்குத் தட்டுப்பாடு உள்ளது.

பல தடைகளையும் மீறி, கடினமான சூழலில் உயிரைப் பணயம் வைத்து பயணம் செய்து அமெரிக்காவிற்குப் புலம்பெயர்ந்தவர்கள் பலர் மகிழ்ச்சியாகவே இருக்கின்றனர். இதில், பலர் ஒரு காலத்தில் திடமான நடுத்தர வர்க்கத்தினர். அவர்களுக்கு வேலைகள் அல்லது சிறு தொழில்கள் இருந்தாலும், வெனிசுலாவில், அவர்கள் மிகக் குறைந்த பணத்தையே சம்பாதிக்க முடியும். எதிர்காலத்தில் வளமையான வாழ்க்கையைக் காண்பதே கடினம், அதனால் எப்படி வேண்டுமானாலும் வெளியேறலாம் என்று முடிவெடுத்தனர்.

இதுபோலக் குடியேறியவர்களில் மில்லியன் கணக்கானவர்கள் முதலில் கொலம்பியா, ஈக்வடார், சிலி மற்றும் பெரு போன்ற அருகிலுள்ள நாடுகளுக்குச் சென்றனர். ஆனால், அந்த நாடுகளின் பொருளாதாரம் மோசமாக இருந்ததால், சேமித்து வீட்டுக்கு அனுப்பும் அளவுக்குப் பணம் சம்பாதிக்க முடியாது என்று நம்பியே அமெரிக்காவிற்கு வந்திருக்கின்றனர். அடித்தள வேலைகளுக்கு அமெரிக்காவில் பஞ்சமே இல்லை.

எனவே புலம்பெயர்ந்தோர் அடிப்படையில் தங்கள் உயிரைப் பணயம் வைத்தாவது அமெரிக்கா வரத்திட்டமிட்டு வருகை தந்திருக்கின்றனர். அவர்கள் வெனிசுலாவிலிருந்து சட்டமற்ற காடுகளைத் தைரியமாகக் கடந்து ஏழு நாடுகளைக் கடந்து இறுதியில் விரக்தியில் அமெரிக்காவை அடைந்திருக்கிறார்கள்.

அமெரிக்காவின் இறையாண்மை சட்டப்படி, சட்ட விரோதமாகவே வந்தாலும் இம்மக்களைத் திருப்பி அனுப்பி, தாய்நாட்டில் கொடுமை செய்யப்பட்டால், அது அமெரிக்காவின் வன்கொடுமை தடைச் சட்டத்தின் கீழ் வரும். எனவே அமெரிக்கா சரியாக விசாரிக்காமல் திருப்பி அனுப்ப முடியாது.

அதற்கு, ஏற்கெனவே நிறையப் பணிச்சுமையால் பாதிக்கப்பட்டிருக்கும் இயல்பு மற்றும் நிரந்தரக் குடியுரிமை அலுவலகங்களுக்கு இன்னும் பல ஆண்டுகள் ஆகலாம். அதுவரை இவர்கள் இங்கே பணி செய்து சேமிக்கத் தொடங்குகின்றனர். இருப்பது வரை ஆதாயம் என்பது போல.

அமெரிக்காவின் சட்டதிட்டங்களின் படி, வீடில்லா மக்களுக்கும், மத்திய அரசின் வறுமைக்கோட்டின் கீழ் வருபவர்களுக்கும், வீட்டு வசதித் துறை தங்குமிடங்களை இலவசமாகக் கொடுத்தாக வேண்டும்.

பலர் சொல்வதுபோலக் காப்பீடு இல்லை என்றால், அமெரிக்காவில் உடல்நலத்தைக் கவனித்துக்கொள்வது கடினம் என்பதெல்லாம் மத்தியதரக் குடும்பங்களுக்கு மட்டுமே.

அமெரிக்க விதிப்படி, காப்பீடு இருந்தாலும் இல்லாவிட்டாலும், சிகிச்சைக்காக அவசர சிகிச்சைப் பிரிவுக்கு வரும் எவருக்கும் மருத்துவ உதவி நிராகரிக்கப்பட முடியாது.

புகலிடம் தேடிவருவோரின் மருத்துவச் செலவு, அவர்கள் குழந்தைகளின் மருத்துவ மற்றும் படிப்புச் செலவு மாநில மத்திய அரசையே சேருகிறது.

மத்திய அரசு நடத்தும் பல உடல்நல மையங்களில் (Fedreally qualified health Center) இதற்காகவே நிதி ஒதுக்கப்பட்டிருக்கிறது.

மேலும், இவ்வாறாகப் பிற நாடுகளிலிருந்து வருபவர்களுக்கு முறையாகத் தடுப்பூசிகள் வழங்குவதும் அவசியம். ஏனெனில் அவர்களால் ஏதேனும் தொற்றுநோய் ஏற்பட்டால், அது அமெரிக்கக் குடிமக்களையும் பாதிக்கும்.

சில இடங்களில், நகரங்களில் குற்றங்கள் அதிகரித்திருக்கின்றன. இது காகம் உட்கார பனம்பழம் விழுந்த கதையாக இருந்தாலும், அதைச் சமாளிக்கக் கூடுதல் காவலர்கள், அவர்கள் பணி நேர ஊதியம் என இன்னொரு சுமை.

வன்முறை, இன மத பிரச்சினைகள் என இன்னொரு பக்கம் இது சமூகத்தைப் பாதிக்கவும் செய்கிறது.

என்ன பிரச்சினை என்றாலும் சட்டவிரோதமாக வருபவர்களைத் தண்டிக்கத்தான் வேண்டும் எனக் குடியரசுக் கட்சியும், ஆதரவில்லாமல் வந்தவர்களுக்கு வாழ இடமளிப்பது நமது தார்மிகக் கடமை என ஜனநாயகக் கட்சியும் பிளவுபட்டு இருக்கின்றன.

எவ்வாறாயினும், சட்டவிரோதமாக நுழைந்தவர்களைத் தடுத்து வைக்கவோ அல்லது வழக்குத் தொடரவோ பைடன் நிர்வாகம் மறுத்துவிட்டது, ஏனெனில், பைடன் உதவி கேட்டு வருபவர்களை எல்லையில் திருப்பி அனுப்பி விடுவதை எதிர்க்கிறார். விக்கிரமாதித்தன் கதை போல ஏழுகடல் ஏழு மலை தாண்டி வருகிறார்களோ இல்லையோ, பல கடினமான சூழல்களைக் கடந்தே ஒரு எதிர்பார்ப்புடன் அப்பாவி மக்கள் வருகிறார்கள். எதனால் வந்தார்கள், அமெரிக்காவில் என்ன எதிர்பார்க்கிறார்கள், அவர்கள் தாய்நாடு உண்மையிலேயே வன்முறை நிறைந்து தனிமனித வாழ்க்கைக்கு ஆபத்தானதா என்பதை எல்லாம் விசாரிக்காமல், திருப்பி அனுப்புவது இயலாத காரியம்.

இதன் விளைவாக, இந்தத் தொல்லை தொடரும், எல்லைப்பகுதி மேலும் குழப்பமாக மாறும். இதற்கு ஒரு விடியலே இல்லை.

ஒரு பக்கம் போரின் காரணமாகப் புகலிடம் கேட்டு வந்த உக்ரைன், லிபியா போன்ற நாட்டு மக்கள், மறுபுறம் வாழ்வாதாரம் காரணமாக சட்டவிரோதமாக எல்லைக்குள் நுழைந்த வெனிசுலா, பெரு, நிக்கோரகுவா க்யுபா மற்றும் மெக்சிகோ நாட்டு மக்கள் என அமெரிக்கா இன்னும் பல சிக்கல்களை எதிர்கொண்டு இருக்கிறது.

ஈயம் பூசிய குடிநீர்

நீரின்றி வாழ்வில்லை. அதனால்தான் செவ்வாய்க் கிரகத்தில் வாழ்வாதாரத்துக்கான அடிப்படைத் தேவையான நீர் இருக்கிறதா என்று தேடுகிறார்கள் வான்வெளி ஆராய்ச்சியாளர்கள்.

நாம் வாழ்வது ஆறும் ஏரிகளும் தெளிந்த நீரோடைகளும் சூழ் உலகம். ஆனாலும் குடிக்கச் சுத்தமான குடிநீர் இல்லை என்ற புலம்பல்கள் சமீப காலமாக அதிகரித்து இருக்கின்றன.

அமெரிக்காவில் தண்ணீருக்காக வரிசையில் நிற்கவேண்டாம் என்றாலும் தண்ணீரொன்றும் இலவசமாகக் கிடைப்பதில்லை. மாதம் பிறந்தால் தண்ணீருக்குக் கட்டணம் செலுத்த வேண்டும். நியுஜெர்சியில் 250 லிட்டர் தண்ணீருக்கு 50 ரூபாய். நியூயார்க் நகரில் மட்டும் ஹட்சன் தண்ணீர் ருசியோ ருசி!! அதிலும் கோடையில், வாசல் புல்வெளிகளைப் பராமரிக்க நிலத்தடியில் இருந்து கிளம்பி வரும் தானியங்கி நீரூற்றிகள் செயல் பட ஆரம்பித்தால் இன்னும் அதிக காசு கட்ட நேரிடும். சில சமயம் தண்ணீர்த் தட்டுப்பாடு நிலவுவதால் புல்லுக்குத் தண்ணீர் விட வேண்டாம், வாகனங்களைக் கழுவ வேண்டாம் என்று மாநகராட்சியே சொல்லும் நிலை கூட உண்டு.

டெக்ஸாஸ், ஒக்லஹோமா, கலிஃபோர்னியா, ஆரேகான், யுட்டா, நெவேடா, வாஷிங்டன் (மாநிலம்) ஆகியவை வறட்சியால் பாதிக்கப் பட்டிருக்கின்றன. இது தவிர, தண்ணீரில்

கழிவுப்பொருட்கள் கலப்பது, நச்சுப்பொருட்கள் அல்லது கனிமங்கள் கலப்பதாலும் குடிநீர் பற்றாக்குறை ஏற்படுகிறது.

தண்ணீரில் இயற்கைக் கழிவுகள் (biological wastes), வேதியியல் நிறுவனங்களில் இருந்து வெளிப்படும் கழிவுப்பொருட்கள் (industrial waste) எனப் பலவித உடலுக்கு ஒவ்வாத பொருட்கள் நாள் தோறும் கலந்துகொண்டே இருக்கின்றன. இவற்றைத் தகுந்த முறையில் வெளியேற்ற அந்த நிறுவனங்கள் ஏற்பாடு செய்ய வேண்டியது அவசியம். அப்படிச் செய்த பின்னும் அதற்கானக் கருவிகள், கழிவுகள் வெளியேற்றப் பாதைகள் இருப்பதைக் காண்பித்தால்தான், நிறுவனங்களை நடத்த அரசு அனுமதி அளிக்கும்.

என்றாலும் சில சமயம் நிறுவனக்கழிவுகள் ஓடும் நீரில் கலக்கப்படுவது சட்டங்கள் தளர்ந்த சில மாநிலங்களில் நடப்பதுண்டு. இது தவிர குழாய்களில் இருந்து கசியும் கனிமங்கள், மலை முகடு, மண் இவற்றில் இருக்கும் சில உலோக/ தாதுப்பொருட்கள் என பல்வேறு கழிவுகளும் தண்ணீரில் சேருகின்றன.

உலகம் முழுவதிலும் குடிநீர்ப் பிரச்சினை இருக்கிறது. இலண்டனில் 14% நீர்நிலைகளே மாசு அற்று காணப்படுகின்றன. சிம்பாப்வே, சாம்பியா (Zambia) ஆகிய நாடுகளுக்கு மின்சார சக்தி கொடுக்கின்ற உலகிலேயே பெரிய அணைக்கட்டான காரிபா அணையின் நீர்மட்டம் ஒரு சதவிகிதம் குறைந்திருக்கிறது. ஆசிய நாடுகளில் தண்ணீரில் கலக்கும் செயற்கைப் பொருட்கள், கழிவுகள் நல்ல குடிநீர் கிடைப்பதற்கு இடையூறு விளைவிக்கின்றன.

ஆறும் ஏரிகளும் நிறைந்த நாடுதான் அமெரிக்கா. ஆனாலும் இங்கே ஏன் நல்ல குடிநீர் இல்லை? அதிலும் முன்னாள் ஜனாதிபதி ஒபாமாவின் கவனத்தைக் கவர்ந்து அவரை பிளிண்ட் நகருக்கு அழைக்க ஒரு சிறுமி கடிதம் எழுதி கண்ணீர் விட வைக்கும் நிலை?

நாடுகளில் நீர் நிலைகளும் நீர் விநியோகமும் மூன்று முக்கிய விஷயங்களின் அடிப்படையில் அமைந்துள்ளன.

1. தண்ணீரைச் சேமித்துவைக்கும் நீர்நிலைகள்

பெரும்பாலான தண்ணீரைச் சேமித்துவைக்கும் அமைப்புகளும், அணைகளும் கட்டி 60 வருடங்களுக்கு மேல் ஆகிவிட்டன. இவை பழைய தொழில்நுட்ப முறைகள், பொதுநல விதிகளின் அடிப்படையில் கட்டப்பட்டவை. 50 வருடங்கள் மட்டுமே நிலைக்கும் என உத்தரவாதம் தந்த அணைகளுக்கும் குழாய்களுக்கும் இப்போது வயது 60. எனவே அவை மெல்ல விரிசல் அடையத் தொடங்கிவிட்டன. அவற்றை மாற்ற வேண்டும்.

2. நீர் விநியோகிக்கும் குழாய்கள்

ஒவ்வொரு வீட்டிற்கும் தாமிரம் அல்லது துத்தநாகக் குழாய்கள் மூலம்தான் தண்ணீர் விநியோகிக்கப்படுகிறது. அந்தக் குழாய்கள் எப்போதோ போடப்பட்டவை. அந்தக் குழாய்கள் ஈய இணைப்புகள் மூலம் இணைக்கப்பட்டிருக்கலாம். 1986க்கு முன் கட்டப்பட்ட வீடுகளில் ஈயக்குழாய்களே கூட இருக்கலாம். அல்லது ஈயச் சாயங்கள் பூசப்பட்டிருக்கலாம். அந்த ஈயம் காலப்போக்கில் கசிந்து நீரில் கலந்து விடுகின்ற காரணத்தால் நச்சு ஆகிக் கொண்டிருக்கின்ற பரிதாப நிலை இங்கே. ஒவ்வொருநாளும், மில்லியன் கணக்கான அமெரிக்கர்கள் பாதுகாப்பற்ற குழாய் நீரைத்தான் குடிக்கிறார்கள். ஒரு ஆய்வின் படி, 21 மில்லியன் அமெரிக்கர்கள் வரை சுகாதாரத்தரங்களை மீறும் அமைப்புகளிலிருந்து தண்ணீரைப் பெறுகிறார்கள். கார்டியன் அறிக்கையின்படி, குறைந்தது 33 முக்கிய அமெரிக்க நகரங்கள்(ஃபிளின்ட் மற்றும் மிச்சிகன் மாநிலம் போன்றவை) நீர் தரச்சோதனையைத் தவிர்க்கின்றன.

3. தண்ணீரைச் சுத்திகரித்து மாசுகளை அகற்றுதல். பல இடங்களில் சுத்திகரிப்பு சரியாக நடந்தாலும், பல இடங்களில் அவ்வப்போது கலக்கும் வேதியியல் கழிவுகள், இயற்கைக் கழிவுகள் இதைச் செவ்வனே செய்ய விடாமல் தடுக்கின்றன. நாளொன்றுக்கு 850 புகார்கள் வரை வந்துகொண்டே இருக்கின்றன. டெக்ஸாஸில் இயற்கைப் பேரிடருக்குப் பின்பு, நீர் நிலையங்களில் வந்து படிந்த வண்டலை அகற்றும் சக்தி, இந்த சுத்திகரிப்பு நிலையங்களுக்கு இல்லை. பால்டிமோரில் வந்த புகாரின் படி சோதனை

செய்ததில் சில சேமிப்பு இடங்களில் ஈகோலை (e coli) என்ற நுண்ணுயிர்க்கிருமி இருந்தது தெரியவந்தது. நியூயார்க்கில், ஆர்செனிக் என்றால் நியுஜெர்சியில் காரீயம். இப்படியான தண்ணீரைச் சுத்திகரிக்க வேண்டிய அவசியம் நாட்டிற்கு உண்டு.

எனவே, சமீபத்திய ஆண்டுகளில் நமது மிகப்பெரிய அரசியல் இயக்கங்கள் மற்றும் நெருக்கடிகளில் சில, நீர் மாசுபாட்டை மையமாகக் கொண்டிருப்பதில் ஆச்சரியமில்லை. சில ஆண்டுகளுக்கு முன்பு, டகோட்டா அணு கல்குழாயிலிருந்து மிசோரி நதியைப் பாதுகாப்பதற்காகப் நூற்றுக்கும் மேற்பட்ட பூர்வீக அமெரிக்கர்கள் ஸ்டாண்டிங்ராக் என்ற போராட்டத்தில் ஒன்றிணைந்ததால் அமெரிக்கா வெறிச்சோடியது. இந்த குழாய் ஒரு நாளைக்கு 470,000 பீப்பாய்கள் எண்ணெய்யை ஆற்றின் கீழ்க்கொண்டு செல்லும். இதில் ஏற்படும் ஒரு சிறு கசிவும் கூட குடிநீர் மற்றும் உணவு உற்பத்தி இரண்டையும் விரைவாக அழிக்கும்.

நீர்நிலை சுற்றுச்சூழல் ஆய்வாளரும், கொலம்பியா பல்கலைக்கழக பேராசிரியருமான உப்மானு லால் மற்றும் அவரது மாணவர்கள் 17900 நீர் சேகரிப்பு இடங்கள் மற்றும் சுத்திகரிப்பு நிலையங்களை ஆராய்ச்சி செய்ததில், 1980இல் இருந்து 2015 வரை நீர் தூய்மைக்கான சட்ட வரம்பு மீறல்கள் இரண்டு மடங்காகியிருக்கின்றன எனக் கண்டறியப்பட்டது. கிட்டத்தட்ட 21 மில்லியன் அமெரிக்க மக்களுக்குக் கிடைக்கும் குடிநீரில் மாசு படிந்திருக்கிறது. பாலிஃப்ளூரோ அல்கைல் அல்லது பாலிஅல்கைல் என்ற நீக்க முடியாத வேதிப்பொருட்கள் கலந்திருப்பதையும் கண்டறிந்து பதிவு செய்கிறார்.

அயோவாவில் 750 பலவீனமான நீர்வழிகள் உள்ளன. 10,000 க்கும் மேற்பட்ட தொழிற்சாலைப் பண்ணைகள் உள்ளன. பெரும்பாலான சந்தர்ப்பங்களில் அந்த நீர்வழிகள் மாநிலத்தை ஆக்கிரமித்துள்ள மாபெரும் தொழிற்சாலை பண்ணைகளிலிருந்து வெளியேறும் ரசாயனக் கழிவுகளால் மாசுபடுத்தப்படுகின்றன.

இது மட்டுமன்றி 65 மில்லியன் மக்களுக்குச் சமமான கழிவுகளை உற்பத்திசெய்யும் 26 மில்லியன் பன்றிகள் இந்த மாநிலத்தில் உள்ளன. அந்த கழிவுகள் எங்காவது அகற்றப்பட

வேண்டும். எனவே இது நீர் வழிகளிலும், இறுதியில் குடிநீர் அமைப்பிலும் கலந்துவிடுகிறது.

மாறாக டெஸ்மொய்ன்ஸ் (Des Moines) நகரம் உலகின் மிகப்பெரிய நைட்ரேட் அகற்றும் முறையைக் கொண்டுள்ளது, இது குடி தண்ணீரின் தரத்தைக் காப்பாற்றும் முயற்சியாகும். மேலும் அந்நகரவாசிகள் குடிநீரின் தரம் குறித்த சட்ட மசோதாவைக் கொண்டுவரும் முயற்சியில் இருக்கிறார்கள்.

அமெரிக்காவில் நீர் தரச் சிக்கல்களுக்கான சரியான காரணம் இடத்திற்கு இடம் வேறுபடலாம். குழாய்களில் ஏற்படும் கசிவுகள், சுரங்கம், குழாய் வழிகள், கார்ப்பரேட் விவசாயம், நச்சுக் கலப்பு அல்லது ஈயக்குழாய்கள் இறுதியில், இவை அனைத்துக்கும் அடிப்படையாக இருக்கும் வழக்கமான பெருநிறுவனப் பேராசை, ஒழுங்கு முறை இல்லாமை மற்றும் பொது முதலீடு போன்றவற்றில் ஒன்றாகவோ அல்லது பலவாகவோ அந்தக் காரணம் இருக்கலாம். ஆனால் எது எப்படி இருப்பினும் மக்கள் ஒப்புக் கொள்ளும் ஒரு விஷயம் என்னவென்றால், அரசாங்கம் நாட்டின் நீரின் தரத்தை உறுதி செய்யவேண்டும் என்பதுதான்.

2019 ஆம் ஆண்டில் கொண்டுவரப்பட்ட நீர் மற்றும் உட் கட்டமைப்புச் சட்டம் (Infrastructure bill) நம்பிக்கையூட்டுவதாக உள்ளது. மேலும் தூய்மையான, பாதுகாப்பான நீருக்கான அணுகுமுறையை உறுதிப்படுத்த 35 பில்லியன் டாலர் நிதியுதவியையும் அச்சட்டம் அளிக்கிறது. இந்த சட்டம் நிறைவேற்றப்படுகையில் குடிநீர் தரக்கட்டுப்பாடு தொடர்பான நல்ல, பசுமை சார்ந்த வேலை வாய்ப்புகளையும் (Green jobs) இது வழங்குகிறது.

பூச்சிக்கொல்லிகள், எரிபொருள் இரசாயனங்கள் போன்ற நச்சுக்களை எப்போது, எங்கு வேண்டுமானாலும் தங்கள் வணிகத்திட்டங்களுக்கு ஏற்றவாறு - நீர்ப் பாதையில் கலப்பதைப் பெருநிறுவனங்கள் செய்கின்றன. கண்டுபிடிக்கப் படாதவரை இத்திட்டங்களில் பங்காற்றும் நிறுவனங்கள், பிளின்ட்டில் நடந்ததைப் போன்ற பேரழிவுகள் நடக்கையில் தங்கள் நிறுவனங்களை மூடிவிடுகிறார்கள். இத்திட்டங்களினால்

அதுவரை ஏற்பட்ட சுகாதாரக்கேடுகளை அப்படியே கைவிட்டுவிடுகின்றனர். பிறகு அதைச் சுத்தம் செய்ய உள்ளூர் அரசாங்கங்கள் தயாராக இல்லை.

இந்தப் பிரச்சினைக்குப் பங்களிப்பதில் இருந்து மக்கள் பின்வாங்கக்கூடிய சிக்கல்கள் உள்ளன, குறிப்பாக அதைச் சரிசெய்யத் தேவையான நிதிப் பயன்பாடு, அதை யார் ஒதுக்குவது என்பது போன்ற குழப்பங்கள் நிலவுகின்றன .

குடிநீர் விநியோகக் குழாய்களை மாற்றியமைக்கத்தேவையான முதலீடு, கழிவுகளை நீர்ப்பாதையில் வெளியேற்றும் நிறுவனங்களைக் கட்டுப்படுத்துதல், சுற்றுச்சூழல் கட்டுப்பாடு, நீர் அமைப்புகளை தனியார்மயமாக்குதல், மூலமாக இந்தப் பிரச்சினைகளுக்கான தீர்வுகளை எட்டலாம்.

சென்ற ஜனநாயக கட்சி தேர்தல் வேட்பாளர் விவாதத்தில் நியுவர்க்கின் நீர்ப் பிரச்சினை பேசுபொருளாகிவிட்டது. நியூஜெர்சியின் மிக முக்கியமான நகரமான நியுவர்க் நகரக் குடிநீரில் இருக்கும் ஈயத்தின் அளவு, சமீபத்தில் அமெரிக்காவில் ஒரு பெரிய நீர் அமைப்பால் பதிவு செய்யப்பட்ட வரம்பை விட மிக அதிகமாக இருந்தது. அதற்கான காரணங்கள் பல உண்டு. நகரங்கள் மற்றும் மாநில அதிகாரிகள் பலவழிகளில் பாதுகாப்பான குடிநீர்ச் சட்டத்தை மீறுகின்றனர். குழாய்களிலிருந்து குடியிருப்பாளர்களின் குடிநீரில் ஈயம் வெளியேறாமல் தடுக்கும் வகையில் அதன் நீரைச் சுத்திகரிக்கத் தவறியது மற்றும் மாசு நிலைகளைப் பற்றி மக்களுக்கு அறிவிக்காமல் அசட்டை செய்வது போன்றவை அவ்வாறான சுகாதார அபாயங்களில் சில.

ஈயக் கசிவினால் கர்ப்பிணிப்பெண்கள் மற்றும் குழந்தைகள் மிகவும் பாதிக்கப்படுவர். குறைந்த ஈய அளவுகூட வளரும் மூளை மற்றும் நரம்புமண்டலங்களில் கடுமையான, குணப்படுத்த முடியாத சேதங்களை ஏற்படுத்தக் கூடியது. ஈயக்கசிவு கருவுறுதல் பிரச்சினைகள், இருதய மற்றும் சிறுநீரகப் பிரச்சினைகள், அறிவாற்றல் செயலிழப்பு மற்றும் பெரியவர்களின் உயர் இரத்த அழுத்தம் ஆகியவற்றுடன் தொடர்புடையது.

நியுவர்க் நகரத் தண்ணீரின் நச்சு ஈய அளவைக் குழந்தைகளுக்குச் செய்யப்படும் பரிசோதனைகள் மூலம்தான் தெரிந்து கொள்கிறோம் என்பது குறிப்பாக ஆபத்தானது. இந்த நகரத்துக் குழந்தைகளின் உடலில் அபாயகரமான அளவுக்கு ஈயம் கலந்துள்ளது தெரியவந்தது. நியூஜெர்சியிலேயே இது மிக மிக அதிகமான அளவாகும். அசுத்தமான குழாய் நீர் மற்றும் பிற மூலங்கள் உட்பட, ஈயம் உடலில் கலக்கக்கூடிய பல்வேறு செயல்பாடுகளிலிருந்து இது உருவாகலாம்.

ஜனவரி முதல் ஜூன் 2017 வரை கிட்டத்தட்ட மாநகர் முழுதும் 10 சதவிகித வீடுகளில் தண்ணீரில் மத்திய அரசு நிர்ணயித்த அளவைவிட ஒரு பில்லியனுக்கு 10 புள்ளிகள் அதிகமாக ஈயத்தின் அளவு நீரில் இருப்பது கண்டுபிடிக்கப்படுகிறது.

செப்டம்பரில் பல தன்னார்வச் சேவை மையங்களும் சேர்ந்து நியுவர்க் மாநகரக் குடிநீர் அபாய நிலையைப்பற்றி மாநகர அரசுக்குப் பல கடிதங்கள் எழுதினார்கள்.

எட்டு மாதங்களுக்குப் பிறகு பல்வேறு பரிசோதனைகள் மூலம் ஈயக்குழாய்களில் அரிப்பு ஏற்பட்டு ஈயம் கலப்பது நிரூபிக்கப்பட்டது. மாநகர அரசு அதை ஒப்புக்கொள்ள வேண்டியதாயிற்று.

ஏப்ரல் 2018இல், நியுவர்க் மாநகர குடிநீர் நெருக்கடி நிலையம், நியுவர்க் பொதுப்பள்ளிக்கூடங்களில் உடல்நலக் கல்வியாளர்களாகப் பணிபுரிபவர்கள் அனைவரும் ஒன்றுசேர்ந்து, மத்திய அரசின் சட்ட அமைப்பை எப்படி நியுவர்க் மாநகர அரசு உதாசீனப்படுத்தியது என்றும் அதனால் எப்படிப் பொதுமக்களது உடல்நலம் பாதிக்கப்பட்டது என்றும் எடுத்துக் காட்டி மாநகர அரசின் மீது வழக்குப்பதிவு செய்தார்கள்.

ஆகஸ்ட் 2018-ஐ அவசரக்காலமாக அறிவிக்கச்செய்து, பலவீனமான, உடல் நலமில்லாத மக்களுக்கும் சுத்தமான குடிநீர் வழங்க அரசாணை பிறப்பிக்க உத்தரவிடச் சொல்லுமாறு மத்திய அரசை வேண்டிக் கொண்டார்கள். இப்படியான நிர்ப்பந்தங்களால், மாநகரிலுள்ள எல்லாக் குடிமக்களுக்கும் குடிநீர் சுத்திகரிப்பு வடிகட்டி (filter) தரவும் தண்ணீர் பாட்டில்களை வழங்கவும் ஏற்பாடு செய்தார்கள். டிசம்பர் மாதம் செய்யப்பட்ட பரிசோதனையில் இன்னும் பல

பகுதிகளில், பில்லியனுக்கு10 புள்ளிகளில் இருந்து ஈயத்தின் அளவு 24 ஆக உயர்ந்திருப்பது தெரிய வந்தது.

அமெரிக்காவின் பல மாநிலங்களிலும் வெகுகாலம் முன்பு போட்ட குழாய்களில் ஈயம் தொடர்ந்து வெளியேற வாய்ப்பு இருக்கிறது. ஆகத் தண்ணீர் தட்டுப்பாட்டாலும், நல்ல குடிநீர் இல்லாமலும் அவதிப்பட வேண்டிய ஜனத்தொகை 40 மில்லியனில் இருந்து இன்னும் அதிகமாகலாம். ஆனால், இது தீர்க்கக் கூடிய, பிரச்சினை.

அமெரிக்கா போன்ற வளர்ந்த நாட்டில் இது ஒரு பிரச்சினை என்றால், நம் நாட்டை போன்ற ஓர் இடத்தில் தெளிந்த நீரோடையில் நாமே அசுத்தங்களைக் கரைப்பதும், அதையே குடிநீராகப் பயன்படுத்துவதும் தவறாகும். ஹைதராபாத் மாநகரில் கூட தண்ணீரில் இப்படி ஈயம் கலந்து பலருக்கு எலும்புக் குறைபாடுகள் வந்து ஒரு கிராமமே பாதிக்கப்பட்டது. பல குழந்தைகளை எலும்புருக்கி நோய் தாக்கியது. சிலர் ஊனமடைந்தனர்.

அதிபர் பைடன் கொண்டுவந்த உள்நாட்டுக் கட்டிட , மற்றும் போக்குவரத்தைச் சரிசெய்யும் உட்கட்டமைப்புச் சட்டத்தில் (infrastructure bill) காரீயக்குழாய்களை மாற்றப் பல பில்லியன் டாலர்கள் ஒதுக்கப்பட்டிருக்கின்றன..

முதலில் குழாய்களை மாற்றுவது முக்கியம். இரண்டாவதாக, நீர்ச் சுத்திகரிப்பைக் குடியிருப்புகளின் அருகேயே ஏற்படுத்தினால், அவற்றைக் கண்காணிப்பதும் எளிதாக இருக்கும்.

மூன்றாவதாக, பயிரிடப்படும் வயல்களில் நீர்ப் பயன்பாட்டை அறியவும், அதிக நீர் சேதாரமடையாத வண்ணம் எங்கே என்ன பயிர் விளைவிக்கலாம் என்றும் ஆராய்ந்து முழு விவசாய மாற்றத்தைக் கொண்டுவர வேண்டும். நான்காவதாக, நீர்ச் சுத்திகரிப்பு நிலையங்களை நவீன மயமாக்கி அவற்றின் திறனை அதிகரித்தல். இதனால் இயற்கை சீற்றத்தால் வரும் வண்டல்களை அகற்ற முடியும்.

சமீபகாலமாக நிறைய மாநிலங்களில் மின்னிலக்க கண்காணிக்கும் கருவிகளை நிறுவி இருக்கிறார்கள், இவற்றின் மூலம் ஒருவர் தண்ணீரை எதற்காகப் பயன்படுத்துகிறார் என அறிந்து அந்த

நீரில் என்ன மாசு இருக்கமுடியும் என்பதைக் கண்காணிப்பது. ஐந்தாவதாக, அணைக்கட்டுகள், நீர்த்தேக்கங்களை நவீன மயமாகக் கட்டுவது. இந்த காரணங்களுக்காகத்தான் புதிய சட்ட மசோதா இரு கட்சியினரால் ஆதரிக்கப்பட்டு கையெழுத்தாகி இருக்கிறது.

சுத்தமான குடிநீரின் அவசியத்தை உணர்ந்து, அதை மக்களுக்குத் தர வேண்டியது ஒரு அரசின் தலையாய கடமை. அதே போல நீர்நிலைகளைச் சுத்தமாக பாதுகாக்க வேண்டியதும் மக்களின் கடமை. செவ்வாய்க் கிரகத்தில் தண்ணீரைத் தேடிக் கண்டுபிடிப்பது ஒருபுறம் இருந்தாலும் இருக்கும் நீர்நிலைகளைப் பராமரிப்பதும் பாதுகாக்க வேண்டியதும் முக்கியம். இதைச் செய்யாவிட்டால் அமெரிக்கா மட்டுமல்ல. உலகமெங்கும் உபத்திரவம்தான்.

மூன்று அதிகார மையங்கள்

*ந*மது நாட்டில் சபாநாயகரைத் தேர்ந்தெடுப்பதெல்லாம் மிகவும் எளிதான செயல். நல்ல வாக்கு வித்தியாசத்தில் வென்ற கட்சி யாரைக் கைகாட்டுகிறதோ அவரே சபாநாயகர். ஆனால் அமெரிக்கா அப்படி இல்லை. ஒன்றல்ல இரண்டல்ல. பதினைந்து முறை வாக்களிக்க வேண்டும். விளையாட்டல்ல. உண்மையாகவே. ஏன் 15 முறை வாக்களிப்பு? எதனால் இத்தனை சுற்றிவளைப்பு என்பதைப் புரிந்துகொள்ள அமெரிக்க அரசியல் அமைப்பைப் புரிந்துகொள்ள வேண்டும்.

இந்தியா, அமெரிக்கா இரண்டுமே மக்களாட்சி நாடுகள். ஆனால் இரண்டின் இறையாண்மையிலும் வேறுபாடுகள் உண்டு. இந்தியாவில் அதிகாரம் மக்களால் தேர்ந்தெடுக்கப்பட்ட அரசாங்கத்திடம், குறிப்பாகப் பிரதமரிடம் குவிந்திருக்கிறது. அவருடைய அமைச்சர்களும் அவர் கருத்திற்கு எதிர்க் கருத்து கூறுவதில்லை. ஆனால், அமெரிக்காவில் அப்படி இல்லை. நிறையத் திட்டங்கள் இங்கே கட்சிப் பாகுபாடின்றி, மக்கள் நலனை முன்வைக்கும் திட்டங்களே. நிறையச் சட்ட மசோதாக்களாகட்டும், நிதித்திட்டங்களாகட்டும் தேர்ந்தெடுக்கப்பட்ட அங்கத்தினர்கள், கட்சிப்பாகுபாடின்றியே வாக்களிப்பார்கள்.

அதிகாரம் ஓரிடத்தில் குவியாமல் இருக்கவும், மக்கள் நலனை முன்னிட்டும் சரியான சோதனைகளும் தீர்வுகளும் இருக்க வேண்டும் என்பதால், அமெரிக்க அரசு மூன்று அதிகார மையங்களைக் கொண்டிருக்கிறது.

1. சட்டபூர்வ மையம் - Legislative branch Senate, House of representative

2. தலைமை மையம் - வெள்ளை மாளிகை உள்ளடக்கியது – Executive Branch

3. நீதித்துறை மையம் - Supreme Court

சட்டபூர்வ மையம், மக்கள் நலனுக்காகச் சட்டங்களை இயற்றுகிறது. வெள்ளை மாளிகைத் தலைமை மையம் அதை நிறைவேற்றுகிறது. நீதித்துறை மையம், அந்தச் சட்டங்கள் உண்மையிலேயே மக்களுக்கு நன்மை பயக்குமா என ஆராய்கிறது.

சட்டபூர்வ மையத்தின் ஒரு பகுதியான செனேட், தலைமை மையம் நியமிக்கிற அமைச்சர்களை நேர்காணல் செய்து, அவர்கள் தகுதியானவர்கள்தானா எனவும் தீர்மானித்து அவர்கள் தேர்வை அனுமதிக்கவோ நிராகரிக்கவோ செய்கிறது.

அதேபோல, சில சமயம், சட்டபூர்வ மையத்தின் சட்டங்களை, அதிபர் நிராகரிக்கவும் செய்யலாம். தானே சில தீர்மானங்களைக் கொண்டுவந்து (Executive Order) அதை நேரடியாக மக்களிடம் கொண்டு செல்லலாம். நீதித்துறை சில சமயம் சட்ட மையங்களால் நிறைவேற்றப்பட்டு, அதிபரால் கையொப்பமிடப்பட்ட சட்டங்களை நிராகரிக்கவும் செய்யலாம்.

இவ்வாறாக, அதிகாரம் பரவலாக இருப்பதால்தான், அதிபர் தவறு செய்யும் போது, அல்லது செய்ததாகக் கருத்துக்கள் உலாவும் போது அவரையே சட்ட மையம் விசாரிக்க முடிகிறது. அதை மக்கள் நேரடியாகக் காணும் வண்ணம் தொலைக்காட்சியில் நேரலையில் காணவும் முடிகிறது. இதை அதிபர் கிளின்டன், அதிபர் டிரம்ப் ஆகியோரின் விசாரணையில் உலகமே பார்த்தது.

சட்ட மையங்கள் இரண்டு அமைப்பைக் கொண்டவை. ஒன்று செனேட், மற்றது தேர்ந்தெடுக்கப்பட்ட அங்கத்தினர்கள் கொண்ட அரங்கம் (House of representatives).

செனேட்: ஒவ்வொரு மாநிலத்திலிருந்தும் இரண்டு உறுப்பினர்கள் என நூறு பேரைக் கொண்டது. உறுப்பினர்களின் பதவிக்காலம் ஆறு வருடம். இதன் தலைவர் அமெரிக்கத் துணை அதிபர். இங்கே பல குழுக்கள் இருக்கின்றன. இந்த குழுக்களில் கட்சிப் பாகுபாடு இல்லாமல் பலர் நிர்ணயிக்கப்பட்டு நிதித்திட்டங்கள், புதிய சட்டங்கள் குறித்துத் திட்டமிடுவது போன்ற அதிகாரங்கள் இங்கே உண்டு. எந்த திட்டங்களும் இரு அவைகளிலும் ஒப்புதல் பெற வேண்டும். செனேட்டின் முக்கிய அதிகாரம், அதிபர் தேர்ந்தெடுக்கும் அமைச்சர்களை நியமனம் செய்வது அல்லது நிராகரிப்பது, புதிய ஒப்பந்தங்களை அங்கீகரிப்பது (approve treaties). இந்த அதிகாரம், அங்கத்தினர் அரங்கத்துக்கு (house of representatives) இல்லை.

அங்கத்தினர் அரங்கம்: மாநிலத்தின் மக்கள் தொகை அடிப்படையில் ஒவ்வொரு மாநிலத்திலிருந்தும் அங்கத்தினர்கள் தேர்ந்தெடுக்கப்படுகின்றனர். இங்கே 435 அங்கத்தினர்கள் உண்டு. இதைத் தவிர வாஷிங்டன் டிசி, காம் (Guam), வர்ஜின் ஐலண்ட், போன்ற இடங்களில் இருந்து 5 உறுப்பினர்களும், போர்ட்டோரிக்கோவில் இருந்து ஒரு ஆணையரும் உண்டு. பதவிக்காலம் இரண்டு ஆண்டுகள். இதில் போர்ட்டோரிக்கோ ஆணையர் மட்டும் நான்கு ஆண்டுகள் செயல்படுவார்.குறுகிய காலம் மட்டும் செயல்படுவதால், இந்த அங்கத்தினர்களுக்கான தேர்தல் ஒவ்வொரு இரண்டு ஆண்டுகளுக்கு ஒரு முறை வருகிறது. எல்லா அங்கத்தினர்களுக்கும் ஒரே காலத்தில் தேர்தல் வராது. அவரவர் பதவிக்காலம் முடியும் போது தேர்தல் வரும். தேர்ந்தெடுக்கப்பட்ட அங்கத்தினர்களின் பெருவாரியான நபர்களின் கட்சி சார்பைக் கொண்டு சபாநாயகர் அந்தக் கட்சியில் இருந்து தேர்ந்தெடுக்கப்படுவார்.

சமீபத்திய தேர்தலுக்கு முன் செனெட், அங்கத்தினர் அரங்கம் இரண்டிலும் ஜனநாயகக் கட்சி பெரும்பான்மையைக் கொண்டிருந்தது. நான்சி பலோசி தலைசிறந்த சபாநாயகராகத்

தலைமைப் பொறுப்பில் இருந்தார். அங்கத்தினர் அரங்கத்தின் தலைவர், அதிகார மையத்தில் மூன்றாமிடத்தில் இருக்கிறார். அதிபர், துணை அதிபர் அதன் பிறகு சபாநாயகர். எனவே இது மிகவும் அதிக அதிகாரம் கொண்ட ஒரு பொறுப்பு. இந்தத் தேர்தலில் செனேட், ஜனநாயகக்கட்சி பெரும்பான்மையைத் தக்கவைத்துக்கொண்டது.

ஆனால், சமீபத்தில் நடந்து முடிந்த தேர்தலில் அங்கத்தினர் அரங்கத்தின் பெரும்பான்மையை, மிகக் குறைவான எண்ணிக்கையில் குடியரசுக் கட்சி பெற்றது. எனவே நான்சி பலோசி பதவி விலகினார். அவர் பதவி விலகியதும், கெவின் மெக்கார்த்தி தன் நீண்ட நாள் கனவைத் துரத்த ஆரம்பித்தார்.

சபாநாயகரும் அதிபரும் ஒரே கட்சியைச் சார்ந்தவர்களாக இருந்தால் சுமுகமான உறவு பெரும்பான்மையான நேரங்களில் இருக்கும். சில சமயங்களில் அதிபரின் விருப்பங்களை நிறைவேற்றச் சபாநாயகர் வற்புறுத்தப்படுவார். உதாரணமாக, அதிபர் ஒபாமாவின் உடல்நலத் திட்டத்தை நிறைவேற்ற நான்சி பலோசி ஒத்துழைத்ததைச் சொல்லலாம்.

ஆனால், சபாநாயகரும் அதிபரும் வேறு வேறு கட்சிகளைச் சார்ந்தவர்களாக இருந்துவிட்டால் நிறையத் தடைகள் வரும். சிறுபான்மைக் கட்சி கொண்டு வரும் மசோதாக்கள், அல்லது செனேட் ஒப்புதல் பெற்று வரும் சட்டங்களை நிராகரிக்கலாம், அல்லது ஒப்புக்கொள்ளக் காலதாமதமாக்கலாம். எடுத்துக்காட்டு, நான்சி பலோசி, அதிபர் ஜார்ஜ் புஷ்ஷின் இராக் போர் நடவடிக்கையை விமரிசித்தது, ஜான் பேனர், அதிபர் ஒபாமாவின் நிதித்திட்டத்தை விமரிசித்தது, நான்சி பலோசி அதிபர் டிரம்பின் தடுப்புச்சுவர் திட்டத்தை ஆதரிக்காமல் விட்டது எனப்பல.

சபாநாயகரின் அதிகாரங்கள் பல குழுக்களைத் தேர்ந்தெடுப்பதிலும் இருக்கின்றன, மிக முக்கியமாகக் குழுக்களிலேயே மிக அதிகாரம் படைத்த விதிமுறைகள் குழுவில் பதின்மூன்று அங்கத்தினர்கள் உண்டு, அதில் ஒன்பது பேர்களை நியமிக்கும் அதிகாரம் சபாநாயகருக்கும் மீதி நான்கு அங்கத்தினர்களை நியமிக்கும் அதிகாரம் சிறுபான்மைக் கட்சிக்கும் உண்டு. சில தேர்ந்தெடுக்கப்பட்ட குழுக்களின் அனைத்து

அங்கத்தினர்களையும் சபாநாயகரே நியமிக்கும் அதிகாரமும் உண்டு. ஒரு மசோதா பரிசீலனைக்கு வரும் போது எந்தக் குழு பரிசீலிக்க வேண்டும் என்பதைத் தீர்மானிக்கும் அதிகாரமும் அவருக்கே உண்டு.

சபாநாயகராக வேண்டும் என்ற தன் கனவை நிறைவேற்ற எதை வேண்டுமானாலும் தரத் தயாராக வந்தார் கெவின் மெக்கார்த்தி. குடியரசுக்கட்சியில் ஆரம்பத்தில் இருபது பேர் அவருக்கு எதிராக வாக்களித்தார்கள். பல நிலை பேரத்தில் தன் அதிகாரங்களை விட்டுக்கொடுத்து கடைசியில் சிலர், எந்த வாக்காளருக்கும் வாக்களிக்காமல் நான் இருக்கிறேன் என்று மட்டும் சொல்ல, வெற்றிபெறத் தேவையான வாக்குகள் குறைந்தன. கெவின் மெக்கார்த்திக்கு 216 வாக்குகளும், ஜனநாயகக் கட்சி வேட்பாளருக்கு 212 வாக்குகளும் கிடைக்க, 118 ஆம் சபையின் தலைவரானார், கெவின் மெக்கார்த்தி. இந்த வெற்றியை அடைய 15 முறை வாக்குப் பதிவும் பல பேரங்களும் நடந்தன.

ஒரு இரண்டாம் தலைமுறைக் குடிமகன், தீயணைப்பு படையில் வேலைசெய்யும் ஒரு தொழிலாளியின் மகன் அமெரிக்காவின் மிக முக்கியத்துவம் வாய்ந்த தலைமைப் பதவிக்கு வரமுடியும் என்பதையே அமெரிக்காவின் ஜனநாயகத்தை பறைசாற்றுகிறது.

மிக அதிகாரமும் நல்ல திறமையும் கொண்ட நான்சியை நாங்கள் வீழ்த்திவிட்டோம் என்றெல்லாம் பெருமை பேசிய கெவின் மெக்கார்த்தி வெற்றி பெறுவதற்குள் திணறித்தான் போய்விட்டார். அதிகாரம் மிகுந்த பதவிக்கு வர அவர் விட்டுத்தந்த அதிகாரங்களும், ஒப்புக்கொண்ட சலுகைகளும்:

1. ஹவுஸ்/அரங்க அங்கத்தினர்கள் தொலைதூரத்தில் இருந்து பிராக்ஸி மூலம் வாக்களிப்பதை முடிவுக்குக் கொண்டு வந்தது, மற்றும் உலோகங்களைக் கண்டறிதல் கருவிகளை அகற்றியது.

2. ஹவுஸ் ஃப்ரீடம் காகஸ் உறுப்பினர்கள் சக்திவாய்ந்த அரங்கின் விதிமுறை குழுவில் (house rules committee) உள்ள ஒன்பது இடங்களில் மூன்றைப் பெறுவார்கள், இது மசோதாக்கள் மற்றும் திருத்தங்கள் கொண்டு வரப்படுமா என்பதில் பெரிய கருத்து உள்ளது.

3. டிசம்பரில் நிறைவேற்றப்பட்ட $1.7 டிரில்லியன் போன்ற திட்டங்கள் ஒரு பெரிய சர்வ அதிகாரத்தின் கூட்டாகத் தொகுக்கப்பட்டு ஒப்புதல் பெறப்பட்டது. அதற்கு மாறாக, விவசாயம் மற்றும் பாதுகாப்பு மசோதாக்கள் போன்ற செலவு மசோதாக்களில் தனித்தனியாக வாக்களிக்க மெக்கார்த்தி ஒப்புக்கொண்டார்.

4. அரசாங்கச் செலவைக் குறைத்தல்: இந்த ஒப்பந்தம் இரண்டு ஆண்டுகளுக்கு முந்தைய அளவைவிடச் செலவினங்களைக் கட்டுப்படுத்தும். இது பெரும்பாலான திட்டங்களுக்கு நிதியளிப்பதைக் குறைக்கும். உச்சவரம்பை ஏற்படுத்தும்.

5. மத்திய புலனாய்வுத் துறை சாதாரண நபர்களைப் பற்றிய விவரங்கள் சேகரிப்பது. சில குற்றவியல் வழக்குகளை விசாரிப்பது போன்ற செயல்களை விசாரிக்க ஒரு குழு ஏற்படுத்த ஒப்புக்கொண்டுள்ளார். இதில், முன்னாள் ஜனாதிபதி டோனால்ட் ட்ரம்பின் புளோரிடா பண்ணைத்தோட்டம் Mar-a-Lagoஇல் FBI மற்றும் நீதித்துறையின் சோதனை மற்றும் DOJ விசாரணையும் அடங்கும்..

6. பாதுகாப்பான மாவட்டங்களில் உள்ள கன்சர்வேடிவ் உறுப்பினர்கள் தனது காங்கிரஸின் தலைமை நிதி PAC பணத்தைத் தேர்தல் காரணங்களுக்காகச் செலவு செய்யாமல் இருக்க மெக்கார்த்தி ஒப்புக்கொண்டார். மேலும் தீவிரமான வலதுசாரி அங்கத்தினர்களை விதிமுறைக் குழுவில் சேர்க்கவும் ஒப்புக்கொண்டார்.

7. ஹோல்மன் விதி மீண்டும் நிலைநிறுத்தப்படும், இது சட்டமியற்றுபவர்களின் ஊதியத்தைக் குறைக்கவும், கூட்டாட்சி ஊழியர்களை நீக்கவும் மற்றும் திட்டங்களைக் குறைக்கவும் திருத்தங்களை அனுமதிக்கும்.

8. எந்த ஒரு மசோதாவும் வாக்களிக்க அரங்கிற்கு வரும் முன், 72 மணி நேரத்திற்கு முன்னரே அங்கத்தினர்களுக்குப் படிக்க, பரிசீலிக்கக் கொடுக்கப்படும்.

மேற்சொன்ன பல விதிமுறைகளுக்கு ஒப்புக்கொண்டு தன் அதிகாரத்தை விட்டுக்கொடுத்தும், மெக்கார்த்தியால் ஐந்து

நபர்களின் ஆதரவைப் பெற முடியவில்லை. அவர்கள் நடுநிலையாக இருக்கிறேன் என்று சொல்லி, ஒரு வழியாக மெக்கார்த்தியைத் தேர்ந்தெடுத்தார்கள். மிக அதிகாரம் உள்ள ஒரு பதவிக்குத் தான் ஆசைப்பட்டபடியே வந்த மெக்கார்த்தி, அதற்காக அத்தனை அதிகாரங்களையும் விட்டுக்கொடுத்ததுதான் ஒரு நகைமுரண்!

அடுத்த இரண்டு வருடங்களில் அமெரிக்கா, ஒரு ஸ்திர நிலைக்கு வந்துவிடும். எந்தத் திட்டங்களும் நிறைவேறாமல் இழுபறியாகி அடுத்த தேர்தல் வரை ஸ்தம்பித்து இருக்கும். நல்ல வேளையாக, அதிபர் பைடன் நான்கு முக்கியத் திட்டங்களை முன்பே நிறைவேற்றி ஒப்புதலும் வாங்கிவிட்டார்!!

அமெரிக்காவின் மூன்று மையங்களும், ஒவ்வொரு அங்கத்தினர்களும் தன்னிச்சையாக மக்கள் நலனை முன்வைத்துச் செயல்பட முடியும்! ஆனால், இந்திய ஜனநாயகத்தில் பிரதமரை எதிர்த்துச் சபாநாயகரால் செயல்படமுடியுமா என்பது சந்தேகமே!

பெண்களும் போர்களும்

ஆண்களை விடப் பெண்கள் போர்க்கால விளைவுகளை வித்தியாசமாக அணுகுகிறார்கள். அவர்கள் நேரடியாக அந்த வன்முறைகளைத் தங்கள் உடல் மீது, மனநலன் மீது சமூகத்தின் மீது உணர்ந்தாலும் எதிர்காலத்தைப் பற்றியும் தன் சந்ததிகளைக் காக்க வேண்டும் என்கிற இயற்கையான உந்துதலால், தொலைதூரம் பயணித்தாலும் குழந்தைகளையும் முதியோர்களையும் காக்கச் சக்தியாகப் புறப்படுகிறார்கள், உணவு சேகரிக்கிறார்கள். அப்போது ஒரு காவல் தெய்வமாக ஆகவேண்டிய கட்டாயம் அவர்களுக்கு இருக்கிறது.

களம் செல்லவும், சண்டையிட்டு அதிகாரத்தைக் கைப்பற்றவும் ஆண்கள் முனைந்திருக்கையில், வீட்டையும் சமூகத்தையும் காக்கும் பொறுப்பு, பெண்கள் கையில் தானாகவே வந்துவிடுகிறது. இதை அகதிகள் முகாமில் கண்கூடாகக் காணமுடியும்.

மகாபாரத காலத்து உரிமைப்போராக இருந்தாலும் சரி, எல்லைகளை விஸ்தீரணமாக்க நடந்த சோழர்களின் போராக, அல்லது பானிபட் போர்களாக இருந்தாலும் சரி, அல்லது சமீபத்தில் நடந்து கொண்டிருக்கிற உக்ரைன் போராக இருந்தாலும் சரி, போரின் விளைவுகளை மிக அதிகமாகச் சந்திப்பவர்கள் பெண்களும் குழந்தைகளுமே.

நாமே கண்கூடாக எத்தனை போர்களைச் சந்தித்திருக்கிறோம்? கார்கில் போர், கொரியாப் போர், பல ஆண்டுகளாக இழுத்தடித்த வியட்நாம் போர், ஆப்கன் போர், இராக்கில் நடந்த போர், இந்தியா சீனா,இந்தியா பாகிஸ்தான், வங்கதேச விடுதலைப் போர், தமிழீழ விடுதலைப் போர், இஸ்ரேல் பாலஸ்தீனிய யுத்தம், உக்ரைன் போர், இன்னும் எவ்வளவோ.

இதுவரை நடந்த பல யுத்தங்களால், 50 கோடிக் குழந்தைகளும், 20 கோடிப் பெண்களும் அகதிகளாக வெளியேறி நாடிழந்து அலைந்து கொண்டிருக்கின்றனர். புவிசார் அரசியல் ஆய்வின்படி, போர் நிகழும் இடத்திற்கு அருகே ஆபத்தான சூழலில் 28 கோடிப் பெண்களும், 36.8 கோடிக் குழந்தைகளும் வசிக்கிறார்கள். இதனால் அவர்கள் உயிருக்கு, பாதுகாப்பிற்கு எந்நேரமும் ஆபத்து விளையலாம்.

சர்வதேச அளவில், 100 இலட்சம் குழந்தைகளின் மரணம் எதிர்பாராத தாக்குதல்களால் விளைந்திருக்கிறது. இந்தப் புள்ளி விவரங்கள் உப்சலா நாடுகளின் இடையே உள்ள முரண்களைக் கண்டறியும் ஆய்வுகளின் ஒப்பந்தங்களின் படி திரட்டப்பட்டதாகும்.

மூன்று தலைமுறையாக ஆப்ரிக்கா, மத்தியக் கிழக்கு நாடுகள் ஆசிய நாடுகளின் சில பகுதிகளில் எப்போதுமே ஏதேனும் போர் நிகழ்ந்து கொண்டேதான் இருக்கிறது. அகதிகளைப் பற்றிப் பேசும்போது சோமாலியா, பங்களாதேஷ், ஈழம், மோசாம்பிக், சிரியா என்று சர்வதேச அளவில் நாம் போரினால் பெண்கள் அடையும் ஆபத்துக்களைப் பேசுகிறோம். இதன்பின் என்ன உளவியல் இருக்கிறது?

வன்புணர்வுகள் ஏன் போர் நடக்கும் போதும் அகதிகள் முகாமிலும் அதிகரிக்கின்றன? இது காமம் சார்ந்ததா அல்லது கோபம் சார்ந்ததா அல்லது பகைவர்களின் உச்சபட்ச உரிமைப்பொருளாக இன்னும் கருதப்படும் பெண்களைக் கவர்ந்து அவர்களின் அதிஉன்னதமாகக் கருதப்படும் கருப்பையை ஆள்வதன் மூலம், தங்களின் மரபணுக்களை விதைப்பதன் மூலம் மரபணு ஆதிக்கம் நடத்த முயல்கிறதா என்பதைச் சிந்திக்க வேண்டும்.

ஒரு நாட்டுச் சந்ததியினரை அழிக்க ஆயுதம் தேவையில்லை, ஆண்களின் குறிகள் போதும்! மரபணுக்களில் அந்நிய மரபணுக்களைக் கலப்போம் என்ற ஆணவமா என்ற ஆய்வுகள் இன்றளவும் தொடர்ந்து கொண்டுதான் இருக்கின்றன.

வன்முறை, குண்டு வீச்சு மட்டும் அல்ல, போதிய மருத்துவ வசதியின்மை, உணவுக்கான பாதுகாப்பு, நல்ல குடிதண்ணீர்ப் பற்றாக்குறை ஆகியவையும் அதிக மரணங்களுக்கும் மன உளைச்சலுக்கும் காரணமாகின்றன. மறைமுகக் காரணங்களால் மரணமடைந்தவர்களின் எண்ணிக்கை, குண்டுவீச்சுகளால் நேரடியாக இறந்தவர்களின் எண்ணிக்கையைவிட அதிகம். சூடானில் இறந்த 3 லட்சத்து 82 ஆயிரம் நபர்களில், ஒரு லட்சத்து 92 ஆயிரம் நபர்கள் மட்டுமே வன்முறையால் இறந்தவர்கள். மற்றவர்கள் நோயாலும் பசிக் கொடுமையாலும் உயிரிழந்தவர்கள்.

உயிர்போகாமல் உடல் ஊனமாகி அவதிப்படும் பெண்களும் குழந்தைகளும் உண்டு. உடல் ஊனமாவதால், தினசரி வாழ்க்கை, குழந்தைகளைக் கவனிப்பது, பெற்றோர்களைக் கவனித்துக்கொள்வது எனத் தேவையான அலுவல்களை முடிக்க முடியாமல் அல்லாடுகிறார்கள் பெண்கள். அதிலும் ஊனமான பெண்கள், மேலும் வன்முறைக்கு ஆளாகிறார்கள். நிலத்தின் கீழே இருக்கும் கண்ணிவெடி மருந்துகள் கால் பதிக்கும் போது வெடித்துச் சிதறுவதாலும், சில வெடி மருந்துகள் போன்றவற்றாலும் இப்படி ஊனமுறுகிறார்கள்.

குழந்தைகளைப் பாதுகாப்பது பெண்களின் வேலையாக எப்போதும் இருக்கிறது. எனவே பகைவர்கள் அல்லது எதிரிகள் வந்து கண் முன்னே வீடுகளைச் சூறையாடும் போதும், குழந்தைகளைத் தூக்கிக்கொண்டு தப்பியோடும் போதும் பலவித இன்னல்களுக்கு ஆளாகிறார்கள். வன்புணர்வு மட்டும் அல்லாது பலவிதமான பாலியல் தொலைகளுக்கும் ஆட்படுத்தப்படுகிறார்கள்

நாடிழந்து அகதிகளாகக் குழந்தைகளோடு மிருகங்களைப்போல அடைபடும் போதும் தாங்கவொணாத் துயரங்களும் சித்ரவதைகளும் அடைகிறார்கள். அதிலும் சிரியாவில் இருந்து தப்பி வந்த கைதி ஒருத்தியின் கால் துண்டிக்கப்பட்டு

இரத்தம் பெருக்கெடுத்தோட அவளைப் படுக்க வைக்கக்கூட இடமில்லாத காரணத்தால் ஓடும் புகை வண்டியில் இருந்து அப்படியே வீசி எறிந்த உண்மைச் சம்பவம் போல நிறையச் சம்பவங்கள் உண்டு. குழந்தைப்பருவத்திலேயே திருமணம், கணவன் அல்லது தந்தை போருக்குச் சென்றுவிடுவதால் கிடைக்கிற தனிமை, அகதிகள் அடைகிற பாலியல் வன்முறை ஆகியவை சொல்லினும் அடங்கா.

இதில் வன்புணர்வு எப்படி எதனால் நடக்கும் எனக்கூடச் சொல்ல முடியாது. ஆணுறுப்புகளால், குச்சியால், துப்பாக்கி ரைஃபிள்களால் என வலியால் துன்புறுத்தப்படும் பெண்கள் கோடிக்கணக்கானோர். குடும்ப உறுப்பினர் முன்னிலையிலும் பலவந்தப்படுத்தப்படும் பெண்கள் அவர்களைப் பொறுத்தமட்டில் ஓர் உரிமைப்பொருளே.

மேலும் HIV உள்ள ஆண் போர்வீரன் மூலம் கட்டாய உறவுகொண்டு அல்லது அந்தக் கிருமி செலுத்தப்பட்டு, பல பெண்களுக்கு எய்ட்ஸ் நோய் பரவியது. இது மொசாம்பிக் போன்ற நாடுகளில் மிக வேகமாகப் பரவியது. மொசாம்பிக் நகரம் முழுதும் எய்ட்ஸ் நோய்க் கூடாரமாகியது. இதையும் தவிர வீட்டுக்கு ஒரு குழந்தையாவது ரேப் குழந்தையாக இருந்தது. பிறந்த போதே எய்ட்ஸ் நோயோடு பிறந்தவர்கள் பலர்.

கம்போடியா, அங்கோலா, எத்தியோப்பியாவில் வறுமையோடு முறையான சிகிச்சையும் இல்லாமல் துயருற்ற பெண்கள் ஏராளம். இதனால், 18 வயதுக்கும் குறைவான பெண்கள் திருமணம் செய்து வைக்கப்பட்டார்கள். சிரியாவில் 44% குழந்தைத் திருமணங்கள் அதிகரித்தன. சந்தேகத்தின் பேரிலும் வறுமையாலும் கையாலாகாதத் தனத்தால் வருகிற சினத்தை நெருக்கமான உறவினர்/கணவர்கள், தங்களுக்கு அடங்கிய மனைவி/ அம்மா போன்ற பெண்கள் மீது காட்டும் வீட்டு வன்முறையும் பல நாடுகளில் குறிப்பாக சூடான், அங்கோரா, நேபாள் போன்ற இடங்களில் அதிகரித்திருக்கின்றது.

இதைத்தவிர, சரியான மருத்துவ வசதிகள் இல்லாதது ஒரு காரணம் என்றால், இருக்கிற மருத்துவ முகாம்களுக்கும் செல்ல அச்சப்பட்டுக்கொண்டு வீட்டிலேயே நோயுற்று

வாழும் பெண்களும் ஏராளம். மிகக் குறைந்த இடத்திலே அடைபட்டு இருக்கும் அகதிகள், சரியான கவனிப்பின்றித் தொற்றுநோய்க்கும் ஆளாகிறார்கள். ஏமன், சிரியா, காங்கோ, சோமாலியா உள்ளிட்ட நாடுகளில் காலரா, ஹெப்படைடிஸ் பி, மற்றும் அம்மை போன்றவை சர்வசாதாரணம். யேமனில் குடிதண்ணீர் நிலையங்கள் வெடிகுண்டுகளால் தகர்க்கப்பட கிட்டதட்ட 5 லட்சம் குழந்தைகள் காலராத் தொற்றுநோயால் உயிரிழந்தார்கள். குழந்தைகளைப் பராமரிப்பவர்களாகவும், வீட்டுக்குத் தேவையான பொருட்களைக் கொண்டுவருபவர்களாகவும் பெண்கள் இருக்கின்ற காரணத்தால், போரால் அதிக பாதிப்படைபவர்கள் பெண்களே. நீரைத்தேடி நெடும் பயணம் போகும் போது அறியாமலே, வன்புணர்வு பாலியல் தொல்லைகளுக்கும் அவர்கள் இலக்காகிறார்கள். அதிகமான மன உளைச்சல், மன அழுத்தம் போன்ற மனநல பாதிப்புக்கும் ஆளாகிறார்கள். இதில் வன்புணர்வால் கருத்தரித்து, கருச்சிதைவும் செய்து கொள்ள இயலாத நிலையில் அந்த சிசுவை வளர்த்தெடுக்கும் பெண்களின் நிலை சொல்ல இயலாது. வெறுக்கவும் முடியாமல் நேசிக்கவும் முடியாமல் ஒரு சிசு தன்னுள்ளே வளரும் நிலை எத்தகைய மன அழுத்தத்தைத் தரும்?

ஊட்டச்சத்து இன்றிக் குறைபாடுகளோடு பிறக்கும் குழந்தைகள், வளர்க்க போதிய வசதியின்மை, முதியோர்களையும் தங்களையும் பராமரிக்க முடியாதபோது வீட்டு ஆண்மகன் போரில் எங்கே எப்படி என்று கூட தெரியாத நிலை !

மலாலாவின் அகதிகள் குறித்தான புத்தகத்தில் ஒவ்வொரு பெண்ணின் கதையும் ஒரு வரலாறு! மொசாம்பிக் எய்ட்ஸ் நோயுடன் பிறந்த குழந்தைகள், அந்த நோயால் வருந்திய தாய்மார்கள் என ஒரு தலைமுறை போனபின்னும் இன்னும் நிலைமை சீரடையவில்லை. இலங்கை அகதிகள் முகாமில் பல்லாயிரம் கதைகள். ஆனால் இன்னும் போர் தொடர்ந்து கொண்டுதான் இருக்கிறது!

இவற்றிலிருந்து கிடைக்கும் முக்கிய குறிப்புகள்:

பெண்களும் குழந்தைகளும் பெருவாரியாகப் போரினால் பாதிக்கப்படுகிறார்கள்.

2000 ஆண்டு முதல் இது மேலும் அதிகரித்துக்கொண்டே செல்கிறது. *2018*-ல் நடந்த கருத்துக்கணிப்பின் படி ஏறத்தாழ *63* கோடிப் பெண்கள் அகதிகளாக அலைந்து திரிந்து கொண்டிருக்கிறார்கள், தங்கள் நாடு, வீடு, உடைமைகளை விட்டு.

உடல் நலம் மட்டுமின்றி மன நலனும் பாதிக்கப்படுகிறது. பலவிதமான தொற்றுநோய்களும் பரவுகின்றன. குழந்தைகள் சரியாகப் பள்ளிக்கும் செல்ல முடியாத நிலையில் பசியாலும் கவனிப்பும் அன்பும் அனுசரணையும் இன்றி வன்முறைக்கும் ஆளாகின்றனர். இதனால் பாதிப்படைந்த சில பெண்களே முன்னின்று அமைதிப் பேச்சுவார்த்தை நடத்திய நிலை உண்டு. சிரியாவில் சில பெண்கள் ஆயுதமேந்தி ஐசிஸை (ISIS) எதிர்த்தாலும் பல பெண்கள் அமைதிக்குழுவில் இடம் பெற்றிருந்தார்கள்.

அமைதி உரையாடல்களிலும், பேச்சுவார்த்தைகளிலும் பெண்கள் இருப்பது அவசியமாகிறது. அதேபோலச் சமுகத்திற்கான வளங்கள், உதாரணமாக நிதி ஒதுக்கீடு போன்றவற்றைத் தீர்மானிக்கின்ற பேச்சுவார்த்தையின் போதும் பெண்கள் இருப்பது பயனளிக்கும்.

போரினால் ஏற்பட்ட அதிர்ச்சி மற்றும் வேதனைகளிலிருந்து வெளியே வரவும், வளங்களை மீட்கவும் தேவையான மீட்புக்குழுக்களில் பெண்கள் இருப்பது அவசியம்.

பலவித வேலைகளை முடித்துவிட்டு அபாயம் சூழ்ந்த ஆயுதங்களைத் தாங்கிய படைவீரர்கள் நிறைந்த பகுதியில் நடந்து வரும் போதும், தன் குழந்தைகளைக் காக்கும் போதும் தன் மீதான வன்முறையைச் சந்தித்த போதும் அந்த பெண்களின் மனம் எப்படி இருந்திருக்கும்? ஒரு அறை முழுதும் தன்னைத்தாக்கிய ஆயுதமேந்திய படைவீரர்கள் இருக்க தன் மீதான வன்புணர்வை விசாரிக்கையில் வாக்குமூலம் சொன்ன பெண்களின் மனம் எத்தனை தைரியத்தை உள்ளடக்கி இருந்திருக்கும்? அவர்களைவிட அமைதியை விரும்புபவர்கள் வேறு யார் இருக்கக் கூடும்?

எனவேதான், அமைதிப் பேச்சுகளில் பெண்கள் இருப்பதும் அவசியமாகிறது. போர்களை நிறுத்த வேண்டியதும்

அவசியமாகிறது. ஆனால், மேலும் மேலும் போர்கள் அதிகரித்துக் கொண்டேதான் இருக்கின்றன. உக்ரைன், சிரியா, பாலஸ்தீனியம், இஸ்ரேல், அவ்வப்போது கார்கில் எல்லைப்பகுதி போர் நடக்காத நாட்களே இல்லை எனலாம்.

பெண்களின் பாதுகாப்பை அதிகரிக்க என்ன செய்ய முடியும்?

இராணுவத்தின் மீது சிவிலியன் மேற்பார்வை மற்றும் பொறுப்புணர்வை மேம்படுத்துதல், குறிப்பாக நிர்வாகத்திடம் இருந்து தொழில்நுட்ப அல்லது நிதி உதவி பெறும் மாநிலங்கள் தங்கள் பகுதிகளின் சிவிலியன் அல்லது இராணுவத்தில் அல்லாதோரின் மேற்பார்வையை அதிகரிக்கலாம்

(2) இராணுவ நீதி அமைப்பில் பாதிக்கப்பட்டவர்களின் உரிமைகளை விரிவுபடுத்துவதற்கும், கட்டளைப் பொறுப்புணர்வை மேம்படுத்துவதற்கும், பயிற்சியை அதிகரிப்பதற்கும் சட்டத் திருத்தங்களை முன்னெடுக்கலாம். பாலியல் வன்கொடுமை மீதான சட்ட நடவடிக்கைகளுக்கு முன்னுரிமை அளித்தல்.

(3) ‘அமைதி நடவடிக்கைகளுக்கான உயர்மட்ட சுயேட்சைக் குழு’ கொண்டு மற்றும் ‘பெண்கள், அமைதி மற்றும் பாதுகாப்பு மீதான உயர்நிலை மதிப்பாய்வு’ செய்து அதன் பரிந்துரைகளின்படி நடக்கலாம் இவை எல்லாவற்றுக்கும் மேலாக அவசியமற்ற போர்களைத் தவிர்க்கலாம்.

தபால் மூலம் அபார்ஷன்

இந்தியாவில் கருச்சிதைவுக்கு ஆதரவாக 1971-இல் இயற்றப்பட்ட சட்டத்தில் மாற்றம் செய்யப்பட்டு இப்போது 20 வாரங்கள் வளர்ச்சியடைந்த கருவைக்கூடக் கலைக்க அனுமதியளித்து உலகிலேயே பெண்களுக்கு அதிக உரிமையளிக்கும் சட்டமாகியிருக்கிறது. ஆனால், பல பெண்களுக்கு உண்மையிலேயே இதன் நுட்பம் புரியவில்லை. அதனாலேயே உலகில் மற்ற நாடுகளைவிட மிகஅதிக அளவில் மருத்துவர் உதவியின்றிக் கருக்கலைப்பு நடக்கும் நாடாக இந்தியா இருக்கிறது. இந்தியாவில் நடக்கும் 15 மில்லியன் கருக்கலைப்புகளில், 78% கருக்கலைப்புகள் சுகாதார மையங்களுக்கு வெளியிலேயே நடக்கின்றன.

15 முதல் 44 வயதுக்குள்ளான பெண்களின் கருக்கலைப்பு விகிதம் இந்தியாவில் ஆயிரம் பெண்களுக்கு 47 ஆகவும் உலக அளவில் ஆயிரம் பெண்களுக்கு 39 ஆகவும் இருக்கிறது. ஆக, இந்தக் கருக்கலைப்புகள் எப்படி நடத்தப்படுகின்றன என்றால், மிகச் சுலபமாகக் கிடைக்கும் இரண்டு மருந்துகளால். அவையாவன மிஃபிரிஸ்தோன், மிசொபிரிஸ்தால் (mifepristone and misoprostol). இந்த இரண்டு மருந்துகளில் ஒன்று கரு வளரத்தேவையான ப்ரொஜெஸ்டிரோன் என்ற ஹார்மோன்

உற்பத்தியைத் தடுக்க வல்லது. மற்றொன்று கருப்பையைச் சுருங்க வைத்து கருவை வெளியேற்றுகிறது.

இந்த இரண்டு மருந்துகளும் இந்தியாவில் பெண்களுக்குக் கருச்சிதைவை வீட்டிலேயே செய்து கொள்ள முடிகிறது என்பது ஒருபக்கம் என்றால், சிலருக்கு வணிக ரீதியாகப் பயனும் தருகிறது. சென்ற வருடம் 10 மில்லியன் டாலருக்கு நிகராக இந்த மருந்துகளை அமெரிக்காவிற்கு ஏற்றுமதி செய்திருக்கிறார்கள் அஞ்சல் வழி வணிகம் மூலமாக. ஒரு மருந்து அட்டை 5 டாலர் மதிப்பென்றால் அதை 350 டாலருக்கு விற்க முடிகிறது! பலருக்கு நிறைய இலாபம் கிடைக்கிறது!

ஆனால், சென்ற வாரம் முதல் அமெரிக்காவில் வந்த சில நீதிமன்றங்களின் தீர்ப்புகளால் நாடே கதிகலங்கி இருக்கிறது! ஏறத்தாழ இரண்டு தலைமுறைகளாகப் பயன்படுத்தி வந்த மருந்துகளை டெக்ஸாசில் உள்ள ஒரு நீதிபதி தடைசெய்யப் பல ஜனநாயகக் கட்சி ஆளும் மாநில நீதிமன்றங்கள் மறுத்திருக்கின்றன. சென்ற புதன்கிழமை மூன்றுபேர் கொண்ட ஒரு குழு அந்தத் தீர்ப்பில் சில மாற்றங்கள் கொண்டுவந்து, கருச்சிதைவு மருந்துகள் கிடைக்க வழி செய்திருக்கிறது. அதிபர் பைடனின் அரசு உச்ச நீதிமன்றத்தை நாடியிருக்கிறது!

இது இப்படியே தொடர்ந்தால், கருச்சிதைவுகளின் எதிர்காலமே அறுவை சிகிச்சை இன்றி மருத்துவர்கள் பரிந்துரை செய்த மருந்துகள், அதன்மீதான சட்ட வழக்குகளை நம்பியே இருக்கும்.

கலாசாரத்தை அழிவின்றிக் காக்கவேண்டிய கடமையில் இருக்க, எப்போதுமே பெண்கள் நிர்ப்பந்திக்கப்படுகிறார்கள். இப்போது ஆண்கள் மட்டுமின்றி அரசாங்கங்கள்கூட அவர்கள் கருப்பையில் ஆட்சி செலுத்துகின்றன. நாட்டின் அரசியல் சித்தாத்தங்களும் ஆட்சிகளும்கூட மாறத்தொடங்கும்.

கருச்சிதைவை எதிர்க்கும் மத அமைப்புகள், பிரக்யா போன்ற இந்திய அமைப்புகள் பிறக்கும் குழந்தைகள் சரிவரப் பேணப்படாமல் போனாலும் முதலில் சட்டப் படியும் தார்மிகப்படியும் முதலில் குற்றம் சுமத்துவது அன்னையரைத்தான். ஏனெனில் குழந்தைகளுக்கு முதன்மைப் பாதுகாவலர் அன்னையரே.

அறுவை சிகிச்சையைவிட மிபிபிரிசின், மிசொபிராசல் இரண்டும் நல்ல பலனைத் தருவதாலும் குறைந்த பக்க விளைவுகள் இருப்பதாலும் பெருவாரியான பெண்கள் இதையே பயன்படுத்துகிறார்கள். வீடுகளில் எடுத்துக் கொண்டு இளைப்பாற முடியும். மருத்துவமனைச் செலவுகள் இல்லை.

ரோவிற்கும் வேடுக்கும் (Roe vs Wade) நடந்த முக்கிய வழக்கில் வந்த வரலாற்றுச் சிறப்பு மிக்க தீர்ப்பிற்குப் பிறகு 13 மாநிலங்கள் கருச்சிதைவு அறுவைச் சிகிச்சையைத் தடை செய்தன. ஆனாலும் பெண்கள் இந்த மருந்துகளை அஞ்சல் வழியாகப் பெற்று பலன் அடைந்து வந்தனர். இது அதிகம் பொருளாதார வசதி இல்லாதவர்களுக்கு, கருச்சிதைவுச் சிகிச்சையைச் சட்டரீதியாகச் செய்ய முடிந்த மாநிலங்களுக்குச் செல்ல இயலாதவர்களுக்கு வரப்பிரசாதம்.

கருவுற்ற பெண்கள் மருந்துகளை அஞ்சல் மூலமாகப் பெற்றுச் சுயமாகக் கருச்சிதைவு செய்வதாலேயே கருச்சிதைவு எண்ணிக்கை குறையவில்லை. ஆனால் ரோ வேட் வழக்குத் தீர்ப்புக்குப் பின் அதிகாரப்பூர்வமான கருச்சிதைவு எண்ணிக்கை ஏழு சதவீதம் குறைந்து போனது. ஏனெனில் வீடுகளில் செய்யப்படும் கருச்சிதைவுகள் எங்கேயும் பதிவு செய்யப்படுவதில்லை.

அமெரிக்க மருந்து நிறுவனங்கள் அல்லாது வாட்ஸ் அப் மூலம் இந்தியாவில் ஒரு கிராமத்து நிறுவனத்தில்கூட மருந்தினை வணிக வழி பெற்றுக்கொள்ள முடியும். இந்தியாவில் கடும் சட்டதிட்டங்கள் இல்லை. நான்கே தினங்களில் அமெரிக்காவிற்குத் துரிதகதியில் வந்துவிடுகிறது. துரித அஞ் சலில் யாரும் என்ன பொருள் வருகிறது என்று கவனிப்பதும் தக்கவைப்பதும் இல்லை.

டிரம்ப்பால் நியமிக்கப்பட்ட நீதிபதி மாத்யூ காக்ஸ்மாரிக் (Matthew Kacsmaryk) இந்த இரண்டு மருந்துகளை அமெரிக்க மருந்துக் கழகம் அங்கீகரித்திருக்கவே கூடாது எனவும், இதனால் பெண்களுக்கு வரும் பக்கவிளைவுகளைக் கவனிப்பதால் மருத்துவர்களுக்கு மற்ற நோயாளிகளைக் கவனிக்க முடிவதில்லை எனவும் இந்த புகாரைக் கொண்டுவந்த மருத்துவர்களுக்கு (இவர்கள் கருச்சிதைவுக்கு எதிரானவர்கள்) ஆதரவாக இருபது வருடமாகப் பயன்பாட்டில் இருந்த மருந்துகளுக்குத் தடை

விதித்தார். 400க்கும் மேற்பட்ட மருந்து நிறுவனங்களும் மற்ற நிதி முதலீட்டாளார்களும் இதற்கு எதிர்ப்பு தெரிவித்தனர்.

தீர்ப்பு வந்த அன்றே, ஒபாமாவால் நியமிக்கப்பட்ட வாஷிங்டன் மாநில நீதிமன்ற நீதிபதி தாமஸ் ரைஸ், கருச்சிதைவு மருந்துகளுக்கு விதித்த தடையை ரத்துசெய்ய ஒரு விதியை ஏற்படுத்தினார். ரைஸின் இந்த அறிவிப்பு 18 மாநிலங்களில் இந்த மருந்துகள் கிடைப்பதைத் தெளிவு செய்கிறது.

மூன்று நீதிபதிகள் கொண்ட கொண்ட மேல் முறையீட்டு நீதிமன்ற குழு, நீதிபதி கார்க்ஸ்மாரிக் தடையை முற்றிலும் நீக்காவிடினும் தளர்த்தியது. ஆனால் அஞ்சல் மூலம் கருச்சிதைவு மருந்துகளை, கருச்சிதைவுச் சட்டப்படி தடை செய்யப்பட்ட மாநிலங்களுக்கு அனுப்புவதைத் தடை செய்தது. ஆனால், எது அஞ்சல் மூலம் அனுப்பப்படுகிறது என்று எப்படி சரிபார்ப்பது? காம்ஸ்டாக் சட்டப்படி, அஞ்சல் வழி மருந்துகள் அனுப்பக்கூடாது என்பதையும் இந்தக்குழு ஆதரித்தது.

நீதிமன்றங்களும் ஜூரிகளும் இப்படி ஒரு அறிவியல் கண்டுபிடிப்பைத் தடைசெய்தால் அறிவியல் முன்னேற்றங்கள் என்ன ஆகும் என அறிவியலாளர்கள் எதிர்ப்பு தெரிவிக்கின்றனர்.

கிட்டத்தட்ட 10 மில்லியனுக்கும் மேலான அஞ்சல் வழி விற்பனைச் சந்தையை எட்டிவிட்ட கருச்சிதைவு வருமானம் இந்த தடைகளால் என்ன ஆகும் என இந்திய நிறுவனங்களும் கவலைப்படுகின்றன.

இதற்கிடையில் பிரக்யா போன்ற அமைப்புகளும் கருச்சிதைவு மருந்துகளுக்கு எதிர்ப்புத் தெரிவிக்கின்றன. உருவாகிய கரு பெண் சிசு எனத்தெரிந்தால் அவை சிதைக்கப்படுகின்றன எனவும் அவை தடுக்கப்பட வேண்டும் எனவும், இந்தியாவில் 87% கருச்சிதைவுகள் உடல்நலக் கழகங்கள் அல்லாத இடங்களில் நடத்தப்படுகின்றபடியால் பெண்களின் உடல்நலமும் பெரிதும் பாதிக்கப்படுவதாகவும் கவலைப்படுகின்றன. மிபிஃபிரிசினும் மெசொபிரிசாலும் எளிதாகக் கிடைப்பது இந்தியாவிற்கு இன்னொரு பிரச்சினை. அவை ஏற்றுமதி செய்யப்படுவதால் வருமானம் வரும் என்றாலும் இந்த தடைகள் வரவேற்கப்படுகின்றன.

அமெரிக்காவிலோ தேவையில்லாமல் திட்டமிடப்படாமல் உண்டாகும் கருவைக்கலைக்க இந்த மருந்துகள் தேவையாக இருக்கின்றன. மேலும் அரசாங்கமோ மத நிறுவனங்களோ பிறக்கிற குழந்தைகளை வளர்க்கப் போவதில்லை. எதிர்காலத்தில் அந்தக் குழந்தைகள் சரிவர வளர்க்கப்படவில்லை எனில், பொருளாதாரம் அல்லது உடல் நலக்காரணம் என்றாலும் முதன்மைக் குற்றவாளி முன்பே சொன்னபடி அன்னையே. ஆடை விஷயமானாலும் கருப்பை விஷயமானாலும் ஆண்களும் மதநிறுவனங்களும் அரசாங்கமும் அரசியல் செய்யும் போது வாழ்க்கையே சிரிப்பாகச் சிரிக்கிறது! இதில் பெண்களுக்கு நகைச்சுவை உணர்வு இருந்தாலென்ன, இல்லாவிட்டால்தான் என்ன?

மக்களே, கடன் கொடுங்கள்!

'ஒவ்வொரு இந்தியக் குடிமகனுக்கும் சராசரியாக இவ்வளவு கடன் இருக்கிறது, அதை ஓர் இந்தியக் குடிமகனாக நான் ஜனாதிபதிக்கு திருப்பி அனுப்பிவிட்டேன்' என்பதாகச் சில நகைச்சுவைத் துணுக்குகளை நீங்கள் படித்திருக்கக் கூடும். கடந்தசில வாரங்களாக அமெரிக்க அரசு தனது கடன் உச்சவரம்பை உயர்த்தப் பேச்சு வார்த்தை நடத்திக் கொண்டிருக்கிறது. அதிபர் பைடனும் சபாநாயகர் கெவின் மெக்கார்த்தியும் பேசிக்கொண்டே இருக்கிறார்கள்.

அப்படி அமெரிக்கா யாரிடம் கடன் வாங்குகிறது..?

மக்களிடம் இருந்து!

அமெரிக்க அரசு விற்கும் அமெரிக்கத் தேசியப் பத்திரங்கள், (US savings Bonds, tresuary bills) மூலமாக மக்களிடம் இருந்தும் மற்ற அரசு இயந்திரங்களிடம் இருந்தும் கடன் பெறுகிறது.

கடன் வரம்பு, அல்லது கடன் உச்சவரம்பு என்பது, கூட்டாட்சி அரசாங்கம் அதன் ரசீதுகளைச் செலுத்துவதற்கும் எதிர்கால முதலீடுகளுக்கு நிதி ஒதுக்குவதற்கும் எவ்வளவு கடன் வாங்கலாம் என்பதற்கான கட்டுப்பாடு ஆகும். அரசாங்கப் பணத்தைச் செலவழிக்கக் காங்கிரஸ் நிதி ஒதுக்கும்போது அல்லது வழிநடத்தும் போது, அரசாங்கம் அந்த நிதியைச்

செலுத்தக் கடமைப்பட்டுள்ளது. அது செலுத்த வேண்டிய ஒரு மசோதாவை, காலக்கட்டத்தை உருவாக்குகிறது.

தேசியக் கடன் என்றும் அழைக்கப்படும் இந்த மசோதா, கடந்த நிதியாண்டுகளில் நிலுவையில் உள்ள செலவினங்களுக்காக மத்திய அரசு ஏற்கனவே வாங்கிய கடனாகும். தேசியக் கடன் என்பது அரசாங்கப் பத்திரங்கள் மற்றும் அரசாங்கங்களுக்கு உட்பட்ட கடன்கள், கூட்டாட்சி அரசாங்கத்தின் ஒரு பகுதி மற்றொன்றுக்குச் செலுத்த வேண்டிய கடன் ஆகியவற்றின் வடிவத்தில் பொதுமக்களால் வைத்திருக்கும் கடனைக் கொண்டுள்ளது.

கடன் உச்சவரம்பு தற்போது 31.46 டிரில்லியன் டாலராக நிர்ணயிக்கப்பட்டுள்ளது.

மே 1, 2023 அன்று, கருவூலச் செயலர் ஜேனட் யெல்லன் காங்கிரஸிடம், கடன் உச்சவரம்பைச் சரியான நேரத்தில் உயர்த்தாவிட்டால் அல்லது இடைநிறுத்தாவிட்டால் ஜூன் 1 -ஆம் தேதி தொடக்கத்தில் அரசாங்கத்தில் பணம் இல்லாமல் போகும் என்று தெரிவித்தார்.

தொற்று நோய்க்காலத்துப் பொருளாதார மந்த நிலையிலிருந்து நாடு மீண்டு வரும் போது உச்சவரம்பை உயர்த்தத தவறினால், வரும் விளைவுகள் மோசமானவையாக இருக்கும். நிதி நெருக்கடி ஏற்படலாம், பேரழிவுகரமான பொருளாதார விளைவுகள் உள்நாட்டிலும் சர்வதேச அளவிலும் ஏற்படலாம்.

அமெரிக்க அரசாங்கம் கடன் வரம்பை எட்டும்போது என்ன நடக்கும்?

தேசியக் கடன் கடன் உச்சவரம்பை மீறும் போது, மத்திய அரசு அதன் நிலுவையில் உள்ள கடனை மேலும் அதிகரிக்க முடியாது. எனவே, கருவூலத் துறையானது காங்கிரஸால் அங்கீகரிக்கப்பட்ட அசாதாரண நடவடிக்கைகளை மத்திய அரசாங்கத்தின் நிதிகளை நிர்வகிப்பதற்கும் கடன் வரம்பின் கீழ் இருக்கவும் பயன்படுத்தலாம்.

இந்த நடவடிக்கைகளில் அரசாங்கச் சேமிப்பு, ஓய்வூதியம் மற்றும் சுகாதாரத் திட்டங்களில் முதலீடுகளை இடைநிறுத்துவது,

கருவூலப் பத்திரங்கள் மற்றும் பிற அரசாங்கப் பத்திரங்களின் விற்பனையை நிறுத்துவது அல்லது அரசாங்கத்திற்குள்ளான கடன்களைச் செலுத்துவதற்கு அரசாங்க நிறுவனங்களுக்கு இடையில் பணத்தை மாற்றுவது ஆகியவை அடங்கும்.

கருவூலத் துறையால் கூடுதல் பணத்தைக் கடன் வாங்கவோ அல்லது செலவுகளைக் குறைக்கவோ கடன் உச்சவரம்பின் கீழ் இருக்க முடியாவிட்டால், அமெரிக்கா நிலுவையில் உள்ள கடன்களைத் திருப்பிச் செலுத்த முடியாமல் போகலாம் மற்றும் அதன் கடன் மதிப்பீடு கடன் மதிப்பீட்டுக் குழுக்களால் குறைக்கப்படலாம். இது அமெரிக்கப் பொருளாதாரம் மற்றும் சர்வதேச நிதிச் சந்தைகளை எதிர்மறையாகப் பாதிக்கும்.

1960 முதல், அமெரிக்கா கடன் வரம்பை 78 முறை உயர்த்தி, நீட்டித்துள்ளது அல்லது திருத்தியுள்ளது. மேலும் கடன் உச்சவரம்பை உயர்த்துவதில் எந்தத் தவறும் இல்லை, ஆனால் அரசியல் காரணங்களுக்காக மெக்கார்த்தியும் மற்ற குடியரசுக்கட்சியினரும் இதை எதிர்க்கிறார்கள்.

கடன் உச்சவரம்பு அதிகரிப்பின் வரலாறு என்ன?

நாடு எப்பொழுதும் கடன் வாங்குவதற்கு வரம்புகளை விதித்திருந்தாலும், முதல் 150 ஆண்டுகளுக்கு அமெரிக்கா அந்த வரம்புகளைக் கிட்டத்தட்ட ஒவ்வொரு தனிப்பட்ட சவாலின் அடிப்படையில் நிர்வகித்தது. நாட்டின் அரசாங்க அமைப்புகளின் சிக்கல்கள் அதிகரிக்க அதிகரிக்க, இந்த நடைமுறை மேலும் சிக்கலானது. 1920கள் மற்றும் 30களில், அமெரிக்கக் கடன் வரம்புகளை நிர்வகிக்கக் கருவூலத் துறைக்குக் காங்கிரஸ் சில அதிகாரங்களை வழங்கியது. ஆனால் அது சிக்கலைத் தீர்க்கவில்லை.

1939 -ஆம் ஆண்டில், அரசாங்கக் கடனுக்கான பல்வேறு தனித்தனி வரம்புகளை நீக்கி, பொதுக் கட்டுப்பாட்டுடன் மாற்றியமைக்கும் சட்டத்தைக் காங்கிரஸ் நிறைவேற்றியது, இது கடன் உச்சவரம்பை 65 பில்லியன் டாலராக நிறுவியது.

நிதிநிலைத் தீர்மானங்கள் மற்றும் கூட்டாட்சிக் கடன் வரம்பு இதற்கு முன்னர் இணைக்கப்பட்டுள்ளது. இருப்பினும் இது தேவையில்லை. 1974 முதல் 1994 வரை, புதிய

செலவினங்களுக்குச் சமமான கடன் வரம்பை உயர்த்திய நிதிநிலைத் தீர்மானங்களைக் காங்கிரஸ் நிறைவேற்றியது. 1995-இல், காங்கிரஸ் நிதிநிலைத் தீர்மானம் மற்றும் கடன் வரம்புகளைத் தனித் தீர்மானங்களாகப் பட்டியலிட்டது. இதற்குமுன், காங்கிரஸ் ஆண்டுதோறும் தேவைக்கேற்ப கடன் வரம்பை அதிகரித்தது.

ஏப்ரல் 2002-இல், அரசாங்கம் கடன் வரம்பை எட்டியது. ஆனால் காங்கிரஸ் அதைக் கடந்த காலத்தில் உயர்த்தவில்லை. கருவூலத் துறை, அரசாங்கம் தொடர்ந்து செயல்பட அனுமதிக்க ஃபெடரல் அறக்கட்டளை நிதிகளுக்கான நிதி ஒதுக்கீடுகளை நிறுத்தி வைப்பது போன்ற அசாதாரண நடவடிக்கைகளைப் பயன்படுத்தியது. ஜூன் 27, 2002 அன்று, காங்கிரஸ் வரம்பை 450 பில்லியன் டாலர்கள் உயர்த்தியது. கடன் வரம்பு அதிகரிக்கப்பட்ட பிறகு பாதிக்கப்பட்ட அறக்கட்டளை நிதிகள் வட்டியுடன் திருப்பிச் செலுத்தப்பட்டன.

அமெரிக்கா ஆண்டுதோறும் கடன் வரம்பை எட்டியதால், மேலும் கடன் வரம்பை உயர்த்துவதில் ஓர் உடன்பாடு காணக் காங்கிரஸ் போராடியது. அரசாங்கத்தைத் தொடர கருவூலத் துறை தொடர்ந்து அசாதாரண நடவடிக்கைகளைப் பயன்படுத்தியது. இறுதியில், காங்கிரஸ் தனது கடமைகளைத் தவறாமல் தவிர்க்கக் கடன் உச்சவரம்பை அதிகரிக்கும்.

2008 நிதியாண்டில், வருடாந்திரக் கடன் வரம்பு அதிகரிப்புகளை நிறைவேற்றுவதைக் காங்கிரஸ் நிறுத்தியது மற்றும் அதற்கு பதிலாகக் குறுகிய கால வரம்பு அதிகரிப்புகளை நிறைவேற்றியது. 2011 -இல், கடன் வரம்பை உயர்த்துவதற்கான பல முயற்சிகள் தோல்வியடைந்த பிறகு, காங்கிரஸ் நிதிநிலைக் கட்டுப்பாட்டுச் சட்டத்தை நிறைவேற்றியது. சட்டம் கடன் வரம்பை உயர்த்தியது. ஆனால் கடன் வரம்பு அதிகரிக்கப்பட்ட அதே அளவு எதிர்காலச் செலவினங்களில் தானாக, முழுவதுமான கட்டுப்பாடுகளை விதித்தது. அந்தச் செலவுக் கட்டுப்பாடுகள் சேர்க்கப்பட்ட பின்னரும் கூட, அமெரிக்காவில் ஒட்டுமொத்தச் செலவினம் ஆண்டுதோறும் அதிகரித்தது. இதற்கு அதிகரித்த மக்கள் தொகை, விலைவாசி எனப் பல காரணங்கள் உண்டு. கடைசியாகக் காங்கிரஸ் கடன் வரம்பை 2011-இல் மிக

அதிகமாக உயர்த்தியது. அதை 2.1 டிரில்லியன் டாலராக உயர்த்தி 16.394 டிரில்லியன் டாலராக மாற்றியது.

மீண்டும் மீண்டும் உச்ச வரம்பை உயர்த்துவதற்குப் பதிலாக காங்கிரஸ், சில செலவினங்களைக் குறைக்கவும் திட்டமிட ஆரம்பித்தது.

மொத்த உள்நாட்டு உற்பத்தியில் கடன் சுமை , ஒரு வருடத்தில் (2019 -2020) இடையில் 21% அதிகரித்துள்ளது. இது 1948-க்குப் பிறகு மிகப்பெரிய வருடாந்திர மாற்றமாகும். இதற்குத் தொற்று நோய்கூட ஒரு காரணமாக இருக்கலாம். உற்பத்தியும் வருமானமும் குறைவு. மேலும், உக்ரைனுடனான போரினால் ஏற்பட்ட செலவுகள், இயற்கை சீற்றங்கள் எனக் காரணங்கள் ஏராளம்.

கடன் இடைநிறுத்த நடவடிக்கை ஜூலை 2021 -இல் முடிவடைந்தது மற்றும் கருவூலத் துறை கடன் அளவைப் பராமரிக்கச் சில அசாதாரண நடவடிக்கைகளைப் பயன்படுத்தியது. இதன் விளைவாக 6.5 டிரில்லியன் டாலர் அதிகரிப்பு ஏற்பட்டது, அதன் வரலாற்றில் கடன் உச்சவரம்புக்கு மிகப்பெரிய உயர்வு, 2012-இல் அரசாங்கப் பணி நிறுத்தத்தை முடிவுக்குக் கொண்டுவருவதற்குத் தேவையான கடன் உச்சவரம்பை விட மூன்று மடங்கு அதிகமாகும்.

2021 -ஆம் ஆண்டு இறுதிக்குள் கடன் உச்சவரம்பு 3 டிரில்லியன் டாலர்கள் அதிகமாக உயர்த்தப்பட்டு, புதிய வரம்பாக 31.4 டிரில்லியன் டாலர்களாகக் கொண்டு வந்தது.

2023 ஜனவரியில் தேசியக் கடன் அளவுகள் கடன் வரம்பை நெருங்கிவிட்டன. கருவூலச் செயலர் ஜேனட் யெல்லனின் கோரிக்கை, அசாதாரணமான நடவடிக்கைகளைத் திணித்து, ஏதேனும் சாத்தியமான கடனைத் திருப்பிச் செலுத்துவதற்கு முன், கடன் உச்சவரம்பை அதிகரிக்க வேண்டும் என்பதைக் குறிக்கிறது.

இந்தக் கோரிக்கையைத் தொடர்ந்து, கருவூலத் துறை இந்த அசாதாரண நடவடிக்கைகளை ஜனவரி 19, 2023 அன்று செயல்படுத்தத் தொடங்கியது.

கடன் வரம்புக்கும் அரசுப் பணிநிறுத்தத்திற்கும் என்ன தொடர்பு?

கடன் வரம்பை உயர்த்தத் தவறினால், நிதிப் பற்றாக்குறையால் அரசாங்கம் மூடப்படும். இது பணிநீக்கம் செய்யப்பட்ட அரசு ஊழியர்கள் மற்றும் தேசியப் பூங்காக்கள் மற்றும் பிற அரசு வசதிகளை மூடுவது போன்ற பல விளைவுகளை ஏற்படுத்தலாம்.

1980களுக்கு முன், புதிய கூட்டாட்சி நிதிகளைப் பொருத்துவதற்குக் காங்கிரஸ் செய்யத் தவறிய நிதி இடைவெளிகள் அரசாங்க நடவடிக்கைகளில் பெரும் தாக்கத்தை ஏற்படுத்தவில்லை.

காங்கிரஸும் வெள்ளை மாளிகையும் வரவு செலவுத் திட்ட விவாதங்களின் போது கடன் வரம்பைப் புதுப்பிப்பதை ஒரு பேச்சுவார்த்தைக் கருவியாகப் பயன்படுத்தின. பெரும்பாலும் செலவுக் குறைப்புகளுக்கு அழுத்தம் கொடுக்கின்றன. கடன் உச்சவரம்பை அதிகரிக்காவிட்டால், அமெரிக்க அரசின் கிரெடிட் தரம் தாழ்ந்துவிடும். பல முக்கியச் செலவுகளுக்கு அரசாங்கத்தால் நிதி செலுத்த முடியாது. குறிப்பாக சோஷியல் செக்யுரிட்டி எனப்படும் முதியோருக்கான ஓய்வூதியம், மெடிக்கேர் எனப்படும் முதியோருக்கான உடல்நலக் காப்பீடு, மற்றும் அரசாங்கப் பூங்காக்கள் பராமரிப்பு. அரசாங்கங்கள் செயலிழப்பதை யாரும் விரும்பப்போவதில்லை. அரசியல்வாதிகளோ ஒரு முடிவுக்கும் வராமல் மெமோரியல் விடுமுறையைக் கொண்டாட வாஷிங்டனிலிருந்து வெளியேறி விட்டனர்!

அஜய் பங்கா: புதிய மீட்பர்?

இந்தியாவில் பிறந்து, இந்தியாவில் கல்வி கற்று அமெரிக்காவில் குடியேறிய அஜய் பங்கா, வெள்ளிக்கிழமை, ஜூன் 2, 2023 உலக வங்கியின் 14வது தலைவரானார். எந்த நாடு, என்ன மதம், ஆள் யார், எப்படி என்றெல்லாம் பார்க்காமல், தகுதியும் திறமையும் இருந்தால் யார் வேண்டுமானாலும் அமெரிக்காவில் எவ்வளவு வேண்டுமானாலும் உயர முடியும் என்பதற்கு இது ஒரு சான்று!

உலக வங்கியின் அடுத்த தலைவராக பங்கா பதவியேற்றது அதன் 77 ஆண்டுக்கால வரலாற்றில் ஒரு முக்கியத் தருணத்தில் வருகிறது. உலகளாவிய தொற்றுநோய் பல தசாப்தங்களாக வறுமைக் குறைப்பு முன்னேற்றத்தை மாற்றியது, உக்ரைனில் ரஷ்யாவின் போர் தொடர்ந்து பொருளாதார நிலைத்தன்மைக்கு அச்சுறுத்தலாக உள்ளது மற்றும் காலநிலை மாற்றத்திற்கு எதிரான போராட்டத்தில் மிகவும் லட்சிய வீரராக மாற உலக வங்கி புதிய அழுத்தத்தில் உள்ளது... உலகம் முழுவதிலுமே ஆங்காங்கே பல பிரச்சினைகள் தலைவிரித்தாடுகின்றன.

அஜய் பங்கா நவம்பர் 10, 1959 அன்று, இந்தியாவின் மகாராஷ்டிரா, புனேவில் உள்ள காட்கி கன்டோன்மென்ட்டில் சைனி சீக்கிய (Saini sikh) குடும்பத்தில் பிறந்தார். அங்கு அவரது

தந்தை இராணுவ அதிகாரியாக இருந்தார். அவருடைய குடும்பம் பஞ்சாப்பின் ஜலந்தரைச் சேர்ந்தது. அவரது தந்தை, ஹர்பஜன் சிங் பங்கா, இந்திய ராணுவத்தில் பணியாற்றி ஓய்வு பெற்ற லெப்டினன்ட் ஜெனரல் ஆவார். அவர் தொழிலதிபர் எம்.எஸ்.பங்காவின் இளைய சகோதரர் ஆவார்.

பங்கா சிம்லாவில் உள்ள செயின்ட் எட்வர்ட்ஸ் பள்ளியிலும், ஹைதராபாத்தில் உள்ள ஹைதராபாத் பொதுப் பள்ளியிலும் படித்தார். அவர் டெல்லியில் உள்ள செயின்ட் ஸ்டீபன் கல்லூரியில் பொருளாதாரத்தில் இளங்கலை கலை (ஹானர்ஸ்) பட்டம் பெற்றார், இங்கேதான் பல புகழ்பெற்ற குடும்பங்களின் வாரிசுகள் கல்வி பயின்றனர் (ராகுல், பிரியங்கா). பின்னர் அகமதாபாத்தில் உள்ள இந்திய மேலாண்மை நிறுவனத்தில் நிர்வாகத்தில் பிஜிபி (எம்பிஏவுக்கு சமம்) பெற்றார். பங்கா 2007 இல் அமெரிக்கக் குடியுரிமை பெற்றார்.

மாஸ்டர்கார்டு ஏப்ரல் 2010-இல் அதன் தலைமை இயக்க அதிகாரி (COO) தலைவராக இருந்த பங்கா ஜூலை 1, 2010 முதல் தலைவர் மற்றும் தலைமைச் செயல் அதிகாரியாகவும், இயக்குநர்கள் குழுவின் உறுப்பினராகவும் இருப்பார் என்று அறிவித்தது. மார்ச் 1997 முதல் தலைமை நிர்வாக அதிகாரியாக இருந்த ராபர்ட் டபிள்யூ. செலாண்டருக்குப் பிறகு பங்கா பதவியேற்றார். அவரது முதல் ஆண்டில், அவர் 13.5 மில்லியன் டாலர் ஊதியம் பெற்றார்.

அவரது பதவிக் காலத்தில், பங்கா வருவாயை மூன்று மடங்காக உயர்த்தினார். நிகர வருவாயை ஆறு மடங்கு அதிகரித்தார் மற்றும் சந்தை மூலதனத்தை 30 பில்லியன் டாலரில் இருந்து 300 பில்லியன் டாலருக்கும் அதிகமாக உயர்த்தினார். 2020-ஆம் ஆண்டில், சுற்றுச்சூழலைப் பாதுகாக்க கார்ப்பரேட் முதலீடுகளைச் செய்யும் சுமார் 100 நிறுவனங்களின் குழுவான விலையில்லாக் கோள்கள் (priceless planet) கூட்டணியை உருவாக்குவதாக அறிவித்தார். மேலும் 100 மில்லியன் மரங்களை நடுவதற்கான மாஸ்டர்கார்டின் உறுதிமொழியைத் தொடங்கினார்.

பிப்ரவரி 2015-இல் ஜனாதிபதி பராக் ஒபாமா, வர்த்தகக் கொள்கை மற்றும் பேச்சுவார்த்தைகளுக்கான ஜனாதிபதியின்

ஆலோசனைக் குழுவில் உறுப்பினராகப் பணியாற்றப் பங்காவை நியமித்தார்.

2020 தேர்தல்களில் இருந்து, மத்திய அமெரிக்காவுக்கான பார்ட்னர்ஷிப் தலைவராக துணை ஜனாதிபதி கமலா ஹாரிஸின் வெளி ஆலோசகராகப் பங்கா இருந்தார். அங்கு அவர் எல் சால்வடார், குவாத்தமாலா மற்றும் ஹோண்டுராஸ் ஆகிய நாடுகளில் நிர்வாகத்தின் பணிகளுக்கு ஆலோசனை வழங்கிய வணிகத் தலைவர்களின் குழுவை வழிநடத்தினார்.

"எங்கள் லட்சியத்தை நல்வழிப்படுத்துவதற்கு வளங்களை அதிகரிக்கவும், புதிய மேம்பாட்டுத் திட்டங்களை எழுதவும், ஆக்கப்பூர்வமாகச் சிந்திக்கவும், தகவலறிந்த முயற்சிகளை எடுக்கவும், சிவில் சமூகம் மற்றும் பலதரப்பு நிறுவனங்களுடன் புதிய கூட்டாண்மைகளை உருவாக்கவும் நாம் பரிணமிக்க வேண்டும்" என்று பங்கா கூறியது கவனிக்கப்பட வேண்டியது.

முன்னாள் ஜனாதிபதி டோனால்ட் ஜே.டிரம்ப்பால் தேர்ந்தெடுக்கப்பட்ட, உலக வங்கியின் தலைவர் டேவிட் மல்பாஸ் தன் பதவிக்காலம் முடியும் முன்பே பதவி விலகிய பின்னர், பிப்ரவரி மாதம் ஜனாதிபதி பைடனால் திரு.பங்கா நியமிக்கப் பட்டார். உலக வங்கியின் நிர்வாகக் குழு மே மாதம் திரு. பங்காவுக்கு ஒப்புதல் அளித்தது.

Mastercardஇன் முன்னாள் தலைமை நிர்வாகியான திரு.பங்கா, உலக வங்கியின் பணிக்கு விரிவான காலநிலை நற்சான்றிதழ்களைக் கொண்டு வரவில்லை மற்றும் வங்கியின் சுற்றுச்சூழல் நிகழ்ச்சி நிரலில் முன்னேற்றத்தை நிரூபிக்க மிக அதிகமான எதிர்பார்ப்பில் இருப்பார். பருவநிலை மாற்றம் மற்றும் வறுமை ஆகியவற்றைக் கையாள்வதற்கான பணிகள் ஒன்றோடொன்று பின்னிப் பிணைந்ததாக அவர் விவரித்துள்ளார்.

"உலக வங்கியின் சவால் தெளிவானது: அது காலநிலைத் தழுவல் மற்றும் தணிப்பு இரண்டையும் தொடர வேண்டும்; நடுத்தர வருமானம் பெறும் நாடுகளுக்குப் பின்வாங்காமல், குறைந்த வருமானம் கொண்ட நாடுகளைச் சென்றடைய வேண்டும்; அது உலகளவில் சிந்திக்க வேண்டும், ஆனால்

தேசிய மற்றும் பிராந்தியத் தேவைகளை அங்கீகரிக்க வேண்டும்; அது ஆபத்தைத் தழுவ வேண்டும், ஆனால் விவேகத்துடன் செய்ய வேண்டும்," என்று திரு.பங்கா உலக வங்கியின் நிர்வாகக் குழுவிற்கு ஒரு அறிக்கையில் எழுதினார். பங்கா தனது நிபுணத்துவத்தை உலக வங்கியின் வளங்களைப் பெருக்கவும் தனியார் மற்றும் பொதுத் துறைகளுக்கு இடையே புதிய கூட்டாண்மைகளை உருவாக்கவும் பயன்படுத்துவார் என எதிர்பார்க்கப்படுகிறது. உலக வங்கியின் பல இலக்குகளை நிறைவேற்றுவதற்கு டிரில்லியன் கணக்கான டாலர்கள் வருடாந்திர உலகளாவிய முதலீடு தேவைப்படும் என்று முன்னாள் நிதி நிர்வாகி தனது குறிப்பில் கூறினார்.

பங்கா சில வளரும் நாடுகளின் சந்தேகத்தை எதிர்கொள்ளும் அதே வேளையில் அமெரிக்கா மற்றும் ஐரோப்பாவின் காலநிலை எதிர்பார்ப்புகளைத் திருப்திப்படுத்த முயல்வதால் கடினமான இராஜதந்திரப் பணியையும் எதிர்கொள்ள நேரிடும்.

பெய்ஜிங்கில் இருந்து பெரும் தொகையைக் கடனாக பெற்றுள்ள ஏழை நாடுகள் தங்கள் கடன்களை மறுகட்டமைக்க அனுமதிக்குமாறு உலக வங்கியின் முக்கியப் பங்குதாரரும் கடனாளியுமான சீனாவை வலியுறுத்தும் நுட்பமான பணியையும் அவர் எதிர்கொள்வார்.

உலக வங்கியின் தலைவர் பாரம்பரியமாக அமெரிக்காவால் தேர்ந்தெடுக்கப்படுகிறார்; சர்வதேச நாணய நிதியத்தின் நிர்வாக இயக்குநர் ஐரோப்பிய ஒன்றியத்தால் தேர்ந்தெடுக்கப்படுகிறார். பங்கா, கருவூலச் செயலர் ஜேனட் எல்.யெல்லனை வியாழக்கிழமை சந்தித்தார். கருவூலத் துறையால் வெளியிடப் பட்ட அவர்களின் உரையாடலின் சுருக்கத்தின்படி, வங்கி எவ்வாறு இயங்குகிறது மற்றும் அதை மேலும் சுறுசுறுப்பாகவும் பதிலளிக்கக் கூடியதாகவும் மாற்றுவதற்கான வழிகளைப் பற்றி அவர்கள் விவாதித்தனர்.

தற்போது ஆப்பிரிக்காவில் உள்ள பாதி நாடுகளில், குறைந்த வருமானம் கொண்ட வளர்ந்து வரும் சந்தை நாடுகளில் சுமார் 60 சதவீதம் கடன் தொல்லையில் உள்ளன. ஆனால் இந்தக் கடன் நெருக்கடியில் 20 அல்லது 30 ஆண்டுகளுக்கு முன்பு இருந்ததை விட வித்தியாசம் என்னவென்றால், கடன் மேற்குலக

நாடுகளுக்கு மட்டும் சொந்தமானது அல்ல. கடனளிப்பவர்கள் சீனா மற்றும், அமெரிக்கா அல்லது பிரான்ஸ் போன்ற நாடுகள். ஆனால் கடனில் பெரும்பகுதி உண்மையில் தனியார் பங்கு அல்லது தனியார் வங்கிகளால் நடத்தப்படுகிறது. எனவே நடக்கப்போகும் விஷயங்களில் ஒன்று, இதைத் தீர்க்க உலக வங்கி ஒரு புதிய வழியைக் கண்டுபிடிக்க வேண்டும். எனவே இந்தத் தனியார் நிதியாளர்கள் அனைவரையும் உலகவங்கித்தலைவர் அறிந்திருப்பது மிகவும் முக்கியம்.

உடனடியாக எடுக்கும் நடவடிக்கைகளின் ஒரு பகுதியாக, வங்கியின் கலாச்சாரம் பற்றி நிறையப் பேர் பேசினர். அந்த அரங்கில் பல கடன் அளித்த மேலாளர்கள் இருந்தனர். ஒரு மேலாளராக, அபாயங்களைத் தீர்க்கவும், வாடிக்கையாளர்களின் கவனத்தை ஈர்க்கவும், தீர்வுகள் சார்ந்ததாக இருக்கவும் கடன் வாங்கியுள்ள நாடுகளுக்குப் பலனளிக்கவும் அவரது நிர்வாகப் பாணி எவ்வளவு விரைவாகப் பிடிக்கப்படுகிறது என்பதைப் பார்ப்பது சுவாரஸ்யமாக இருக்கும்.

வளரும் நாடுகளுக்கு அவர்கள் வாக்குறுதியளித்த காலநிலை உதவிகளை வழங்கப் பணக்கார நாடுகளை, உலக வங்கி ஊக்குவிக்கச் செய்ய அஜய் பங்காவால் முடியுமா என்பதையும் போகப் போகத்தான் பார்க்க முடியும்.

உலக வங்கியின் செயல்பாடு எங்கிருந்து வருகிறது என்றால், அது நன்கொடையாளர்களிடம் சென்று, ஏழை அல்லது மத்தியத்தர நாடுகளின் கடனைக் கண்டுபிடிக்காமல் இருப்பது அல்ல... ஆனால் நன்கொடை தருவதற்கான மற்றொரு ஆக்கப்பூர்வமான வழியைக் கண்டுபிடித்துச் சொல்லலாம். உரிமையாளர்கள் பணத்தைக் கண்டுபிடிக்கவில்லை என்று சொல்வது வங்கியின் வேலை அல்ல. நன்கொடை தருபவர்களிடம் சென்று, நீங்கள் ஏழை நாடுகளின் சார்பில் இதைச் செய்தால் மனிதாபிமான உதவிகள், பேரழிவுகளுக்கான பதில்கள், அகதிகள் போன்றவற்றில் ஏற்படும் பல நூறு மில்லியன் டாலர்களை நீங்களே சேமிப்பீர்கள் என்று சொல்வது நல்ல செயல்பாடு ஆகும். புத்திசாலித்தனமான காலநிலை நடவடிக்கை ஆகியவற்றிற்கு உலகவங்கியின் தலைவர் ஒரு நல்ல ஆலோசகராக இருக்க வேண்டும். அதைத்தான் மக்கள்

அஜய் பாங்கா அவர்கள் சார்பாகச் செய்வார் எனத் தெரிகிறது.

இந்தியாவைப் பொறுத்தவரை, மேலே சொன்னதைப் போல நன்கொடையாளர்களுடன் பேசி, இந்தியாவின் சார்பாகக் கொடை அளித்து கடனைக் குறைக்க வழிவகை செய்யக்கூடும். ஏற்கெனவே இந்தியாவிற்கு அமெரிக்காவில் குடியேறி இருக்கிற பல இந்திய அமெரிக்கர்களாலும், அமெரிக்க நிறுவனங்களும் 83.57 பில்லியன் டாலர் அந்நிய முதலீடு இருந்து வருகிறது. உலக வங்கியின் மூலமாகவும் சில நல்ல திட்டச் செயல்பாடுகள் கிடைக்கின்றன. இது மேலும் அதிகரிக்கலாம். ஆனால் இந்தியாவைவிட மோசமான வறுமையில் இருக்கும் நாடுகளைக் கடனில் இருந்து மீட்பதே அவர் செய்யும் முதல் பணியாக இருக்க வேண்டும்.

டொனால்ட் டிரம்ப்: சரித்திரத்தில் படிந்த கறை

ஆபாசப் பட நடிகைக்குப் பணம் கொடுத்த குற்றச்சாட்டு. விசாரணை. கைது. ஜாமீன். கண்காணிப்பு. முன்னாள் அமெரிக்க அதிபர் டொனால்ட் டிரம்ப்புக்கு நிகழ்ந்திருப்பது ஒரு வகையில் அமெரிக்க சரித்திரத்தின் அழிக்க முடியாத கறைகளுள் ஒன்று.

ஓஜே சிம்ப்சன், கொலைக்குற்றத்தில் இருந்து விடுதலையான போதும், ஒரு திருட்டுக் குற்றத்தில் கைதாகி 33 ஆண்டுகள் சிறைத்தண்டனை பெற்று, இடைக்கால விடுதலையில் வரும்முன் பல வருடங்களைச் சிறையில் கழிக்க நேர்ந்தது. போதைப்பொருள் கடத்தலில் மிகவும் புகழ் பெற்ற அல் கப்போன்கூடத் தடுக்கி விழுந்தது ஒரு வரி ஏய்ப்பு வழக்கில்தான். சில சமயங்களில் சின்னக் குற்றங்கள் ஒருவரை அடிசறுக்க வைக்கும் பெரிய தூண்டில்கள்.!

தான் செய்கிற எந்தத் தவறையும் ஒப்புக்கொள்ளாமலும் எல்லாவற்றையும் திரித்துப் பேசியும் மக்களின் உள்மனச் சந்தேகங்களைத் தீ வார்த்து வளர்த்துப் பிளவுபட வைத்தவர் என்ற முறையிலும், மாற்றுத்திறனாளிகள், பெண்கள் என அனைவரையும் இழிவாகப்பேசியவர் என்ற வகையிலும் முதலிடம் வகித்த அதிபர் டிரம்பிற்கு இந்தக் குற்றவியல்

குற்றச்சாட்டும் கூட முதல்முறைதான்! இரண்டுமுறை பதவி நீக்கம் செய்ய காங்கிரசால் வாக்களிக்கப்பட்ட ஒரே அதிபரும்கூட.

மக்களாட்சியில் நீதிக்கு முன் அனைவரும் சமம் என்பது ஏட்டளவில் இருந்தாலும் பல நாடுகளில் உண்மையில் அதிபர்கள் செய்யும் தவறுகள் கண்டுகொள்ளப்படுவதே இல்லை. அவரைக் கேள்வி கேட்பவர்கள் நாடாளுமன்றத்தில் இருந்து வேறு காரணங்களுக்காக நீக்கப்படுதல் கூட உண்டு. ஆனால், அங்கொன்றும் இங்கொன்றுமாய் அமெரிக்க மாநில ஆளுநர்கள் வேகமாக வாகனத்தைச் செலுத்தியதற்காக அபராதம் கட்டுவது உண்டு. ஆனால், ஒரு முன்னாள் அதிபர் குற்றவியல் காரணங்களுக்காக ஜூரிகளால் ஒப்புக் கொள்ளப்பட்டு குற்றம் சாட்டப்படுவது இதுவே முதன்முறை!

தேர்தலின் முடிவுகளில் குழப்பம் விளைவித்தது, தலையிட்டது, வருமானவரி ஏய்ப்பு, மற்றும் ஜனவரி 6 காபிடல் ஹில் தாக்குதல் போன்ற பல குற்றச்சாட்டுகள் இன்னும் விசாரணையில் இருக்க, மன்ஹாட்டனின் அரசுத்துறை வழக்கறிஞர் பிராக் (Alwin Bragg) முறையாக விசாரித்து, மக்களாட்சியில் சட்டத்தின் முன் அனைவரும் சமம் என்பதை இன்னொரு முறை சொல்லியிருக்கிறார்.

இது என்ன வழக்கு? ஸ்டார்மி டேனியல் என்ற கலைஞருக்கும் தனக்கும் இருந்த உறவை/தொடர்பை தேர்தல் நேரத்தில் வெளியில் சொல்லாமல் இருக்க 1,30,000 டாலர்களை அந்தப் பெண்ணிற்கு அதிபர் டிரம்பின் வழக்கறிஞர் கொடுக்கிறார். தேர்தலில் வெற்றி பெற்று அதிபரான பிறகு, டிரம்ப், காசோலை மூலமாக அந்தப் பணத்தைத் தன் வழக்கறிஞர் கோஹனுக்குத் திருப்பி தந்திருக்கிறார். தனக்கும் ஸ்டார்ம் டேனியலுக்கும் இடையே உறவே இல்லை என மறுக்கிறார். ஒரு குற்றத்தை மறைக்க மற்றொரு குற்றம். கோஹனுக்குக் கொடுக்கப்பட்ட காசோலை ஒரு வழக்கிற்காகக் கொடுக்கப்பட்ட ஊதியம் எனவும் சொல்லப்படுகிறது.

நியுயார்க் நகர சட்டப்படி, 151.1 சட்ட கோட்டின் படி, ஒரு வியாபாரச் செய்கையை மறைப்பது சட்டப்படி குற்றம் அது நிருபிக்கப்படுமானால் நான்கு வருடம் சிறைத்தண்டனை.

இப்போது மைக்கல் கோஹன் அரசுக்குச் சாதகமாக ஒப்புதல் சாட்சி அளிக்கிறார். இதையும் தவிர இன்னும் 30 குற்றங்கள் பட்டியலில் இருக்கின்றன.

2016-இல் நடந்த குற்றம், எனவே இது வழக்குப் பதியும் காலத்தைத் தாண்டிவிட்டது என்கிறது டிரம்பின் தரப்பு. ஆனால் 2017-இல் டிரம்ப் நியுயார்க் நகரை விட்டு வெளியேறி விட்டதாலும், ஓர் ஆண்டு தொற்றுநோய்க் காலம் கருதி எல்லா வழக்குகளின் காலவரையறையும் நீட்டிக்கப்பட்டதாலும் இந்த வழக்கின் விசாரிப்புத்தன்மை காலவரையாகவில்லை. (statute of limitations).

இந்த வழக்கில் தீர்ப்பு சிறைத்தண்டனை என்று வந்தாலுமேகூட அவருக்கான பாதுகாப்பை எப்படிச் சிறையில் கொடுக்க முடியும் போன்ற கேள்விகள் இன்னும் இருக்கின்றன. மேலும் குற்றவாளிகள் வழக்கமாக நீதிமன்றத்துக்குச் செல்வது போல டிரம்ப் அழைத்துச் செல்லப்படவில்லை என்றாலும் அப்படிச் செல்வதையே அவர் விரும்புவார், அதையே தன் தேர்தலுக்கு பயன்படுத்திக் கொள்ளக் கூடும் எனவும் எதிர்பார்க்கப்படுகிறது.

1) ஒரு முன்னாள் அதிபர் குற்றவியல் காரணங்களுக்காக ஜூரிகளால் ஒப்புக் கொள்ளப்பட்டு குற்றம் சாட்டப்படுவது இதுவே முதன்முறை!

2) இப்போது டிரம்ப் ஃப்ளோரிடாவில் இருக்கிறார். அங்கேயிருக்கிற குடியரசுக் கட்சி ஆளுநர் இந்தத் தீர்ப்புக்கு எதிராக இருப்பதால், டிரம்ப்பை அனுப்பத் தேவையில்லை, அவர், டிரம்பை வரும் அதிபர் தேர்தலில் எதிர்த்துப் போட்டியிட இருக்கிறார். நியுயார்க் வழக்கறிஞர்களுக்கு ஒத்துழைப்புத் தருவார்களா எனத் தெரியவில்லை. அதிபர் டிரம்ப்பை தானாகவே ஒப்படைத்துக்கொள்ளும்படி வேண்டுகோள் விடுத்திருக்கிறார்கள். அவரின் பாதுகாப்பைக் கருத்தில் கொண்டு எப்படிக் கைது செய்வது, உளவுத்துறை அதிகாரிகள் எப்படி நீதிமன்றத்துக்கு அவரை அழைத்து வருவார்கள் எனத் திட்டமிடப்படுகிறது. சுரங்கப்பாதை வழியாக அழைத்துவரக் கூடும் என எதிர்பார்க்கிறார்கள். அதிபர் டிரம்ப் போராட்டம் நடத்த தன் ஆதரவாளர்களை

அழைத்திருக்கிறபடியால், நியூயார்க்கில் காவல், உள்துறை பாதுகாப்பு அதிகரிக்கப்பட்டிருக்கிறது.

3) நான்சி பெலோசி, சட்டத்தின் முன் அனைவரும் சமம் என்று சொல்லியிருக்கிறார். வழக்கம் போலவே ஜனநாயகக் கட்சியும் குடியரசுக் கட்சியும் பிளவுபட்டிருந்தாலும். இது ஜூரிகளின் முடிவு. மிக உயர்ந்த பதவியில் இருந்தவர்களுக்குச் சட்டத்தைக் காப்பாற்ற வேண்டிய பொறுப்பு மற்றவர்களைவிட இன்னும் அதிகமாகவே இருக்கிறது. சட்ட வல்லுநர் பிராக் தேர்தலுக்கான நிதியில் ஒரு பகுதி, ஜனநாயக கட்சிக்கு நன்கொடை தரும் சோரோஸ் மூலம் வந்தது. எனவே பிராக் ஜனநாயகக் கட்சி சார்ந்து செயல்படுகிறார் என்றெல்லாம் குடியரசுக் கட்சி குற்றம் சாட்ட ஆரம்பித்திருக்கிறார்கள். ஆனால் அவை உண்மையல்ல என்பதும் நிரூபிக்கப்பட்டது.

4) இந்த வழக்கின் முக்கிய சாட்சியான கோஹன் தான் சொன்னவற்றில் இன்னும் உறுதியாக இருப்பதாகவும், சட்டம் அனைவருக்கும் பொதுவானது எனவும் சொல்லியிருக்கிறார்.

இதுபோல மற்ற நாடுகளில் நடந்ததே இல்லையா என்றால், நடந்திருக்கிறது. ஃபிரான்ஸ் நாட்டு முன்னாள் அதிபர் ஜாகுவஸ் சிராக் (Jacques Chirac) நிதிப் பரிவர்த்தனைகளிலும், நிக்கோலஸ் சர்க்கோசி (Nicolas Sarkozy) கையூட்டு வழங்குவதை ஆதரித்ததற்காகவும் சிறைக்குச் சென்றார்கள். தென் கொரியாவில், முன்னாள் அதிபர் பார்க் கியான் ஹையீ (Park Geun-hye) ஊழலுக்காகவும், தைவானின் அதிபர் சென் ஷென் பியன் (Chen Shui-bian) கையூட்டு வாங்கியதற்காகவும் சிறைத்தண்டனை பெற்றார்கள்.

இதாலியின் அதிபர், சில்வியோ பெர்லுஸ்கோனியின் மீதான 35 வழக்குகள் விசாரணையில் இருக்கின்றன. அதிலும் வரி ஏய்ப்புக் குற்றசாட்டு நிரூபணம் ஆகி சிறைத்தண்டனையும் பெற்றார். இஸ்ரேல் நேதன்யாஹூவைப் பற்றிச் சொல்லவே வேண்டாம். அந்த விசாரணைகள் இப்போது மிகப்பெரிய உள்நாட்டுக் குழப்பங்களையே ஆரம்பித்திருக்கின்றன. மற்ற நாடுகள் தான் இப்படி என்றால் இதற்கு முன்னால் அமெரிக்காவில் அதிபர்கள் தவறே செய்யாதவர்களா என்றால் இல்லை.

அதிபராகப் பதவியில் இருந்த போதே, உல்ய்சிஸ் க்ராண்ட் (Ulysys Grant) வேகமாகக் குதிரைகள் பூட்டப்பட்ட வாகனத்தை ஓட்டியதற்காகக் கைது செய்யப்பட்டார். இருபது டாலர் அபராதத் தொகை செலுத்திய பின் விடுவிக்கப்பட்டார்.

ஆனால் அவர்கள் அனைவரும் தங்கள் தவறை ஒப்புக்கொண்டு மன்னிப்பும் கேட்டவர்கள். உதாரணமாக, பில் கிளிண்டன், மோனிகா லெவன்ஸ்கியின் வழக்கு முடிவில், தன் குற்றத்தை ஒப்புக்கொண்டு 25 ஆயிரம் டாலர் கட்டணத்தொகை செலுத்தியதோடு ஐந்து வருடத்திற்கு தன் சட்ட வல்லுநர் உரிமத்தையும் இழக்க ஒப்புக்கொண்டார். நிக்சன் வாட்டர் கேட் ஊழலின் முடிவில், அதிபர் ஃபோர்ட் மன்னிப்பு வழங்கப்பட்டபின் பொது வாழ்வில் இருந்தே விலகிக்கொண்டார்.

அமெரிக்காவில் இந்த குற்றங்களுக்காகத் தேர்தலில் நிற்க முடியாமல் போகாது. இயுகீன் டெப்ஸ் (Eugene V. Debs) என்ற ஒரு சமூகத் தலைவர் சிறையிலிருந்தே தேர்தலில் நின்று 9,19,799 வாக்குகள் பெற்றார். அவர் உலகப்போரை எதிர்த்த குற்றத்திற்காகச் சிறைத் தண்டனை பெற்றவர்.

அதிபர் டிரம்ப்பின் மீதான குற்றச்சாட்டுகள் ஓர் ஆரம்பமே. அவர் மேல் பல வழக்குகள் நிலுவையில் இருக்கின்றன. ஜியார்ஜியாவில், ஃப்ளோரிடாவில் மற்றும் ஜனவரி 6 ஆம் தேதி தாக்குதலைத் தூண்டியவர் என்ற பெயரில் பல விசாரணைகள் தொடர்கின்றன. இவை யாவும் நிரூபணம் ஆகவில்லை, ஆகக்கூடிய வாய்ப்புகள் அதிகம்.

நியூயார்க்கில் அவர் மீதான குற்றச்சாட்டை வைத்து அவரைக் கைது செய்யக்கூடிய வகையில் இந்த வழக்கைக் கொண்டு சென்றது ஒரு நீதிமன்றம் அல்ல. ஒரு சட்ட வல்லுநர். இதை ஒரு முன்னுதாரணமாகக் கொண்டு நாளையே பல சட்ட வல்லுநர்கள் பல அமெரிக்க அதிபர்கள், அரசு அதிகாரிகள் மீது வழக்குகள் தொடரலாம். அது நேர, பொருளாதார விரயத்தில் போகக்கூடிய வாய்ப்பும் தேச நலனுக்கும் ஊறு விளைவிக்கலாம். ஆனாலும் அவ்வப்போது இது போன்ற சில அதிர்ச்சி சிகிச்சை முறைகளும் அரசியலில் தேவை,

அதுவே மக்களாட்சி நல்ல முறையில் நடக்கிறதா என்பதற்கான பரிசோதனையாகும்.

சட்டம் தன் கடமையைச் செய்யட்டும். இது திரித்து அவர் மேல் போடப்பட்ட வழக்காயின் நிரூபித்து வெளியே வர டிரம்பிற்கு கொடுத்த ஒரு மகத்தான வாய்ப்பு! அதே சமயம் அதிபர் டிரம்பின் மீது விசாரணையில் இருக்கிற மற்ற வழக்குகளில் குற்றம் நிரூபிக்கப்படும் சாத்தியம் இருக்குமானால் நீதித்துறை ஓர் அதிபர் மீது வழக்குத் தொடரலாமா எனத் தயங்கத் தேவையே இல்லை. நியூயார்க் ராஜபாட்டை அமைத்துத் தந்திருக்கிறது.

குற்றம் புரிந்தவன்: டிரம்ப் விவகாரத்தின் ஆழமும் அகலமும்

அதிகாரமும் ஆணவமும் நிறைந்த ஒருவர், அதிலும் சுற்றி இருந்தவர்களைத் தாழ்த்திப் பேசியே பழகிய ஒருவர் 55 நிமிடங்கள் எதுவும் பேசாமல் இன்னொருவரின் ஆளுமைக்குக் கட்டுப்பட்டு இருந்ததைப் பார்க்க நிறைய அமெரிக்கர்களுக்கு மகிழ்ச்சியாக இருந்திருக்கும். வல்லவனுக்கு வல்லவன் வையகத்தில் உண்டு! நாட்டின் முதல் குடிமகனாகவே இருந்தாலும் சட்டத்தின் முன் அனைவரும் சமம் என்பதும் முன்னாள் அதிபர் அந்த நேரம் அமெரிக்காவின் பல கோடி குற்றம் சாட்டப்பட்ட மக்களில் ஒருவராகவே நடத்தப்பட்டார் என்பதும் புரிந்திருக்கும். இதுதான் மக்களாட்சியின் வெற்றி!

ஆனால், அந்த ஒருநாள் மன்ஹாட்டன் முழுவதிலும் பாதுகாப்பு நிறைந்திருந்தது. அதிபர் டிரம்ப் 15-ஆம் தளத்தில் இருந்து தனி மின்தூக்கி வழியாக நீதிமன்ற வளாகத்தில் தன் சட்ட வல்லுநர்கள் புடைசூழ வந்திருந்தார். தன் மீது குற்றமில்லை என்பதை அவர் சொன்னதை அவரே கேட்டிருக்கா வண்ணம் மிக மெல்லிய குரலில் சொல்லியதில் இருந்து அவர் எவ்வளவு தூரம் அவமானப்பட்டிருப்பார் என்பதும் புரிந்துகொள்ள முடிந்தது.

உலகின் வல்லரசின் ஒரு முன்னாள் அதிபர், 2024 தேர்தலில் மீண்டும் போட்டியிடக்கூடிய ஒரு தலைவர் நீதிமன்றத்தில் குற்றவாளியாக அமர்ந்திருந்ததுதான் உண்மையான மக்களாட்சியின் சக்தி!

இவர் மீது 34 வகை குற்றச்சாட்டுகள் சுமத்தப்பட்டிருக்கின்றன. அவற்றில் பெரும்பான்மையானவை சின்னக் குற்றங்கள் (misdemenour) வகையில்தான் வரக்கூடும் என்றாலும் முதன்மை குற்றமான பணம் பரிவர்த்தனையோடு இணைந்தது. அது ஒரு குற்றவியல் குற்றம். மேலும் சட்ட வல்லுநர் இந்த நிறுவனப் படிவங்களில், வழக்குகளில் செய்யப்பட்ட திருத்தங்கள் எல்லாமே அதிபர் தேர்தலை நோக்கிச் செய்யப்பட்டவை எனக் குற்றம் சாட்டுகிறார். மத்தியத் தேர்தல் நிதி திரட்டுதலுக்கான சட்டங்களை மீறிய குற்றம். அமெரிக்க நியூயார்க் தென் மாநில நீதிமன்றத்தில் கோஹன், அதிபர் டிரம்ப் சார்பில் தேர்தலில் நிதி திரட்டியதில் நடந்த சட்டமீறலை ஒப்புக்கொண்டிருக்கிறார். மேலும் ஸ்டார்ம் டேனியல் என்ற நடிகைக்கு டிரம்ப் சார்பாகத் தான் பணம் கொடுத்ததையும் ஒப்புக்கொண்டிருக்கிறார். அவருக்குப் பிறகு டிரம்ப் அதிபரான பிறகு பணத்தைத் திருப்பிக் கொடுத்ததற்கான ஆதாரங்களும் இருக்கின்றன.

சட்ட வல்லுநர் பிராக், நியூயார்க் மாநில விதிகளை மீறியதாகவும், அதிபராகத் தேர்ந்தெடுக்க சட்டத்திற்குப் புறம்பான சில செயல்களைச் செய்ய டிரம்ப் திட்டமிட்டதாகவும் குற்றம் சாட்டியிருக்கிறார். ஆனால் இவை சுமத்தப்பட்ட 34 குற்றங்களில் இல்லை. ஏனென்றால், தேர்தல் தொடர்பான நிதி வசூல், சட்ட விதிகள் மீறல் ஆகியவை பற்றி விசாரிப்பது நியூயார்க் நகர சட்டத்துறைக்கு எல்லைக்கு அப்பாற்பட்டது. ஆனால் நியூயார்க் மாநில வரிகள் மீறல் போன்ற குற்றச்சாட்டுகளை விசாரிக்க நியூயார்க்குக்கு முழு அதிகாரமும் உண்டு.

டிரம்பிற்கு எதிரான நியூயார்க் சட்ட வல்லுநரின் வழக்கின் வலுவான பகுதி எது?

நியூயார்க் சட்ட வல்லுநர் பிராக்கிற்கு ஆதாரமாகக் கிடைத்திருக்கின்ற உண்மைகள் இந்த வழக்கிற்கு வலு சேர்க்கின்றன. 2016 பிரச்சாரத்தின் கடைசி நாட்களில் தம்மைச் சங்கடப்படுத்திய நபர்களுக்குப் பணம் கொடுக்கும் திட்டத்தில்

ட்ரம்ப் ஈடுபட்டார் என்பதற்கு ஏராளமான சான்றுகள் உள்ளன - சாட்சியம் மற்றும் ஆவண ஆதாரங்கள் இரண்டும் உட்பட.

மேலும், ட்ரம்ப்புக்கு எதிரான வழக்கு கோஹனின் குற்ற ஒப்புதல் மூலம் வலுப்பெற்றுள்ளது. அவரது மனுவில், டேனியல்ஸ் மற்றும் மெக்டௌகல் நிதி தருவதன் மூலமாகக் கூட்டாட்சிப் பிரச்சார நிதிச் சட்டங்களை மீறியதாக கோஹன் ஒப்புக்கொண்டார். கூட்டாட்சி பிரச்சார நிதிச் சட்டத்தின் கீழ், தேர்தலில் செல்வாக்குச் செலுத்துவதற்காக டேனியல் பணம் கொடுக்கப்பட்டதா என்பது ஒரு முக்கிய கேள்வி. கோஹன், மத்திய நீதிமன்றத்தில் தனது குற்ற விசாரணையின் போது, 'தேர்தலில் செல்வாக்குச் செலுத்தும் முக்கிய நோக்கத்திற்காக' தான் 'இந்தச் செயலில் பங்கேற்றதாக'க் குறிப்பிட்டார்.

ட்ரம்ப் தன்னால் முடிந்தவரை பணம் செலுத்துவதைத் தாமதப்படுத்துவதாகக் கருதியதற்கான ஆதாரத்தையும் பிராக் முன்வைத்தார். இது போன்ற சாட்சியங்கள் வலுசேர்க்கும் என்றால் பலவீனங்கள் என்ன என்பதையும் பார்க்க வேண்டுமல்லவா?

சட்ட அமைப்புகளே இதன் முழுப் பலவீனம். மாநில அரசின் சட்டமும் மத்திய அரசின் சட்டமும் முரண்படும்போது தேர்தல் விதிகளைப் பொறுத்தமட்டில் அதுவும் அதிபர் தேர்தலைப் பொறுத்தமட்டில் மத்திய அரசின் சட்டமே முன் நிறுத்தப்படும். மாநில விதிகள் அங்கே செல்லுபடியாகாது. எனவே பிராக் முன்வைக்கும் சில குற்றச்சாட்டுகள் நியூயார்க் விதிகளால் கட்டுப்படுத்தப்பட முடியாதவை.

இரண்டாவதாக, கோஹனின் குற்ற மனுவானது சட்ட வல்லுநர்களுக்கு ஒரு தெளிவான சட்ட முன்மாதிரியை வழங்கவில்லை. எனவே நடிகைக்கும் அதிபர் டிரம்பிற்கும் உள்ள தொடர்பை ஒப்புக்கொள்ளாமல் இருக்கக் கொடுக்கப்பட்ட நிதிக்கும் தேர்தலுக்கும் உள்ள தொடர்பை விசாரிக்கச் சட்டத்திலேயே இடமில்லை.

உண்மைகளும் சாட்சியங்களும் இருந்தாலும் ஒரு குற்றத்தை நீதிமன்றம் விசாரிக்கும் போது அது சட்டப்படி தவறா இல்லையா என்றே விசாரிக்க முடியும். தார்மிக அடிப்படையில்

தவறாக இருந்தாலும் சட்டப்படி இல்லை என்றால் அவர் தவறிழைத்தவராகக் கருத முடியாது! இங்கே சில குற்றங்கள் நியூயார்க் நகர எல்லைக்கு அப்பால் இருப்பதும் சில சிக்கல்களை உண்டாக்கலாம். உதாரணமாக முன்னாள் வர்ஜினியா கவர்னர் பாப் மெக்டோனலின் லஞ்சக் குற்றச்சாட்டை மாற்றிய உச்ச நீதிமன்ற வழக்கான யுனைடெட் ஸ்டேட்ஸ் vs மெக்டொனெலை பார்க்கலாம். உண்மைகள் அவருக்கு எதிராகவே இருந்தன. அவரும் அவரது மனைவியும் ஒரு ஆதரவாளரிடமிருந்து கடன்கள், பரிசுகள் மற்றும் விடுமுறைக்குச் செல்ல இலவச டிக்கெட்டுகளைப் பெற்றனர்.

சுப்ரீம் கோர்ட்டின் முன் உள்ள கேள்வி, மெக்டோனல் நிதியைப் பெற்றதா அல்லது உதவிகளை வழங்கியதா என்பது அல்ல, மாறாக அந்தச் சலுகைகள், தொடர்புடைய மத்திய தேர்தல் அமைப்புச் சட்டத்தின் பார்வையில் அதிகாரப்பூர்வமான செயல்களை அமைக்கக் காரணமாக இருந்ததை எந்தவித சந்தேகத்துக்குமிடமின்றி நிரூபிக்க முடியுமா என்பதுதான். 8-க்கு 0 என்ற வாக்கு எண்ணிக்கையில் உச்சநீதிமன்றம் இல்லை என்று கூறியது. இழிவான அனைத்தும் சட்ட விரோதமானது அல்ல, டிரம்பின் கேள்வி அவரது நடத்தை தார்மீக ரீதியாகத் தவறாக இருந்ததா, ஆனால் அது சட்டவிரோதமா என்பதுதான்.

மிகச் சாதாரணமான நிதிக் குற்றங்களைக்கூடப் பயன்படுத்தி குண்டர்களை வீழ்த்துவது பொருத்தமானதல்லவா?

ஆம், முற்றிலும் பொருத்தமானதுதான், ஆனால் அவர்கள் உண்மையில் மிகவும் சாதாரணமான குற்றங்களில் குற்றவாளிகளாக இருக்கும் வரை மட்டுமே அவர்களை வீழ்த்த முடியும். டிரம்ப் வணிக பதிவுகளைப் பொய்யாக்கினார் என்பதற்கு ஏராளமான சான்றுகள் உள்ளன.

சுருக்கமாக, டிரம்ப் வழக்கு தீவிர சட்டக் கேள்விகளை எதிர்கொள்கிறது. 2016 தேர்தலில் செல்வாக்குச் செலுத்துவதற்காக, தனக்கு நண்பர்களாக இருந்த பெண்களுக்குப் பணம் கொடுக்கும் திட்டத்தில் டிரம்ப் ஈடுபட்டுள்ளார் என்பதை ஆதாரங்கள் தெளிவாகக் காட்டுகின்றன. இது தெளிவாக ஒழுக்கக்கேடானது. ஆனால் அது சட்டவிரோதமா என்பது டிரம்பின் சட்ட விதியை தீர்மானிக்கும் முக்கிய கேள்வி.

இதைத்தவிர ஜனவரி ஆறாம் தேதி காபிட்டல் ஹில் தாக்குதலைத் தூண்டிய வழக்குகள் என அடுக்கடுக்கான குற்றச்சாட்டுகள் அவர் மீது ஜியார்ஜியாவில் ஃப்ளோரிடாவில் இருக்கின்றன.

அதிலும் ஜனவரி ஆறாம் தேதி தாக்குதலில் ஈடுபட்ட பலர் சிறைத் தண்டனை பெற்றிருக்கிறார்கள். துணை அதிபர் மைக் பென்ஸ் சாட்சி சொல்ல அழைக்கப்பட்டிருக்கிறார். ஆனாலும் இந்த வழக்குகளில் அதிபர் டிரம்ப் குற்றம் இழைத்தவர் என்றே தீர்ப்பு வந்தாலும், அவரைச் சிறைக்கு அனுப்ப முடியாது. அவருக்கான அதிகபட்ச தண்டனை என்னவாக இருக்கலாம்? வீட்டுக்காவல்? சிறைக்கு அனுப்பினால், அவருடன் அவர் பாதுகாப்பு அதிகாரிகளும் சிறைக்குச் செல்வார்களா? அனுப்ப முடியாதல்லவா? எனவே அதிகபட்ச தண்டனை வீட்டுக்காவலாகத்தான் இருக்க முடியும். இந்த சிக்கல்கள் இல்லாமல் இருக்க, முன்னாள் அதிபர்கள் பொது மன்னிப்பு வழங்கி இருக்கிறார்கள். அதிபர் நிக்ஸன் வாட்டர்கேட் ஊழலில் சிக்கிக்கொண்ட போது, அவருக்குப் பின்னால் வந்த அதிபர் ஃபோர்ட் மன்னிப்பு வழங்கினார். எல்லா அதிபர்களும் பொது மன்னிப்பு வழங்கியிருக்கிறார்கள். இதில் பல சவாலானாவை, சில விமரிசனங்களுக்கும் உள்பட்டிருக்கின்றன. அதேபோல அதிபர் பைடன், இப்போது டிரம்பிற்கு மன்னிப்பு வழங்கலாம். ஆனால், பல முன்னாள் அதிபர்கள் போல் அல்லாமல், அதிபர் டிரம்ப் பொது வாழ்வில் இருந்து விலகக்கூடியவர் அல்ல.

எடுத்துக்காட்டாக, இந்த வழக்கைப் பற்றி எந்த முரண்பட்ட கருத்துக்களையும் பேசக்கூடாது என்று சொல்லி தடை உத்தரவு வழங்காமல் டிரம்பின் பேச்சு உரிமையை மதித்த நீதிபதியின் குடும்பத்தின் மேலேயே காழ்ப்பைக் கொட்டி டிரம்ப் பேசிக் கொண்டிருக்கிறார்.

என்னைப் பழிவாங்கவே வழக்குத்தொடர்ந்திருக்கிறார்கள் என எந்த முதிர்ச்சியும் இல்லாமல் பேசிக்கொண்டிருக்கிறார். அதேபோல நீதித்துறை, மத்திய உளவுத்துறை இரண்டிற்குமான நிதியைக்குறைக்க வேண்டும் எனவும் தன் ஆதரவாளர்களிடம் பேசுகிறார்.

அதிபர் டிரம்பின் வழக்கை விசாரிக்கும் நீதிபதி மிகவும் கவனமாகச் செயல்பட்டுக் கொண்டிருக்கிறார். ஒரு பக்கம் டிரம்ப்பை ஒரு குடிமகனுக்கு உரிய முதல் அமெண்ட்மெண்ட் விதிகள் படி பேச்சுரிமையைப் பாதுகாக்கவும் வேண்டும், அதே சமயம் அவர் வரம்பு மீறிப் பேசுவதைக் கண்டிக்கவும் வேண்டும்.

இந்த வழக்கினால் உண்டான ஒரு பாதகமான விஷயம் என்னவென்றால், எந்தவொரு சட்ட வல்லுநரும் எந்த அதிபர் மீதும் அவர் பதவிக்காலம் முடிந்ததும் வழக்குத் தொடர முடியும். உதாரணமாக அதிபர் பைடன் பதவிக்காலம் முடிந்தபின், டெக்ஸாசில் (அதிகமான குடியரசுக்கட்சி ஆதரவு) அவர் மீது வழக்குகள் தொடரலாம். டெக்ஸாஸ் சட்டங்களும், பைடனின் சொந்த மாநிலமான டெலாவரின் சட்டங்களும் வேறுபட்டவை. இவை எல்லாம் கடைசியில் நீதிமன்றத்தில் செல்லாதவையாக அறிவிக்கப்பட்டாலும், நேரமும் வரிப்பணமும் விரயமாவதைத் தடுக்க முடியாது.

மாறாக, நியூயார்க் சட்ட வல்லுநருடன் அதிபர் பைடன் பேச்சு வார்த்தை நடத்தி எல்லா வழக்குகளையும் மத்திய சட்டத்துறைக்கு மாற்றியிருக்கலாம் என்றும் ஒரு சாரார் கருதுகிறார்கள். இன்னொரு சாராரோ இது ஒரு நல்ல முன்மாதிரி என்றும் கணிக்கிறார்கள்.

சர்வதேச அளவில், இது மிகப்பெரிய பாதிப்பை ஏற்படுத்தவில்லை. நிறைய நாடுகளில் முன்னாள் தலைவர்கள் ஊழல், குற்றவியல் குற்றங்களில் விசாரிக்கப்பட்டும் சிறைக்குச் சென்றும் இருக்கிறார்கள். அமெரிக்காவின் வெளிப்படைத்தன்மையும் பேச்சு சுதந்திரமும் எல்லாச் செய்திகளையும் அலசுவதும் எப்போதும் அமெரிக்காவின் சிக்கல்களை வெளிப்படையாகவே காட்டியிருக்கிறது. எனவே இது புதிதில்லை. ஆனால், அதிபர் டிரம்ப் அடுத்த தேர்தலுக்கும் களம் இறங்குவதும் அவர் களம் இறங்கத் தடையேதும் இல்லை என்பதும் சர்வதேச அளவில் அரசியல் செய்திக் கணிப்பாளர்களை ஆர்வமுடன் பார்க்க வைக்கிறது. ஏனெனில், இந்தச் செய்தியையே டிரம்ப் தனக்குச் சாதகமாக்கி, தான் ஜனநாயகக் கட்சியினரால் பழிவாங்கப்படுவதாகச்

சொல்லி அழுது புலம்பித் தேர்தலில் வாக்குகளைச் சேகரித்து வெற்றி பெறக்கூடும். ஆகையால் பொறுமையாக என்ன நடக்கிறது என நம்மைப்போலவே அவர்களும் கவனித்துக் கொண்டிருக்கிறார்கள்.

உலகத்தலைவர்களுக்கு எதிராக வழக்குத் தொடுப்பது ஜனநாயகத்தை குறை மதிப்பிற்கு ஆட்படுத்தும். இது போன்ற வழக்குகள், தென்னாப்பிரிக்கா போன்ற இளம் ஜனநாயக நாடுகளை விட, அமெரிக்கா போன்ற பழைய ஜனநாயக நாடுகளுக்கு வெவ்வேறு அபாயங்களை உண்டாக்குகின்றன. ஏனெனில், முதிர்ந்த மக்களாட்சி உள்ள நாடுகளில் தவறாக நடந்துகொள்ளும் அரசியல்வாதிகள் மீது வழக்குத் தொடரமுடியும் அளவு நீதித்துறை சுதந்திரமாக உள்ளது (இந்தியாவில் இது இன்னும் கேள்விக்குரியதே)

பிரான்ஸில், **2011-**ல் ஜாக் சிராக்கிற்கு பிறகு ஊழல் குற்றச்சாட்டில் குற்றவாளி எனக் கண்டிக்கப்பட்டவர் இரண்டாம் ஜனாதிபதி, சார்க்கோசி. ஆனாலும் நாடு சிதறிப் போகவில்லை. மூன்று ஆண்டு சிறைத் தண்டனை என்றாலும் நாடு ஒற்றுமையாகத்தான் இருந்தது. இது போன்ற முதிர்ந்த ஜனநாயக நாட்டில் அரசியல் தலைவர்களைத் தங்கள் செயல்களுக்குப் பொறுப்பேற்க வைக்க முடியும். தென்கொரியா, ஊழல் வழக்குகளை விசாரித்து ஐந்து ஜனாதிபதிகளுக்குத் தண்டனை வழங்கியது.

இத்தகைய வழக்குகள் வருங்காலத் தலைவர்களுக்கு எச்சரிக்கை விடுக்குமா என்றால், நிச்சயம் ஆம் என்றே தோன்றுகிறது., இப்போது தென் கொரியாவில் இரண்டு ஜனாதிபதிகள் மிகவும் நேர்மையாக சட்டச்சிக்கல் ஏதும் இல்லாமல் இருக்கிறார்கள்.

ஆட்சிக்கு எதிராக அதிக ஆர்வத்துடன் தொடரப்படும் வழக்குகள் போன்றவை, முதிர்ந்த ஜனநாயக நாடுகளில் கூட, சட்ட வல்லுநர்கள் அல்லது நீதிபதிகள் வழக்குகளைத் தவறாகப் பயன்படுத்த வழி வகுக்கும். ஆனால் நீதிமன்றங்களும் பிற பொது நிறுவனங்களும் அரசியலில் இருந்து போதுமான அளவு சுதந்திரமாக இல்லாத நிலையில், வளர்ந்து வரும் ஜனநாயக நாடுகளில் இதுபோன்ற தனிப்பட்ட அல்லது கட்சி சார்புள்ள அரசியல் வழக்குகள் அதிகமாகவும், மேலும் சேதத்தை ஏற்படுத்தக்கூடியதாகவும் உள்ளன.

இந்தியாவில் இதுபோன்ற வழக்குகள் அதிகரித்து வருவதைக் காணலாம். மனித உரிமை மீறல்களைக் கண்காணித்தவர்கள் / கண்காணிப்பவர்கள் உட்பட இது போன்ற முரணான வழக்குகளைக் கண்டுகொள்வதில்லை. ஏனெனில், அதிகார வாதிகளைப் பாதுகாப்பது ஜனநாயக விழுமியங்களுக்கு முரணாகத் தோன்றலாம், ஆனால் அவ்வாறு செய்வது பல இடைக்கால அரசாங்கங்களில் ஜனநாயகம் வேரூன்றுவது காலக்கெடு கொடுப்பதற்காக அவசியம் என்று கருதுகிறார்கள்.

1990-களின் முற்பகுதியில் நிறவெறியின் பல தலைமுறைகளாகப் பிரிவினை மற்றும் மனித உரிமை மீறல்கள் முடிவடைந்ததால் தென்னாப்பிரிக்கா நடத்திய பேரம் முக்கிய உதாரணமாகிறது. தென்னாப்பிரிக்காவின் வெள்ளை ஆதிக்க அரசாங்கம், வெளியேறும் அரசாங்க உறுப்பினர்கள் மற்றும் ஆதரவாளர்கள் வழக்குத் தொடரப்படுவதைத் தவிர்ப்பதற்காகவும் மற்றும் பெரும்பாலும் தங்கள் செல்வத்தைத் தக்கவைத்துக்கொள்வதை உறுதி செய்வதற்காகவும் நெல்சன் மண்டேலாவின் கறுப்பினத் தலைமையிலான ஆப்பிரிக்கத் தேசிய காங்கிரஸுடன் பேச்சுவார்த்தை நடத்திப் பல வழக்குகளைப் பதிவு செய்யாமல் நிறுத்தினார்கள்.

பிரதமர் பெஞ்சமின் நெதன்யாகு செய்த தவறுகளை விசாரிக்கப் பதவியை விட்டு வெளியேறும் வரை இஸ்ரேல் காத்திருக்கவில்லை. ஆனால் நீதிமன்றச் செயல்முறை உடனுக்குடன் நிகழ்வதில்லை. இந்த விசாரணை அவரது லிகுட் கட்சியினரின் எதிர்ப்பைத் தூண்டியது. நெதன்யாகு விசாரணையில் இருந்து பாதுகாப்பை, இம்யூனிட்டியைப் பெறமுயன்று தோல்வியடைந்தார்.

டிரம்ப் குற்றச்சாட்டுச் செயல்முறை அமெரிக்க ஜனநாயகத்தின் அடிப்படையான ஒன்றை வெளிப்படுத்தும். முடிவு எதுவாக இருந்தாலும், அவை சட்டம் மற்றும் அரசியல் ஆகிய இரண்டையும் சார்ந்ததாக இருக்கும். முன்பே சொன்னபடி தர்மத்தின்படி தவறானவை சட்டப்படி தவறாக இருக்கத்தேவையில்லை! அரசியல் பிழைத்தோர்க்கு அறமே கூற்றாகும் போன்ற நெறிமுறைகள் நீதிமன்றங்களில் எடுபடுவதும் இல்லை!

ஊருக்கும் வெட்கமில்லை, யாருக்கும் வெட்கமில்லை!

தேன்கூட்டைக் கலைத்தாற்போல முன்னாள் அதிபர் டிரம்ப்பின் மீது பல வழக்குகள் பதிவாகும் என்பது தெரிந்தாலும், அவர் சட்டப்படி ஆதாரப்பூர்வமாகக் குற்றம் (indicted) சாட்டப்படுவார் என்பதை அவ்வளவு நிச்சயமாக யாரும் அறிந்திருக்கவில்லை. அதிபர் ஒபாமா பதவிக்காலத்தில் இருந்த நெறிமுறைகள் துறைக்கு ஓய்வு கொடுத்து அனுப்பிவிட்டது போலச் செயலாற்றியது அதிபர் டிரம்ப்பின் தலைமை!

நடிகைக்குப் பணம் கொடுத்த வழக்கில் ஜூரிகளால் நியூயார்க்கில் குற்றம் சாட்டப்படுவது முன்னாள் அதிபராகவே இருந்தாலும் சட்டத்தின் முன் அனைவரும் சமமெனக் காட்டி, பிள்ளையார் சுழியைப் போட்டு வைத்தது. எப்படி ஒரு முன்னாள் அதிபரைக் கைது செய்வார்கள் என்பதை ஊடகங்கள் விவாதித்து, பின் பார்த்துத் தெரிந்துகொண்டார்கள்.

இப்போது அரசுக்குச் சொந்தமான சில முக்கிய இரகசியக் குறிப்புகளை (classified documents) தன் வீட்டிற்கே எடுத்துச் சென்ற வழக்கில், மத்திய நீதிமன்றத்தால் (federal court) குற்றவியல் பிரிவில் (criminal) ஏழு குற்றங்களை உள்ளடக்கிக் குற்றம் சாட்டப்பட்டிருக்கிறார். ஃப்ளோரிடாவில் மையாமி

நீதிமன்றத்தில் செவ்வாய்க்கிழமை மதியம் மூன்று மணிக்குச் சரணடைவார் என எதிர்பார்க்கப்படுகிறது.

இந்த வழக்கில், அரசுக்கு எதிராக நாட்டின் பாதுகாப்பு தொடர்பான இரகசியக் குறிப்புகளைத் தெரிந்தே எடுத்து வந்தது, உளவு பார்க்கும் நோக்கத்தில் எடுத்து வந்தது, அரசின் விசாரணையை முடக்கச் சதித் திட்டங்கள் தீட்டியது, சதியாலோசனை என்பதான குற்றச்சாட்டுகளும் சேர்க்கப்பட்டிருக்கின்றன.

அதிபர் டிரம்ப்போ தான் பதவியில் இருந்தபோதே இந்தக் குறிப்புகளை இரகசியம் அல்லாதவை எனத் தீர்மானித்ததாகவும் ஓர் அமெரிக்க அதிபருக்கு அந்த அதிகாரம் இருந்ததாகவும் கூறுகிறார். மேலும் அவர் அமெரிக்க அதிபர் இந்தக் குறிப்புகள் இரகசியமானவை அல்ல என்று நினைத்தாலே போதுமானது என்று கூறுவது நகைப்புக்குரியது!

இரகசியக் குறிப்பு ஒன்றை இரகசியம் அல்லாத சாதாரணக் குறிப்பாக மாற்ற வேண்டுமானால் (classified document to declassified document) அதற்கான சட்ட வழிமுறைகள் உண்டு. சாதாரண ஓர் அரசு அலுவலராலேயே அரசு அலைபேசியையோ கணினியையோ வேறு காரணங்களுக்காகப் பயன்படுத்த முடியாது. ஹிலரி கிளின்டன் வெளியுறவுத்துறை அமைச்சராக இருந்த போது பல மின்மடல்கள் ஏன் அவரது வீட்டின் சர்வரில் இருந்து சென்றன என்பதையே தேர்தலில் கேள்வி கேட்டுப் பேசியவர் டிரம்ப். அப்படியிருக்க, இராணுவப் பாதுகாப்பு தொடர்புடைய அதிமுக்கியக் குறிப்புகளை எந்த நோக்கத்தில் இவர் எடுத்துச் சென்றிருக்க முடியும்?

தகவல்களை வகைப்படுத்த அல்லது வகைப்படுத்தும் அதிகாரம் கொண்ட அதிகாரிகள் அவற்றை மூன்று பிரிவுகளுக்குள் வகைப்படுத்தலாம். இரகசியம், மிக இரகசியம், மிக மிக இரகசியம். குறிப்பாக முக்கியமான தகவலுக்கான தொடர்பு, முக்கியமான தகவல்களுக்கு S.C.I. (Sensitive compartmented information) என்ற பெயருடன் மேலும் கட்டுப்படுத்தப்படலாம்.

தகவல் வகைப்படுத்தப்பட்டால், அதற்கான தொடர்பு தடை செய்யப்பட்டுள்ளது. அந்தத் தகவலைக் கொண்ட எந்த

ஆவணங்களும், அவற்றை யார் யார் தொடர்பு கொள்ள அல்லது படிக்க அனுமதி பெறலாம் என்பதும் குறிக்கப்பட வேண்டும், மேலும் முறையான பாதுகாப்பு அனுமதிகளைக் கொண்ட அதிகாரிகள் மட்டுமே - அவற்றைப் பார்க்க அல்லது அவற்றின் உள்ளடக்கங்களைக் கூற அனுமதிக்கப்படுவார்கள். அவற்றை எவ்வாறு சேமிக்கலாம், எப்படிக் கொண்டு செல்லலாம் அல்லது மின்னணு முறையில் அனுப்பலாம் என்பதைக் கட்டுப்படுத்தும் விதிகளும் உள்ளன.

மத்திய, மாநில அரசில் இதற்காகவே செயல்படும் துறை உண்டு. அங்கே 'அசல் வகைப்பாடு அதிகாரிகள்' என்று நியமிக்கப்பட்ட சில அதிகாரிகள் தகவலை வகைப்படுத்தலாம் அல்லது வழிப்படுத்தலாம். தங்களுக்கு வழங்கப்பட்டுள்ள வகைப்படுத்தப்படும் (classifying, or declassifying) செயல்களில் அவர்கள் அதிபரின் அல்லது மாநில முதல்வரின் அதிகாரத்தைப் பயன்படுத்துவதாகக் கருதப்படுகிறது.

அதற்கான முறையான நடைமுறைகள் உள்ளன. 2009-ஆம் ஆண்டின் நிர்வாக ஆணை, பிரிவுத் தலைவரை வழிநடத்துகிறது. அது முதலில் வகைப்படுத்தப்பட்ட தகவலைப் படித்து தன் தகவலைப் புரிந்து கொள்கிறது, மேலும் அது அவர்களுக்குச் சில தரநிலைகளை அமைக்கிறது.

அதிபர்கள் தகவல்களை நேரடியாக வகைப்படுத்தலாம். ஏனெனில் அது இறுதியில் அவர்களின் அரசியலமைப்பு அதிகாரமாகும். ஆனால் அவ்வாறு செய்வது அரிது. பொதுவாக அதிபர்கள் அந்தந்தத் துறை சார்ந்த வல்லுநர்களின் உதவியையும் கலந்தாலோசித்தே மதிப்பாய்வு செய்கின்றனர்.

திரு. டிரம்ப் பதவியில் இருந்தபோது வகைப்படுத்தப்பட்ட ஆவணங்களைக் குறித்துப் பேசியது உண்மையாக இருந்தாலும், வழக்கமான நடைமுறைகளை அவர் தெளிவாகப் பின்பற்றவில்லை.

அமெரிக்க அரசின் மேல்முறையீட்டு நீதிமன்றம் 2020 அமெரிக்க அதிபரானாலும் கூட வகைப்படுத்துதல் நிறுவப் பட்ட நடைமுறைகளைப் பின்பற்ற வேண்டும் என அறிவித்தது. ஆனால் முன்னாள் அதிபர் டிரம்ப்போ தன்னிச்சையாக

அதிபர் நினைத்தாலே இரகசியக் குறிப்புகளைச் சாதாரணக் குறிப்புகளாக வகைப்படுத்த முடியும் எனக் கூறுகிறார்.

இந்த வழக்குகள் எல்லாம் அதிகாரப்பூர்வமாகக் குற்றம் சாட்டினாலும், குற்றவியல் பிரிவுகளிலேயே குற்றம் சாட்டினாலும், அவர் தேர்தலில் நிற்பதைத் தடை செய்ய இயலாது. அப்படியே அவர் வெற்றி பெற்று வந்தால், அவரே வழக்குகளைத் தள்ளுபடி செய்யக்கூடும். ஆனால் அதுவரை காத்திராமல், விரைவாக வழக்குகளை விசாரிக்க வேண்டும்.

மக்களிடையே நடத்திய கருத்துக்கணிப்பில், வாக்களித்தவர்களில் 57 சதவீத மக்கள் அவரைத் தேர்தலில் நிற்பதைத் தடை செய்யவேண்டும் என எதிர்பார்க்கிறார்கள். ஆனால், அதற்கு அமெரிக்க அரசியல் அமைப்புச் சட்டத்தில் இடமில்லை.

ஊருக்கும் வெட்கமில்லை இந்த உலகுக்கும் வெட்கமில்லை என்கிறவாறு கொஞ்சம் கூடக் குற்ற உணர்வே இன்றி அடுத்த தேர்தலுக்கான பிரசாரத்தைத் துவக்கிவிட்டார் முன்னாள் அதிபர் டிரம்ப்!

வெள்ளை மாளிகைக்குள் ஒரு கறுப்புப் பாதை

வெள்ளை மாளிகைக்குள் வெள்ளைப்பொடியா? யார் புகைத்திருப்பார்கள் என்பதை விட அது எப்படி உளவுத்துறை மீறி அங்கே வந்திருக்க முடியும் என்பதே மிகப்பெரிய கேள்வியாகச் சென்ற வாரம் இருந்திருக்கிறது.

மனிதனுக்குப் போதை தேவையாக இருக்கிறது. தன்னுடைய சோகம், தீர்க்க முடியாத பிரச்னைகளிலிருந்து தற்காலிகமாகத் தப்பிக்க அல்லது மகிழ்ச்சியைக் கொண்டாட என்று எதற்காகவேனும் போதைப் பொருட்கள் தேவையாக இருக்கின்றன. அவை மூளையின் நரம்பு மண்டலத்தில் டோபமைன் உற்பத்தியை அதிகரிப்பது அல்லது டோபமைன்களை எரிப்பதைத் தடுப்பதன் மூலமாக ஒரு செயற்கை மகிழ்ச்சியை உருவாக்குகின்றன. ஆதிகாலத்தில் தேவர்களின் சோம பானமும் சுரா பானமும் சங்க கால மது வகைகளும் பின் வந்த காலத்து மதுபானங்களும் கஞ்சா, புகையிலை, ஹோலி போன்ற பண்டிகைக் கால பாங்க் போன்ற கசகசா அரைத்துச் செய்யப்பட்ட பானங்கள் ஆகிய அனைத்தும் போதையைக் கொடுக்க வல்லன.

ஓப்பியம், கோக்கைன், மரிவானா, புகையிலை, குளிக்கும் உப்பு (bathing salt) வாகனங்களுக்குப் போடும் எரிபொருள் வாசம், பாம்புக்கடியின் நஞ்சு, மருத்துவர்கள் பரிந்துரை செய்யும் மருந்துகள் மூலம் வரும் பற்று, இருமல் மருந்து, யுடிக்கோலன், ஹைலட்டரை நுகர்வது, சில வாசனைத்திரவியங்கள்,

மதுபானங்கள், புகைபிடித்தல் எனப் போதைக்கான பொருட்களில் பலவகை உண்டு.

இதில் சில போதைப் பொருட்கள் சமூகத்தால் அங்கீகரிக்கப்பட்டு அளவோடு பயன்படுத்தப்படுகின்றன. உதாரணமாக கொண்டாட்டங்களில் அளவோடு மதுபானங்கள் அருந்துவது அங்கீகரிக்கப்பட்ட ஒன்றாக மாறிவிட்டது. ஒரு காலத்தில் ஆண்மையான ஒன்றாகக் கருதப்பட்ட புகைபிடித்தல் அந்தப் பழக்கத்தால் வந்த புற்றுநோய் அபாயத்தால் இப்போது விலக்கி வைக்கப்பட்டு மாற்றாக எலக்ட்ரானிக் சிகரெட் போன்ற இன்னும் மோசமான விளைவுகளை உண்டாக்கும் அபாயப் பொருட்கள் சந்தைப்படுத்தப்பட்டிருக்கிறன. அரசாங்கத்திற்கு இவற்றின் மூலமான வரிகளால் நிறைய வருமானம் கிடைக்கிறது. இவற்றைத் தடை செய்தாலும் மக்கள் எப்படியும் பயன்படுத்துவார்கள் என்பதால் அதீதக் கட்டுப்பாடுகள், வரம்புகள் விதிமுறைகள், வயது வரம்பு, மீறினால் அதீதக் கட்டணம், சிறைத்தண்டனை போன்ற விதிமுறைகள் எல்லாம் விதித்துப் பயன்பாட்டை அனுமதித்திருக்கிறார்கள்.

வலியைக் குறைப்பதற்காகப் புற்றுநோயாளிகளுக்கும் அறுவை சிகிச்சை நோயாளிகளுக்கும் மரிவானா பயன்படுத்தப்படுவதால் பல மாநிலங்களில் மரிவானா பயன்பாட்டின் மீதான தடை விலக்கப்பட்டிருக்கிறது. ஆனால் கேளிக்கைக்காக, அமெரிக்காவில் மிக அதிகமாகப் பயன்படுத்தப்படுவது, கஞ் சாவிற்கு அடுத்தபடி கோக்கைன் தான். சர்வதேச அளவில் மிக அதிகமாக கோக்கைன் பயன்படுத்தும் நாடுகளில் அமெரிக்கா இரண்டாம் இடம் வகிக்கிறது.

1950-ஆம் ஆண்டிற்கு முன் பல குழுக்கள் அமெரிக்காவில் கோக்கைன் பயன்பாட்டிற்குத் தடைவிதிக்கக் கோரினர். கோக்கைன் பயன்படுத்துவதால், கீழ்நிலைப் பணியாளர்கள் நிறைய உழைப்பதாக ஒரு கருத்து உலவியது. காப்பியுடன் எடுத்துக்கொள்வதால் நிறையப் புத்துணர்ச்சி வருவதாகவும் சுரங்கத் தொழிலாளர்கள் நிறைய வேலை பார்ப்பதாகவும், நிறைய உற்பத்தி பெருகுவதாகவும் கருதி ஆப்பிரிக்க அமெரிக்க மற்றும் சீனத்தொழிலாளர்களுக்குக் கொடுக்கப்பட்டது.

ஹாரிசன் நார்காட்டிக்ஸ் சட்டப்படி மருத்துவர் பரிந்துரை இருந்தால் மட்டுமே கோக்கைன் கொடுக்க முடியும் என்று வலியுறுத்தப்பட்டது. அதே போல கோக்கைன் கலந்து கொடுக்கப்பட்டு சிறுமிகளும் பாலியல் வன்முறைக்கு ஆளாக்கப்பட்டனர்.

1960-களில் கோக்கைன் பயன் குறைந்திருந்தது ஆனால், டிஸ்கோ கலாசாரம் அதிகரிக்க மீண்டும் கோக்கைன் பயன்படுத்துவது அதிகரிக்க ஆரம்பித்தது. இளவயது மாணவர்களும் கூட பயன்படுத்தத் தொடங்கினர். இப்போது ஆரேகன் போன்ற மாநிலங்கள் கோக்கைன் பயன்படுத்துவது சட்டப்படிகூடக் குற்றம் இல்லை என அறிவித்திருக்கிறது.

மரிவானா கூட பல மாநிலங்களில் மருத்துவக் காரணங்களுக் காகப் பயன்படுத்தலாம். ஆனால் ஒருவர் மருத்துவக் காரணங்களுக்காக மட்டும்தான் மரிவானா பயன்படுத்துகிறார் என்பதைக் காவலர்கள் எப்படிக் கண்காணிக்க முடியும்? எப்படி அவர்களுக்கு அந்த விழிப்புணர்வைப் போதிப்பது போன்ற கேள்விகள் இன்னும் இருக்கின்றன. அமெரிக்காவில் ஏறக்குறைய 50 இலட்சம் மாணவர்கள், 12 வயதுக்குட்பட்டவர்கள் கோக்கைன் பயன்படுத்துகிறார்கள். பல கோடி செலவு செய்து பள்ளிகளிலும் விழிப்புணர்வுக் கல்வி அளிக்கப்படுகிறது.

பலவகையான போதைப்பொருட்களை அளவுக்கதிகமாகப் பயன்படுத்தி 2021 ஆம் ஆண்டில் இறந்தவர்கள் 107000 அமெரிக்கர்கள் என்றால், அதில் 24000 பேர் கோக்கைன் பயன்பாட்டால் மட்டும் இறந்தவர்கள். 62 இலட்சம் மக்கள் பலதரப்பட்ட போதைப் பொருட்களைப் பயன்படுத்துகிறார்கள். அதில் 50 இலட்சம் மக்கள் பயன்படுத்துவது மரிவானாவை.

40 கோடி மக்கள் தொகை கொண்ட அமெரிக்காவில் 62 இலட்சம் மக்கள் போதைப் பொருள் பயன்படுத்துகிறார்கள். அதே நேரம் மிக அதிகமான மக்கள் தொகை கொண்ட இந்தியாவில் 74 இலட்சம் மக்கள் போதைக்கு அடிமைகளாக இருக்கிறார்கள். இந்தியாவில், புள்ளிவிவரக்கணக்கு எடுப்பதும் உண்மையிலேயே போதைக்கு அடிமையானவர்கள் மருத்துவர்களை நாடுவதும் இல்லை என்பதால் இந்த விவரங்கள் எந்த அளவுக்கு உண்மை என்பதும் தெரிய

வாய்ப்பு இல்லை. இதில் கோக்கைன் பயன்படுத்துபவர்கள் மிகக் குறைவு. இந்தியாவைப் பொறுத்தவரை ஓப்பியம், மது, கஞ்சா ஆகியவையே மிக அதிக அளவில் பயன்படுத்தப்படும் போதைப்பொருட்கள்.

அமெரிக்கா, போதை வழக்கத்தைக் குறைக்க மிக அதிகமான முயற்சிகள் எடுத்துக்கொண்டிருக்கிறது. ஆனால், சமீபத்தில் வெள்ளை மாளிகையிலேயே கோக்கைன் கண்டுபிடிக்கப்பட்டது மிகுந்த பரபரப்பை ஏற்படுத்தியிருக்கிறது.

வெள்ளை மாளிகைக்குள் சட்டவிரோதப் போதைப்பொருட்கள் நுழைவது இது முதல் முறை அல்ல. ராப் பாடகர் ஸ்னூப் டாக் 2013-இல் குளியலறையில் கஞ்சா புகைத்ததாகக் கூறினார், மேலும் ஜிம்மி கார்ட்டர் ஜனாதிபதியாக இருந்தபோது வெள்ளை மாளிகையின் மேல்தளத்தில் புகைபிடித்ததை வில்லி நெல்சன் ஒப்புக்கொண்டார்.

பிரிட்டிஷ் நடிகர் எர்கன் முஸ்தபா, முதல் பெண்மணி நான்சி ரீகனின் 'ஜஸ்ட் சே நோ' போதைப்பொருள் எதிர்ப்புப் பிரச்சாரத்தின் போது வெள்ளை மாளிகைக்குச் சென்றபோது, அவர் மரிவானா புகைத்ததாகவும், கோக்கைன் வரிசையை மேற்கொண்டதாகவும் கூறினார். ஜெபர்சன் ஏர்பிளேன் பாடகி கிரேஸ் ஸ்லிக் 2011-ஆம் ஆண்டில் ஜனாதிபதி ரிச்சர்ட் நிக்சனின் தேநீரை எல்எஸ்டியுடன் 1970-இல் ஸ்பைக் செய்ய முயன்று தோல்வியடைந்ததாக கூறினார்.

இந்த முறை சமீபத்தில் வெள்ளைநிறப் பொடி நிறைந்த பொதி கிடைத்தது ஓவல் அலுவலகத்தின் அருகே உள்ள வெஸ்ட் விங் பகுதியில். அங்கேதான் நிறையச் செயல்பாடுகள் நடக்கும். வெள்ளை மாளிகைக்கு வருவோரின் பின்புலம் எல்லாம் ஆராயப்பட்டுப் பல பரிசோதனைகள் செய்யப்பட்டே அதிகாரிகள் வர இயலும் என்பதால், யார் இந்த கோக்கைன் எடுத்து வந்திருப்பார்கள் என்று உளவுத்துறை தேடிக் கொண்டிருக்கிறது. இந்தச் சம்பவம் நடந்த வார இறுதியில் அதிபர் பைடனும் முனைவர் திருமதி பைடனும் வெள்ளை மாளிகையில் இல்லை. ஆனாலும் எதிர்க் கட்சி, குறிப்பாக முன்னாள் அதிபர் டிரம்ப், அதிபர் பைடனின் மகன் ஹண்ட்டர் பைடனின் மீதே பழியைப் போடுகிறார்.

கோக்கைன் கடத்துபவர்கள் இத்தனை அபாயகரமான வேலையை எதனால் செய்கிறார்கள்? ஒரு கிலோ கோக்கைனின் கொள்முதல் விலை $1000 என்றால் அதை அமெரிக்காவில் சின்ன சின்ன அளவில் விற்று $70000 வரை ஈட்டலாம். அது 1970-களில். நீங்களே இதனால் அடையும் இலாபத்தைக் கணக்கிட்டுக் கொள்ளலாம். இப்போது இன்னும் அதிகமாக ஆகிவிட்டது.

மதுபானங்கள் தடையை நீக்கி, விதிமுறைகள் விதிக்கப்பட்டதும் மக்கள் எவ்வாறு ஒழுங்காகப் பின்பற்றுகிறார்களோ அதேபோல போதைப்பொருட்களையும் பயன்படுத்துவார்கள், அதனால் மாநிலங்களுக்கு அதிக வருமானமும் கிடைக்கும். அந்த வருமானம் கொண்டு பல நல்ல விழிப்புணர்வு திட்டங்கள், உடல்நலத் திட்டங்களும் கொண்டு வரலாம் எனவும் அரசாங்கம் நினைக்கிறது.

அப்படி, கோக்கைன் பயன்பாட்டை அரசு அனுமதித்து வரிவிதித்தால், மத்திய அரசுக்கு ஆண்டொன்றுக்கு $4.28 பில்லியன் அதாவது 428 கோடி இந்திய ரூபாய் மரிவானா மூலமாகவும், 12.47 கோடி ரூபாய் வருமானம் கோக்கைன் மூலமாகவும் கிடைக்கும். தடைகள் அதிகரிக்க அதிகரிக்கத்தான் ஆர்வம் அதிகரிக்கும் என்பதால், தடைகள் நீக்கி, விழிப்புணர்வு ஏற்படுத்தி மக்களையே தீர்மானிக்கச் செய்வது ஒரு பொறுப்புள்ள அரசாங்கத்தின் வழியா என்பது சிந்திக்க வேண்டிய ஒன்று.

அரசாங்கத்தின் கடமை என்ன? மக்களுக்கான தேவைகளை வழிமுறை செய்வதா? பிரச்சினைகள் இல்லாமல் சீர்படுத்துவதா, நல்ல திட்டங்கள் அமைத்து வாழ்க்கை முறைகளை மேம்படுத்துவதா அல்லது அவர்களுக்குப் பெற்றோராகி எது நல்லது எது அல்லது என அரசாங்கமே தீர்மானித்து தடை செய்து வாழும் முறைகளைத் தீர்மானிப்பதா? பின்னது என்றால், இன்று போதைப் பொருட்கள், நாளை என்ன உணவு உண்ண வேண்டும் என்ன உடை உடுத்த வேண்டும் என்பதைக் கூட அரசாங்கம் தீர்மானிக்குமா? எங்கே அவர்கள் எல்லை என்று எது தீர்மானிக்கும்?

டொனால்ட் ட்ரம்ப்: தூண்டிலில் திமிங்கலம்

கட்டடங்கள் எல்லாம் சிமெண்ட்டும் கல்லும் குழைத்துச் செய்யப்பட்ட கட்டுமானங்கள் மட்டும் அல்ல. சில நம் உயிரோடும் உணர்வோடும் பிணைந்தவை. அதனாலேயே இரட்டைக்கோபுரங்கள் தாக்கப்பட்டது இன்னமும் அமெரிக்காவில் வருத்தமான ஒரு நிகழ்வாக இருக்கிறது. சீக்கியரின் ஆலயத்திற்குள் இந்திய இராணுவம் நுழைந்ததும்கூட. மதிப்பிற்கும் மரியாதைக்கும் உரிய பாராளுமன்றத்தில் இந்திய மக்கள் நுழைந்து பிரதமரைத் தாக்கினால் எத்தகைய அதிர்ச்சி உண்டாகுமோ அப்படியான ஓர் அதிர்வலையை அமெரிக்கா சந்தித்தது 2021இல்.

பெர்லின் சுவர் இடிப்பு முன்னாள் சோவியத் ஒன்றியத்தின் பலவீனத்தைக் காட்டியது போல், ஜனவரி 6 அன்று காப்பிடல் ஹில்லில் அமெரிக்க மக்களாலேயே நடத்தப்பட்ட தாக்குதலும், பெரும்பான்மையான வாக்காளர்களின் விருப்பத்தைத் தகர்க்க பலத்தைப் பயன்படுத்த முயன்ற கும்பல், துணை அதிபர் பென்ஸைத் தூக்கிலிடு என்ற முழக்கமும் உலகை அதிர்ச்சிக்குள்ளாக்கியது. முறையாக நடந்து முடிந்த ஒரு தேர்தலின் முடிவுகளை எதிர்கொள்ள முடியாமல் ஓர் அதிபரே

முன்னின்று நிகழ்த்திய தாக்குதல் நமது ஜனநாயகத்தின் பலவீனத்தைக் காட்டியது.

முதல் முறை நியூயார்க்கில் அதிபர் டிரம்ப்பின் மீது சட்டப்படி குற்றம் சுமத்தப்பட்டபோதும் கைது செய்யப்பட்டபோதும், ஒரு முன்னாள் அதிபரையே கைது செய்யக்கூடிய அளவில் அமெரிக்கச் சட்டம் அனைவரையும் சரிசமமாக நடத்துகிறது என்ற பார்வை ஒரு புறம், அதை ஒரு கைதேர்ந்த அரசியல்வாதியாக தனக்குச் சாதகமாக அனுதாப வாக்குகளாக மாற்ற முடியுமா என வரலாறு காணாத வகையில், தான் தேர்ந்தெடுத்த நீதிபதிகள், அதுவரை தன்னுடன் உழைத்த நீதிமன்றத்தையே தாக்கிப் பேசிய டிரம்ப், இதில் ஏதோ சதி இருக்கிறது என நம்பிய அவருடைய ஆதரவாளர்கள், தொடர்ந்து உழைத்த ஊடகங்கள், அடுத்தடுத்த கைது நடவடிக்கைகளால் ஆர்வம் குறைந்து போனார்கள்.

ஆனால், இந்தப் புதிய குற்றச்சாட்டு நியூயார்க்கின், ஃப்ளோரிடாவின் குற்றச்சாட்டைப் போன்றதல்ல. இது அமெரிக்க இறையாண்மை, குடியரசையே நிலைகுலைக்க முயன்றதான குற்றச்சாட்டு! வீட்டின் பொருட்களைக் களவாடியதோ அல்லது களவு போகக் காரணமாக இருந்ததோ பெரிய குற்றச்சாட்டு இல்லை. ஆனால் அந்த வீட்டின் அஸ்திவாரத்தையே இடிப்பதென்றால்?

அமெரிக்காவின் ஆணிவேரான ஜனநாயகம், தேர்தலின் வெற்றியையே முறைகேடானது என மாற்றி அமைத்து, கோடிக்கணக்கான மக்களின் வாக்குகளை நிராகரிப்பதென்றால் அது சாதாரணமானதா?

தேர்தலில் தோற்கப் போகிறோம் எனத் தெரிந்தபின் அதிபர் டிரம்ப் தன் ஆதரவாளர்களைக் கொண்டு அமெரிக்காவின் காபிடல் ஹில்லில் நடத்திய தாக்குதலை இன்னும் மக்கள் மறக்கவில்லை! அதில் கலந்து கொண்ட பலர் இப்போது சிறைச்சாலையில். அவர்கள் குடும்பம் கஷ்டப்படுகிற போது தூண்டிவிட்ட அதிபர் மட்டும் சுதந்திரமாக வெளியில்.

அரிசோனா, ஜார்ஜியா, மிச்சிகன், நெவாடா மற்றும் பென்சில்வேனியா ஆகிய ஐந்து முக்கிய மாநிலங்களிலிருந்தும்

தவறென்று தெரிந்திருந்தே ஒரு பொய்யான தகவலை, அதிபர் டிரம்ப் பரப்பினார் என்ற குற்றச்சாட்டை, சட்டவல்லுநர் ஸ்மித் வைத்திருக்கிறார். இந்த மாநிலங்களில் தேர்தல் முடிந்த உடனே மாநில நீதிமன்றங்களில் தேர்தல் முறைகேடானது என்று பதியப்பட்ட வழக்குகள்கூட விசாரிக்கப்பட்டு, இல்லை என்று ஆதாரபூர்வமாக நிரூபிக்கப்பட்டு, உண்மைதீர்ப்பும் வழங்கப்பட்டு விட்டது.

ஜியார்ஜியாவில் குடிமக்கள் அல்லாத யாரும் வாக்களிக்கவில்லை என்பதும் தெள்ளத்தெளிவாக நிரூபணம் ஆகியது. ஆனாலும், அதிபர் டிரம்ப் ஒரு பொய்யை மீண்டும் மீண்டும் சொல்லிக்கொண்டே இருந்திருக்கிறார்.

மத்திய அரசின் வழக்கறிஞர் ஸ்மித், சுமத்திய குற்றச்சாட்டுகள் அனைத்தும் சரியான வழிகளில் ஒருமித்தும் பல குற்றங்களை உள்ளடக்கியும் உள்ளன.

சிறப்பு ஆலோசகர் ஜேக் ஸ்மித் சாட்சிகளைச் சேதப்படுத்துதல், அஞ்சல் மோசடி குற்றச்சாட்டுகளை (சில பத்திரிகைக் கணக்குகளில்) சுமத்தவில்லை என்பதால் இது குறுகியது. ட்ரம்ப் உடன் பணியாற்றிய பெயரிடப்படாத ஆறு சதிகாரர்கள், அவருடன் சேர்ந்து பல்வேறு அதிகாரப்பூர்வ, அரசாங்கக் கருவிகளைத் தேர்தலைச் சீர்குலைக்கும் கருவிகளாக மாற்றுவதற்கு மேற்கொண்ட குற்றம் சாட்டுவதுடன், ஜனவரி 6 வன்முறையை விரிவுபடுத்தியும் காட்டுகிறது.

நியாயமான தேர்தல் என்றாலும் மக்கள் தீர்ப்பைச் செயல்படுத்துவதற்கு எதிராக அதிகாரப்பூர்வ அதிகாரத்தை, சட்டத்தை, திட்டமிட்டு ஆயுதமாக்கியது. அதற்காகச் செய்த பிரச்சாரமும், தூண்டுதலும் ஜனவரி 6ல் உச்சக்கட்டத்தை எட்டினாலும், ஜனவரி 6 அன்று மட்டும் கவனம் செலுத்துவது தவறாகும்.

அமெரிக்காவின் மக்களாட்சியின் மாண்பினைக் குறைக்கும் வண்ணம், தேர்தலில் தோல்வியை ஒப்புக்கொண்டு, பதவிப் பரிமாற்றத்தை முறையாகச் செய்யவிடாமல் தடுத்ததை, ஜாக் ஸ்மித், தார்மீக வழக்கின் ஆதார மையத்தைத் துல்லியமாகச் சுட்டிக் காட்டியிருக்கிறார். டிரம்ப் எதிர்வரும் தேர்தலில்

மீண்டும் முக்கிய வேட்பாளராகக் கூடும் என்பதாலேயே இது அதிகக் கவனம் பெறுகிறது.

டிரம்ப் பிரச்சார மேலாளர் பில் ஸ்டெபியன் மற்றும் குடியரசுக் கட்சியின் அரிசோனா மாநில மக்களவை சபாநாயகர் ரஸ்டி போவர்ஸ் இருவரும் அரிசோனாவில் பல்லாயிரக்கணக்கான குடிமக்கள் அல்லாதவர்கள் இல்லை என்று நவம்பர் 2020 இல் டிரம்ப்பிடம் கூறினர். இது தவறென்று தெரிந்திருந்தும், ட்ரம்ப் ஜனவரி 6 அன்று இதையே திரும்பத் திரும்ப முன்வைத்தார். டிரம்ப் கூறியது போல் வாக்குப்பதிவு எந்திரங்கள் தவறாகக் கையாளப்படவில்லை. ஆறு இணைச் சதிகாரர்கள் பெயரிடப்பட்டுள்ளனர். ஆனால் குற்றம் சாட்டப்படவில்லை. இவர்களை அரசுத் தரப்பு பேரம்பேசி அதிபர் டிரம்ப்பிற்கு எதிராகச் சாட்சிகளாகப் பயன்படுத்த முயலக் கூடும்.

டிரம்ப்பின் வழக்கறிஞர்கள் ரூடி ஜுயுலியானி, ஜான் ஈஸ்ட்மேன் மற்றும் பவல் ஆகியோருடன், முன்னாள் நீதித்துறை அதிகாரி (மற்றும் டிரம்ப்பின் செயல் அட்டர்னி ஜெனரல்) ஜெஃப்ரி கிளார்க் மற்றும் டிரம்ப் உடன் இணைந்த வழக்கறிஞர் கென்னத் செஸ்ப்ரோ. மற்றும் பெயரிடப்படாத ஒருவர் ஆகியோரே அந்த ஆறு பேர்.

இந்த வழக்கு அமெரிக்க ஜனநாயகத்தின் முன் ஒரு முன்னாள் அதிபர்கூடச் சட்டத்திற்கு அப்பாற்பட்டவர்கள் அல்ல என்பதை நிரூபிப்பதன் மூலம், அமெரிக்க ஜனநாயக அமைப்பின் வலிமையைக் காட்டுவது முக்கியம். எந்த ஒரு தனி மனிதனை விடவும் அமெரிக்க ஜனநாயகம் முக்கியமானது.

2024-ஆம் ஆண்டில் குடியரசுக் கட்சியின் ஜனாதிபதி வேட்பாளராக ட்ரம்ப் முன்னணி வேட்பாளராக இருப்பதால், குற்றச்சாட்டுகள் மிகவும் குறிப்பிடத்தக்கவை. அவர் வெள்ளை மாளிகைக்குத் திரும்பினால், ட்ரம்ப் மீண்டும் ஒரு முறை அரசாங்க அமைப்புக்குத் தலைமை தாங்குவார். மேலும் மேலும் குற்றங்கள் செய்யவிடாமல் தடுக்கவும் இது முக்கியமாகிறது.

டிரம்ப் கூறுவதுபோல, இந்த வழக்குகளுக்கும் வெள்ளை மாளிகைக்கும் எந்த தொடர்பும் இல்லை. அமெரிக்காவில் மூன்று அதிகார மையங்கள் தனிப்பட்ட முறையில்

செயல்படுகின்றன. வெள்ளை மாளிகை, மக்களால் தேர்ந்தெடுக்கப்பட்ட அங்கத்தினர்கள் கொண்ட காங்கிரஸ்/ ஸெனெட், நீதிமன்றம் இவை ஒன்றுடன் ஒன்று இணைந்து செயல்பட்டாலும் ஒன்றின் செயல்முறையில் மற்றொன்று தலையிடுவது இல்லை, தலையிடவும் முடியாது. இது முன்னாள் அதிபருக்கு புரியாதது இல்லை.

கடந்த 234 ஆண்டுகளில், ஸ்டோர்மி டேனியல்ஸ் ஹஷ் பணம் வழக்கில் அதிபர் டிரம்ப் மீதான குற்றச்சாட்டுகளே , முன்னாள் ஜனாதிபதிக்கு எதிரான முதல் குற்றவியல் குற்றச்சாட்டுகள் ஆகும். பிறகு, அரசாங்கப் படிவங்களைத் தவறாகக் கையாண்ட குற்றச்சாட்டு ஃப்ளோரிடாவில் தாக்கல் செய்யப்பட்டது.

அந்த முதல் குற்றச்சாட்டிற்குப் பிறகு, பல வரலாற்றாசிரியர்களும் சட்ட அறிஞர்களும் அமெரிக்காவில் யாரும் சட்டத்திற்கு மேலானவர்கள் அல்ல, ஜனாதிபதிகள்கூட இல்லை என்பதை மைல்கல் காட்டுகிறது என்று கூறினர். ஆனால் இதுபோன்ற பிரிவினை உள்ள காலங்களில் டிரம்ப் மீது வழக்குத் தொடுப்பது எதிர்காலத்தில் ஜனாதிபதிகள் மீது அரசியல் ரீதியாக உந்துதல், சின்ன சின்ன வழக்குத் தொடர வழிவகுக்கும் என்றும் அவர்கள் எச்சரித்தனர்.

ஆனால், நூற்றுக்கணக்கான ஜனவரி 6 கலவரக்காரர்களின் மீதான தீவிர வழக்குகள், ட்ரம்ப்பிற்காகத் தெருக்களில் இறங்கியவர்களில் பலரைக் கோபமாகவும் பயமாகவும் ஆக்கியுள்ளது. பலர் சிறைத் தண்டனை பெற்றிருக்கின்றனர். மக்கள் தவறுகளைச் செய்துவிட்டு, விளைவுகளைக் கண்டு அஞ்சுகிறார்கள்.

எந்த அமெரிக்க ஜனாதிபதி மீதும் குற்றவியல் பிரிவுகளில் இதுவரை குற்றம் சுமத்தப்படவில்லை. இப்போது, சில மாதங்களில் டிரம்ப்பிற்கு இது மூன்று முறை நடந்தது. அமெரிக்காவின் அரசியலுக்கும் சட்டத்திற்கும் நீண்ட கால விளைவுகளை ஏற்படுத்தக்கூடியது.

அதிபர் ட்ரம்ப்பின் 2024 ஜனாதிபதித் தேர்தல் பிரச்சாரத்திற்குச் சட்டரீதியான தாக்குதல் உண்மையான சேதத்தை ஏற்படுத்தும் என்று எதிர்பார்க்கலாம். இருப்பினும் முந்தைய குற்றச்சாட்டுகள்

குடியரசுக் கட்சியின் முதன்மைத் தேர்தலில் அவரைப் பாதிக்கவில்லை. மேலும் அவரது வாக்கு எண்ணிக்கையையும் நன்கொடைகளையும் கூட உயர்த்தியிருக்கலாம்.

ஆனால் இந்த முறை, சட்டவல்லுநர் ஸ்மித், டிரம்ப் மீது வைத்துள்ள குற்றச்சாட்டு மிகவும் கடுமையான குற்றச்சாட்டுகளின் கீழ் உள்ளது - அமெரிக்க ஜனநாயகத்தின் மீதான தாக்குதல். 2020 தேர்தலை முறியடிக்கும் ட்ரம்பின் முயற்சியானது, அமெரிக்காவை ஏமாற்றும் சதித்திட்டமாக அமைந்தது மற்றும் அமெரிக்க கேபிட்டலில் நேரடியாகக் கொடிய கலவரத்திற்கு வழிவகுத்தது என்று பெடரல் வழக்கறிஞர்கள் தெரிவிக்கின்றனர். ஜனவரி 6 'பொய்களால் தூண்டப்பட்டது' சிறப்பு ஆலோசகர் ஜாக் ஸ்மித், குற்றப்பத்திரிகையை அறிவிக்கையில், 'பிரதிவாதியின் பொய்கள் அமெரிக்க அரசாங்கத்தின் அடித்தளச் செயல்பாட்டைத் தடுக்கும் இலக்காகக் கொண்டவை, நாட்டின் செயல்முறையின் முடிவுகளைச் சேகரித்தல், எண்ணுதல் மற்றும் சான்றளிக்கின்றன. ஜனாதிபதி தேர்தல்.' ஒரு ஆபாச நட்சத்திரத்திற்குப் பணம் கொடுப்பது அல்லது சில அரசாங்க ஆவணங்களை வைத்திருப்பது போன்ற ஒரு குற்றத்தை விட, குறைந்தபட்சம் சில வாக்காளர்கள் அதை நிராகரிப்பது கடினமாக இருக்கலாம்.

டோனால்ட் ட்ரம்ப்பின் செயல், அமெரிக்க ஜனநாயகத்தை - ஒரு சோதனைப் பிரிவுக்குள் கொண்டு சென்றதால் அவர் மீதான குற்றச்சாட்டு முக்கியமானது.

அதிபர்கள் செய்கின்ற தவறுகளுக்கு செனேட் அல்லது காங்கிரசில் செய்கிற பதவி நீக்க முயற்சிகள் ஓர் இறுதிக்கட்ட முயற்சியாக இருந்தன. அதிபர் டிரம்ப்பின் மீதான இரண்டு முயற்சி, பில் கிளிண்டனின் மீதான ஒன்று என மூன்று தோல்வியுற்ற முயற்சிகள். ஆனால், இம்முறை பதவிக்காலம் முடிந்த பின்னும் அவர்கள் செய்கின்ற குற்றவியல் காரணங்களுக்காகச் சட்டத்தின் முன்னும் சராசரி மனிதர்கள் போலப் பதில் சொல்ல வேண்டும் எனவும் குற்றங்கள் சுமத்தப்படும் எனவும் விசாரணைகள் நிகழும் எனவும் நிரூபணம் ஆகியிருப்பது நல்ல முயற்சியே!!

ஜனவரி 6 அன்று நடந்த தாக்குதல் விசாரணை, இதுவரை அரசியல்வாதிகள் மற்றும் வாக்காளர்களால் பிரத்தியேகமாக ஆக்கிரமிக்கப்பட்டுள்ளது. நீதிமன்றங்கள் அரசியலமைப்பு விதிகள் மற்றும் குற்றவியல் பிரதிவாதிகளுக்கான பிற பாதுகாப்புகள், அத்துடன் நடைமுறைத் தரநிலைகள், ஆதார விதிகள் மற்றும் உயர் நீதிமன்றங்களுக்குப் பாதகமான முடிவுகள், அந்த முடிவுகளுக்கான உத்தரவாதமான முறையீடுகள் ஆகியவற்றால் பிணைக்கப்பட்டுள்ளன. இவை எதுவும் அரசியல்வாதிகளைப் பிணைப்பதில்லை.

MAGA கூட்டம் இந்தக் குற்றச்சாட்டை டோனால்ட் டிரம்ப்பின் அரசியல் துன்புறுத்தல் என்று நிராகரித்தாலும், 45 பக்க ஆவணம் மிகவும் கவனமாகப் பட்டியலிடப்பட்ட குற்றங்களை வரிசைப்படுத்துகிறது., ஜாக் ஸ்மித் சட்ட அமைப்பு இன்னும் இருப்பதை உறுதி செய்துள்ளார்.

இப்போதைக்கு, குற்றப்பத்திரிகையால் கட்டமைக்கப்பட்டுள்ள படி, அந்த அமைப்பில் நான்கு ஆண்டுகளுக்கு ஒருமுறை ஜனாதிபதித் தேர்தல் வாக்குகளைச் சேகரித்தல், எண்ணுதல் மற்றும் சான்றளித்தல் போன்ற 'மிகவும் அடிப்படைச் செயல்பட்டு முறை'களுக்குள் அடங்கும். அந்த முறையை அவதூறு செய்ததை ஆதாரங்களோடு அடிக்கோடிட்டுக் காட்டுகிறார். மேலும் அதிபர் டிரம்ப் தன்னுடைய முறைகேடான செயலுக்கு ஒத்துழைக்க மறுத்த உதவி அதிபர் பென்ஸை, மிகவும் நேர்மையானவர் எனக் கேலியாகச் சொன்னதையும் ஆவணங்களில் குறிப்பிடுகிறார்.

இதற்கு முன் எப்போதாவது இது போல் நடந்திருக்கிறதா என்றால் நடந்திருக்கிறது. அமைதியான அதிகாரப் பரிமாற்றத்தில் ஒரு கிளர்ச்சி தலையிடும் போது கூட. 1800-ஆம் ஆண்டு தேர்தலுக்குப் பிறகு ஜான் ஆடம்ஸ் முதல் தாமஸ் ஜெபர்சன் வரை தேர்தல் தோல்விக்குப் பிறகு முதல் அமைதியான அதிகாரப் பரிமாற்றம் மற்றும் தேர்தல் முடிவுகளை மதிக்கும் இடமாகக் காங்கிரஸ் இருந்தது

தொழில்நுட்ப ரீதியாகப் பார்த்தால், 1860கள் மற்றும் 1870கள் அமெரிக்க ஜனநாயகம் சரிவின் உச்சத்தில் நின்ற கடைசித் தலைமுறையாகும். பின்னர், தென் மாநிலங்களில்

முறையாகத் தேர்ந்தெடுக்கப்பட்ட குடியரசுக் கட்சிக் கூட்டணி அரசாங்கங்களைக் கவிழ்க்க, போலித் தேர்தல்கள், வாக்குப்பெட்டித் திணிப்பு, வற்புறுத்தல் மற்றும் வன்முறை போன்ற ஒவ்வொரு பொறிமுறையையும் தெற்கு ஜனநாயகக் கட்சியினர் பயன்படுத்தினர்.

ஆனால், 1965 வாக்களிக்கும் உரிமைச் சட்டத்திற்குப் பிறகு, தேர்தல்கள் நியாயமாகவே நடந்தன. தேர்தல்களில் தோல்வியடையத் தயாராக இல்லை எனில், செயல்படும் ஜனநாயகம் சிறப்பாக இருக்க முடியாது.

தவறென்று தெரிந்தும், அதிபர் டிரம்ப் திரும்பத் திரும்பப் பொய்களையே சொல்லிக் கொண்டிருந்தார். ஒருவகையில் அவர் அதை உண்மை என நம்பியதாக இனி அவர் பக்க வழக்கறிஞர்கள் வாதிடக் கூடும். ஆனால் அதற்கு வழியில்லாமல் நிறையத் தொலைபேசி உரையாடல்களும் ஆதாரங்களும் இருக்கின்றன.

ஆனால், இனவாதமும், மதப் பிடிமானமும் கொண்ட மக்கள் அவர் மீது கொண்ட அசைக்க முடியாத நம்பிக்கையும் அவர் சொல்லும் எதையும் நம்பக்கூடிய மக்கள், ‘இவை யாவும் என்னைப் பழி வாங்க என் மேல் போடப்பட்ட வழக்குகள்’ என்பதையும் நம்பிக் கொண்டிருக்கிறார்கள்.

என்றேனும் ஒரு நாள் இந்தக் குற்றங்கள் ஊர்ஜிதமாகி டிரம்ப் சிறைக்குச் செல்லக்கூடும். அப்போது அவர்களது உறக்கம் அல்லது மயக்கம் கலையும்.

தப்பிப்பாரா ட்ரம்ப்?

நவம்பர் 3, 2020-ல் நடந்த அதிபர் தேர்தலில் டொனால்ட் டிரம்ப் தோற்றுவிட்டார். அவர் தோற்ற மாநிலங்களில் ஜார்ஜியாவும் ஒன்று. ஆனால் அந்த முடிவினை ஏற்காமல், விரும்பியும் (intentionally) தெரிந்தும் (knowingly) பலருடன் சேர்ந்து திட்டமிட்டுத் தேர்தல் முடிவுகளைத் தனக்குச் சாதகமாக மாற்ற ஒன்றுக்கும் மேலான குற்றவியல் செயல்களில் ஈடுபட்டார்கள் எனப் பத்தொன்பது நபர்கள் மீதான குற்றப் பத்திரிக்கையைத் தாக்கல் செய்கிறார், ஜார்ஜியா அரசாங்க சட்ட வல்லுநர், ஃபானி வில்லிஸ் (Fanni Willis). இந்த வரலாற்றுச் சிறப்புமிக்க குற்றப்பத்திரிகை தாக்கல் நடந்தது, ஜார்ஜியா பால்ட்டன் கவுண்டி நீதிமன்றத்தில்.

அந்தப் பட்டியலில், முதல் குற்றவாளி அதிபர் டொனால்ட் டிரம்ப், இரண்டாவதாக முன்னாள் நியூயார்க் நகரத்தந்தை ரூடி ஜூலியானி என ஆரம்பித்துப் பல சட்ட வல்லுநர்கள் தொடங்கி சாதாரண நிலையில் உள்ளோரும் உண்டு.

இந்தக் குற்றத்தை ஜார்ஜியா மாநிலத்தில் மிகவும் பிரசித்தி பெற்ற ரீகோ (RICO rocketeering, influencer and Corrupt Act) எனப்படும் சட்டத்தின் கீழ் ஒட்டுமொத்தமாக அனைவரின் மேலும் பதிவு செய்திருக்கிறார்.

ரீகோ சட்டம் ராக்கெட்டியரிங் எனப்படும் கட்டுக்கோப்பான குற்றவியல் முறையைக் கட்டுப்படுத்த வந்த சட்டம். எடுத்துக்காட்டாக, போதைப்பொருள் கடத்தும் ஒரு குழுத்தலைவன், அவன் கீழ் பலர், மாவட்ட ரீதியாகக் கடத்தல்காரர்கள், அவர்கள் கீழ் அடிமட்டமாக அந்தப் போதைப்பொருளை மக்களுக்கு விற்பவர் எனப் பலர் செயல்படுவார்கள். இதில் தலைவனின் கைரேகைகூடக் கடைசி மட்ட அடுக்கினிடம் இருக்காது. அவருக்குத் தெரிந்திருக்கவேண்டியதும் இல்லை. அதேபோலத் தன் கீழ் இந்தக் குற்றங்களைச் செய்த பலரின் பெயர் கூட டிரம்ப்பிற்குத் தெரிந்திருக்காது.

முன்பாக ஜாக் ஸ்மித் பதிவு செய்த வழக்கில், டொனால்ட் டிரம்ப் மட்டுமே குற்றவாளி. ஆனால், இங்கே குற்றவியல் செயல்களைக் குழுவாகக் கட்டுக்கோப்பாகச் செய்யும் கூட்டமாக 19 பேரும் சேர்க்கப்பட்டிருக்கின்றார்கள். இதில் அதிபர் டிரம்ப் முதல், கடைக்கோடி சாதாரண நபர் வரை அடக்கம்.

மற்ற மூன்று வழக்குகளைவிட இந்த வழக்கு ஏன் முக்கியமானது? ஆபாசப் பட நடிகைக்கு நிதி அளித்த வழக்கு, அரசுக்குச் சொந்தமான முக்கியமான படிவங்களைத் திரும்ப ஒப்படைக்காமல் விட்ட வழக்கு, காப்பிடல் ஹில் மீது நடந்த தாக்குதல் வழக்குகளை மத்திய நீதிமன்ற வழக்குகளை மீண்டும் அதிபராகப் பதவிக்கு வந்தால், தன்னைத்தானே மன்னித்துக்கொள்வது போல, நீர்த்துப் போகச் செய்ய முடியும். மேலும், ஜனநாயகத் தேர்தல் முடிவை மாற்ற வற்புறுத்தியது போல மற்றவை அமெரிக்க அஸ்திவாரத்தை அசைப்பது போன்ற குற்றங்கள் இல்லை.

ஆனால் ஜார்ஜியா வழக்கு அந்த மாநிலச் சட்டத்தின் கீழ் வருவது. அதைக் கட்டுப்படுத்த அமெரிக்க அதிபருக்கும் உரிமையில்லை. வரும் தேர்தலில் வெற்றி பெற்றால்கூட இந்த வழக்கு விசாரணை மற்றும் தீர்ப்புக்கு அதிபரானாலும் டொனால்ட் டிரம்ப் கட்டுப்பட வேண்டும்.

2. இந்த வழக்கில் பல முக்கியச் சட்டவல்லுநர்கள், முன்னாள் வெள்ளை மாளிகையின் முன்னாள் அலுவலகத் தலைவர்

எனப் பலரும் செய்த குற்றவியல் செயல்கள் ஆதாரத்தோடு இணைக்கப்பட்டிருக்கின்றன. கணிணியில் ஒரு வெடிகுண்டைத் தயாரிப்பது எப்படி என்பதைத் தேடி, அதன் வேதியியல் நுணுக்கங்களைப் படிப்பது குற்றமாகாது. ஆனால், அதைக் கொண்டு ஒரு வெடிகுண்டு தயாரித்துப் பலரைக் கொலைசெய்யத் திட்டமிட்டால் அது குற்றமாகிறது.

இதேபோல, சிட்னி பாவெல், மூன்று பேருக்குத் தொலைபேசியது தவறில்லை, ஆனால் அந்த மூன்று பேரைக் கொண்டு ஜார்ஜியாவின் தேர்தல் வாக்களிப்பு விவரங்களைத் தவறான நோக்கில் பதிப்பித்தது குற்றம் (printed electoral data base). இதில் குடியரசுக் கட்சிக்காகச் செயல்பட்ட ஓர் அரசு அதிகாரியும் அடக்கம்.

3. இரண்டு பெண் தேர்தல் நேர ஊழியர்கள், தங்களுக்குள் செல்லாத வாக்குச் சீட்டைக் கை மாற்றி ஜனநாயகக் கட்சிக்கு ஆதரவாகச் சேர்க்கிறார்கள் என ரூடி ஜூலியானி குற்றம் சாட்டினார். ரூபி ஃபீரிமான், ஷ்ரேயஸ் மாஸ் என்ற இருவரும் அன்னை, மகள் என்ற உறவு கொண்டவர்கள். ஓர் அதிபரே இதன் பின்னால் இருக்கிறார் என்று தெரிந்தும் நேர்மையாகச் செயல்பட்ட அந்த இரு சாதாரண அரசு ஊழியர்களும் இன்னமும் பலரால் அச்சுறுத்தப்படுகிறார்கள். அவர்கள் அடைந்த இன்னலுக்கு அளவே இல்லை!

4. ஒரு சட்ட வல்லுநர் தன் வாடிக்கையாளருக்காக எத்தனை தூரம் செல்ல முடியும் என்பதையும் கடந்த ஒரு வருடமாக அரசுத்தரப்பில் செய்த தீவிரத் துப்பறியும் வேலைகள் காட்டுகின்றன. ஜென்னா எலிஸ் என்ற வல்லுநர், தேர்தலில் எந்த முறைகேடும் நடக்கவில்லை எனத் தெரிந்தும், அதிபர் டிரம்பிற்காக மாற்றான பொய்த்தகவல்களை சமூக வலைத்தளங்களில் எழுதி, அவதூறைப் பரப்பி மக்களைத் தவறாகத் தூண்டிவிட்டார்.

5. மார்க் மெடோஸ் என்ற முன்னாள் வெள்ளை மாளிகை அதிகாரி, காப் கவுண்டியில் உள்ள அரசு அதிகாரிகளைக் கீழ்மைப்படுத்தும் நோக்கில் அங்கே சென்றிருக்கிறார். மாநில உள்துறை அமைச்சருக்கு தொலைபேசி, தேர்தல் செல்லாது எனக்கூறும்படி அழுத்தம் கொடுத்திருக்கிறார்..

இப்படியாக அடிமட்டத் தொழிலாளி முதல் அதிபர் வரை படிப்படியாக ஒரு கட்டுக்கோப்பான திட்டம் தீட்டிப் பல குற்றங்களைச் செய்ததாலே இது ரீகோ வின் கீழ் வருகிறது.

ரீகோ சட்டத்தின் கீழ் குற்றம் சுமத்தப்படுவதால் என்ன நன்மை? குற்றம் சாட்டப்பட்ட 19 பேரில், சிலர் அரசுக்குச் சாதகமாக மாறலாம். ரீகோபடி குற்றம் நிரூபிக்கப்பட்டால், 5 முதல் 20 வருடங்கள் வரை சிறைத்தண்டனை கிடைக்கும். இப்போதுதான் பலருக்கு உண்மையின் நிலவரம் தெரியவரும்.

இரண்டாவதாக, 19 பேர்களும் ஒன்றாக விசாரிக்கப்படும் போது பல தகவல்கள் குற்றவாளிக்கு எதிராகப் போக வாய்ப்புகள் அதிகம்.

மத்திய அரசின் ரீகோ சட்டபடி, சட்டப் பிரிவு (statute) 17-10-1 இன் கீழ், நீதிபதி விரும்பினால், குற்றவாளிகளுக்கு ப்ரோபேஷன் கொடுத்து சிறைத்தண்டனை இல்லாமல் செய்ய முடியும். ஆனால் ஜார்ஜியா விதிகள் இன்னும் கடினமானவை.

மூன்றாவதாக, ஜார்ஜியாவில் விசாரணையை நேரடியாகத் தொலைக்காட்சியில் காண முடியும். எனவே மக்களுக்கு வழக்கின் பல முக்கியத் தகவல்கள் சென்றுசேர முடியும்.

பாதகங்கள் என்ன என்பதைப் பார்த்தால், வழக்கு முடிவுக்கு வரத் தாமதமாகலாம். 19 பேரில் யாரோ ஒருவருக்கு அல்லது அவரது சட்ட வல்லுநருக்கு உடல்நிலை சரியில்லை என்றாலும், தாமதமாகலாம்.

2. பலர் மேல் பலவிதமான, பலதரப்பட்ட குற்றங்கள் சேர்க்கப்பட்டிருப்பதால், பல சட்ட வல்லுநர்கள், பல குற்றங்கள், பல குற்றவாளிகள் எனப் பார்வையாளருக்குக் குழப்பத்தை விளைவிக்கலாம்.

அதிபர் டிரம்ப், மற்றும் சில குற்றம் சாட்டப்பட்ட கூட்டுக் குற்றவாளிகள், மத்திய நீதிமன்றத்திற்கு வழக்கை மாற்றக் கோருவார்கள். அட்லாண்டாவில் மத்திய அரசு நீதிமன்றத்தில் வழக்கு நடந்தால், தன் ஆதரவாளர்கள் பலரும் கூட ஜூரியாகலாம் என அதிபர் டிரம்ப் எதிர்பார்க்கிறார். இது போன்ற முறையீடுகள், இன்னும் தாமதமாக்கலாம்.

பல அதிகாரிகள், மெடோஸ் உள்படத் தாம் தமது கடமையைச் செய்ததாக வாதாடக்கூடும். அதிபர் டிரம்ப்பின் கட்டளைகளைக் கேட்டு நடப்பதே என் பணி எனச் சொல்லவும் கூடும். ஆனால், ஜனநாயக முறைப்படி நடந்த தேர்தல் முடிவை மாற்ற யாருக்கும் அதிகாரம் இல்லை.

ஜார்ஜியா ஃபால்ட்டன் கவுண்டி, அரசாங்க சட்ட வல்லுநர் ஃபானி வில்லிஸ் ஜனநாயகக் கட்சியைச் சேர்ந்தவர் என டிரம்ப் குற்றம் சாட்டினார். ஆனால், அதற்குப் பதிலாக வில்லிஸ், என் முன்னே இருக்கும் ஆவணங்கள், ஆதாரங்கள் கொண்டே நான் குற்றப்பத்திரிக்கை சமர்ப்பித்திருக்கிறேன். சட்டத்தின் முன் கட்சிப் பாகுபாடோ வர்க்க பேதமோ வருவதில்லை எனக்கூறினார்.

சட்டத்தின் முன் அனைவரும் சமம், அமெரிக்காவில் ஒரு சொலவடை உண்டு. If you do the crime, you do the time – உப்பைத் தின்றவன் தண்ணீர் குடிக்க வேண்டும் என்பது போல! வரும் காலங்கள், தேர்தல் பிரசாரமும், வழக்கு விசாரணைகளுமாகச் சுவாரசியமாக இருக்கப் போகிறது!

கைதி எண் 1135809

ஆகஸ்ட் 24, 2023 அன்று எல்லா நாட்டுத் தொலைக்காட்சிகளிலும் இதுவரை காணாத அதிபர் டிரம்ப்பின் புகைப்படம் ஒன்று காட்டப்பட்டது. ஜார்ஜியா வழக்கில், முதன்மைக் குற்றவாளியாகக் கைது செய்யப்பட்டு $200,000 சொந்தப் பிணையில் (Bail bond), வெளியே வந்த அதிபர் டிரம்ப்பின் புகைப்படம்தான் அது..!

அமெரிக்க அதிபர்களைப் புகைப்படம் எடுப்பது ஒன்றும் அரிதான காரியம் அல்ல. இதற்காகவே வெள்ளை மாளிகையில் புகைப்பட நிபுணர் உண்டு. பதவிக்காலம் முடிந்தபின் அவரை ஓவியமாக வரைந்து, அடுத்து வரும் அதிபர் அதைத் திறந்து வைப்பதும் ஒரு சம்பிரதாயமான நிகழ்வு.

ஆனால், பொழுதுபோக்குத் துறையில் பிரபலமானவர்களை பாப்பராசி மூலம் படமெடுக்க வைத்து, வதந்திகளை வெளியிட்டு அதன் மூலம் பிரபலமாகி, தன் ஆடை, எப்படி வெளிப்படுகிறோம் என்பது முதல் தன் பிம்பம் வரை கவனிப்பாக இருப்பவர் டிரம்ப். ஒரு முன்னாள் அமெரிக்க அதிபர், சிறைச்சாலையில் கைது செய்யப்படுவதும், அவரை கைதிக்கான புகைப்படம் எடுப்பதும், அவருடைய கைரேகைகளை எடுப்பதும் அமெரிக்காவிற்கே புதியது..!

அதிகாரம் பொருந்திய வெள்ளை மாளிகையில் வாழ்ந்த ஒருவர், மிகக் கொடுமையான ஃபால்ட்டன் கவுண்டி சிறைக்குச் சென்றது விதியின் பிழையல்ல. அவர் செய்ததாகப் பதிவுசெய்யப்பட்ட சட்டத்திற்குப் புறம்பான செயல்களால். அவருடைய தொலைபேசி உரையாடல்கள் பதிவு செய்யப்பட்டு வெளியிடப்பட்டிருக்கின்றன.

முன்னாள் அதிபருக்கு இது மிகவும் வருத்தத்தையும் சினத்தையும் ஒருங்கே கொடுத்திருக்கும் என்பதைச் சிறையில் எடுக்கப்பட்ட புகைப்படம், கைதி எண் **1135809** எல்லாம் சொல்லாமல் சொல்லும். அதிலும் ஒரு தொலைக்காட்சி ரியாலிட்டி ஷோவின் தலைவர், தன் உருவம், தன் வடிவம் ஆகியவற்றில் அதிகக் கவனம் செலுத்துபவரும் அதிகக் கர்வமும் உடையவர் இப்படியான புகைப்படம் எடுக்கப்படும் என நினைத்துக்கூடப் பார்த்திருக்க மாட்டார். அந்நேரத்தில், அவருடைய மனநிலையைப் புரிந்து கொள்ள முடியும்.

முன்னாள் அமெரிக்க அதிபர், சட்டங்களையும் இறையாண்மையையும் மதித்து நடக்க வேண்டியது மட்டும் அல்லாமல் அனைவருக்கும் ஒரு முன்மாதிரியாக இருக்க வேண்டும். ஆனால் அவரே இதுவரை மொத்தம் 91 குற்றவியல் குற்றச்சாட்டுகளுக்கு ஆளாகியிருக்கிறார் என்பது வருத்தம் தரத்தக்க நிகழ்வு.

இறுதியாக, ஜார்ஜியா ஃபால்ட்டன் கவுண்டியில் அரசு வக்கீல் சுமத்திய ரிகோ வகைக் குற்றச்சாட்டில் முதன்மைக் குற்றவாளியாக அதிபர் டிரம்ப் சேர்க்கப்பட்டிருக்கிறார். ஜனநாயக முறையில் நடந்த தேர்தல் முடிவுகளை மாற்றுவதற்கான முயற்சிகளை மேற்கொள்ள அவரும் அவர் சகாக்களும் செய்த அனைத்து நிகழ்வுகளுமே கேவலமானவை.

ஆனால், எல்லாக் கைதிகளையும் போலவே, முன்னாள் அதிபரும் சிறைக்கு வந்து தன்னை ஒப்புவிக்க வேண்டியிருந்தது. புகைப்படம் எடுப்பது முதல் படிவங்களைப் பூர்த்தி செய்வது வரை செய்து, கைரேகைகள் எடுக்கப்பட்டு வரிசைக்கிரமமாக எல்லாச் செயல்களும் முறையாக நடந்தன. இந்த நிகழ்வு ஒன்றைத் தெளிவுபடுத்துகிறது, சட்டம் எல்லாருக்கும் சமம், சட்டத்தின் முன் எல்லாருமே சமமாகவே நடத்தப்படுவார்கள்.

உலகில் மிகவும் பரவலாக அறியப்பட்ட ஒருவர், எங்கே சென்றாலும் அமெரிக்க உளவுத்துறை பாதுகாவலர்கள் சூழ வெளியே செல்லக் கூடியவர், முன்னும் பின்னும் முன்னாள் அதிபருக்கான மோட்டார் கேட், எங்கு செல்வதானாலும் பறப்பது சொந்த விமானத்தில், அதுவும் அவர் பெயரைத் தாங்கி இருக்கும் விமானத்தில் பறந்து செல்பவர், உலகின் எந்த ஒரு நாட்டுக்குச் சென்றாலும் எளிதில் கண்டுகொள்ளப்படக் கூடியவருக்கு ஏன் புகைப்படமும் கைரேகைப் பதிவும்?

ஒரு காலத்தில் அணுசக்தி விமானங்கள், அணுகுண்டுகள், ஏவுகணைகளை ஒரே ஒரு பொத்தானைத் தட்டுவதில் செலுத்தச் செய்யவல்ல அதிகாரம் படைத்த அமெரிக்க அதிபராகவே இருந்தாலும் சட்டத்தின் முன் அனைவரும் சமம் எனக் காட்டவே. ஜார்ஜியா உள்துறை அமைச்சருக்குத் தொலைபேசிய அதிபர் டிரம்ப், எனக்கு 11,780 வாக்குகளைத் தேடிக் கொடுங்கள் என்று சொன்ன தொலைபேசி உரையாடலின் ஒலிநாடா வெளிவந்த உடனேயே, அவர் மீது ஜார்ஜியா தன் துப்பறியும் வேலையைத் தொடங்கிவிட்டது.

அதன்பின், அவருடைய சகாக்கள் ரூடி ஜூலியானி முதல், 19 பேர் வரிசையாகப் பிணையில் வெளிவந்திருக்கிறார்கள். காஃபி கவுண்டியின் வாக்காளர்களின் பட்டியலைப் பெற, அப்போதைய, ஜார்ஜியா மாநில குடியரசுக் கட்சியின் தலைவராக இருந்த சாத்தி லேதம், தேர்தல் அலுவலகத்தில் செல்ல உரிமையில்லாதவர்களைச் சட்டத்திற்குப் புறம்பாக அனுப்பியது, டிரேவியன் குட்டி (Trevian kutti) என்பவர் மூலமாக ஃரீமன் (Freeman) என்ற தேர்தல் அலுவலக ஊழியரை வாக்குச்சாவடி குழப்பங்கள், மோசடி செய்வதாக புகாரிட்டு அழுத்தம் விளைவித்தது என அடுக்கடுக்காகச் செய்த மோசடிகளை 19 பேர் அடங்கிய குழுவின் மீது ரிகோ சட்டத்தின் கீழ் குற்றப்பத்திரிக்கை தாக்கல் செய்தது. அனைவருமே ஜாமீன் வாங்கப் பேரம் பேசி, செலுத்தி, வெளியே வந்துவிட்டார்கள். ஒரே ஒருவரைத் தவிர. மேரிலாண்டை சேர்ந்த ஃப்ளாய்ட், எந்த அறிவிப்பும் இன்றி சிறைச்சாலைக்கு வந்துவிட, அவருக்கான ஜாமீன் அனுமதி இல்லாமல், சிறையில் இருக்கிறார். இவர் கறுப்பர்களின் குரல் (black voicesfor Trump) என்ற நிறுவனத் தலைவர்.

வழக்கு தொடங்கும் முன்பே தன் சட்டவல்லுநரை அதிபர் டிரம்ப் மாற்றிவிட்டார். இப்போது அவருடைய சட்ட வல்லுநர், ஸ்டீஃபன் ஸடோ (Steven Sadow) ஜார்ஜியாவில் மிகப் பெரிய செல்வந்தர்கள் மற்றும் அதிகாரிகளின் மேல் குற்றச்சாட்டு வருமானால், அவர்கள் சார்பாக வழக்காடுபவர்.

அரசுத்தரப்பு சட்ட வல்லுநர் ரிகோ பயன்படுத்தியதற்குக் கடும் கண்டனங்கள் எழுந்திருக்கின்றன. பொதுவாக ரிகோ, கடும் குற்றவாளிகளையும், போதைக்கடத்தல் தொடர் கொலைக் குற்றங்கள் செய்கிற மிகப்பெரிய குழுவையும் தண்டிக்கப் பயன்படும். ஆனால், இங்கே குற்றம் சாட்டப்பட்டிருக்கிற பலர் அத்தகைய கடும் தண்டனைக்கு ஈடான குற்றங்களைச் செய்யவில்லை. பலர், அதிபரின் கட்டளைகளை ஏற்றே செயல்பட்டிருக்கின்றனர். பெரும்பாலான குற்றவாளிகள் கடும் தண்டனைக்கு அஞ்சிக் குற்றங்களை ஒப்புக்கொள்ளக் கூடும். எப்போதுமே தண்டனை குற்றத்திற்கு ஏற்ற அளவில்தான் இருக்க வேண்டும்.

எடுத்துக்காட்டாக, *2001* மையாமி, ஃப்ளோரிடாவில் மத்திய அரசு சட்ட வல்லுநர்கள், தொழிற்சங்க உறுப்பினர் இருவர் மீது ரிகோ பயன்படுத்தினர். அவர்கள் சங்க நிதியை தவறாகக் கையாண்டதாக. ஃபானி வில்லிஸ், ஜார்ஜியாவில் *30* ஆசிரியர்கள், கல்வி நிறுவன அதிகாரிகள் மீது, பொதுத் தேர்வில் ஏமாற்றியதற்காகக் கூட்டாக ரிகோ மூலம் வழக்குப் பதிவு செய்து தண்டனையும் பெற்றுத்தந்தார். முதன் முறையாக முன்னாள் அதிபர் மீதே ரிகோ பாய்ந்திருக்கிறது. இதுவே இந்த சட்டத்தின் எல்லையில்லாத்தன்மையை காட்டும்.

பலருக்கு இதுபோலச் சிறைக்கைதிக்கான புகைப்படம், கைதி எண் எல்லாம் அவமானத்தைத் தரும். ஆனால் டிரம்ப்போ இதை ஓர் உந்து விசைப்பலகையாக்கித் தேர்தலைச் சந்திக்கத் தயாராகிவிட்டார். தன்னுடைய சிறைக் கைதிக்கான புகைப்படத்தைப் பரவவிட்டு, என்னை வஞ்சம் தீர்க்கிறார்கள், தவறெதுவும் செய்யவில்லை எனப்பேச ஆரம்பித்து விட்டார். பாத்திரம் நிறைய இருக்கும் நீரில் விழுந்த எலிபோல தத்தளிக்காமல், அடிபட்ட சிங்கம் போலப் பிரசாரங்களை ஆரம்பித்து விட்டார்.

9/11 தீவிரவாதிகளின் தாக்குதலுக்குப் பிறகு வந்த அதிபர் புஷ், காவலர்கள், தீயணைப்பு வீரர்கள், மற்றும் பொது மக்களிடம் ஒரு ஒலி வாங்கியை வைத்துக்கொண்டு பேசிய புகைப்படம் மிகப் புகழ் பெற்றது ஆனால் அவரே இயற்கைச் சீற்றத்தில் அடிபட்ட நியுஆர்லியன்ஸ் ஹெலிஹாப்டரில் இருந்து பார்வையிட்ட புகைப்படம் ஒரு தலைவராக கத்ரீனா புயலைச் சமாளிக்காத உண்மையைச் சொன்னது. எதிர்காலச் சந்ததியினருக்கு இப்படியான புகைப்படங்கள் உண்மையை உரத்துக் கூறும். இப்போது டிரம்பின் மக் ஷாட் (mug shot) எனப்படும் சிறைக்கைதி புகைப்படமும் அப்படியே.

இந்த வழக்குகள் விரைவாக நடக்க வேண்டும், நீதி நிலைநாட்டப்பட வேண்டும். தனி ஒருவனை விட நாடு பெரியது, கோடிக்கணக்கான மக்களின் வாக்குகள் பெரியது என்பது உணரப்பட வேண்டும். அதுதான் மக்களாட்சியின் பலம்.

Notable references

இணைய தளங்கள்

https://www.scientificamerican.com/article/a-growing-drinking-water-crisis-threatens-american-cities-and-towns/

https://www.usatoday.com/story/news/nation/2022/12/12/mass-migrant-crossing-title-42/10885093002/

https://cis.org/Arthur/New-York-Times-AsylumSeekers-Are-Really-Economic-Migrants

https://www.ncbi.nlm.nih.gov/books/NBK538520/

https://www.unwomen.org/en/digital-library/multimedia/2016/10/women-between-war-and-peace

https://hilo.hawaii.edu/campuscenter/hohonu/volumes/documents/Vol08x04WarSocietyAndSexualViolence.pdf

https://www.nbcnews.com/news/world/putin-war-numbers-year-russia-ukraine-invasion-rcna68326

https://www.cnn.com/2023/02/22/politics/ukraine-us-military-aid-reservations-one-year/index.html

https://www.cnn.com/2023/02/22/politics/ukraine-us-military-aid-reservations-one-year/index.html

https://www.nytimes.com/interactive/2023/business/bank-failures-svb-first-republic-signature.html

https://www.nytimes.com/interactive/2023/03/18/business/why-people-are-worried-about-banks.html

https://www.npr.org/2023/03/19/1164253438/iraq-war-anniversary-american-invasion-takeaway

https://www.nytimes.com/2023/03/18/world/middleeast/iraq-war-20th-anniversary.html

https://www.nytimes.com/2023/03/30/us/politics/trump-indictment-democracy.html

https://www.nytimes.com/2023/04/19/world/asia/india-china-population.html

https://www.nytimes.com/2023/04/11/us/abortion-pill-ruling.html

https://usafacts.org/articles/whats-the-history-of-debt-ceiling-increases-in-the-us/?utm_source=google&utm_medium=cpc&utm_campaign=ND-Economy&gclid=Cj0KCQjwjryjBhD0ARIsAMLvnF_KyY-wbVd8kYkAyY9rSg6qrrPfWfxanwNyarxwoqsSX91FNbVdhC0aAmkMEALw_wcB

https://www.nytimes.com/2023/07/11/opinion/nato-summit-vilnius-europe.html

ஆராய்ச்சி

https://www.ncbi.nlm.nih.gov/pmc/articles/PMC10264273/

https://www.pewresearch.org/short-reads/2020/10/05/key-facts-about-womens-suffrage-around-the-world-a-century-after-u-s-ratified-19th-amendment/

https://www.brookings.edu/

காங்கிரஸ் நூலகம்

https://www.loc.gov/

https://history.state.gov/departmenthistory/visits/india

Books

The history of United States Allen c Guelzo, Gary W Gallagher, and Patrick N Allitt

பத்மா அர்விந்த் மருத்துவத்துறையில் முனைவர் பட்டமும் நிர்வாகவியலில் மேலாண்மை பட்டமும் பெற்றவர். அமெரிக்க மத்திய, மாநில அரசின் மனிதவள மற்றும் உடல்நலத் துறையின் கொள்கை மாற்ற ஆலோசகராகவும் உடல்நலத்துறையின் சிறப்பு ஆலோசகராகவும் 20 வருடங்களுக்கும் மேலாகச் செயல்பட்டு வருகிறார்.

திசைகள், தமிழோவியம் போன்ற இணைய இதழ்களும், ஊடறு, தினமணி ஆகிய பதிப்பு பத்திரிகைகளும் இவருடைய கட்டுரைகளைத் பிரசுரித்திருகின்றன. மெட்ராஸ் பேப்பர் என்ற இணைய இதழில் தொடர்ந்து எழுதி வருகிறார். அமெரிக்காவில் நிரந்தரக் குடியுரிமை பெறும் வழிகள் குறித்து இவர் எழுதிய க்ரீன் கார்ட் என்ற புத்தகமும் சீரோ டிகிரி பதிப்பகத்தால் வெளியிடப்பட்டிருக்கிறது. இதைத்தவிர, அகம், தண்ணீர், பருவம், இரவு ஆகிய கட்டுரைத்தொகுப்புகளில் இவருடைய கட்டுரைகள் இடம்பெற்றிருக்கின்றன. ஆங்கிலத்தில் வெளியான சிறுகதைத் தொகுப்பான Dancing Gold Flecksஇல் இவருடைய இரண்டு சிறுகதைகளும் பிரசுரிக்கப்பட்டுள்ளன..

www.ingramcontent.com/pod-product-compliance
Lightning Source LLC
LaVergne TN
LVHW101416051026
849519LV00005BC/1781